ஓதி எறியப்படாத முட்டைகள்

ஓதி எறியப்படாத முட்டைகள்
மீரான் மைதீன் (பி. 1968)

சொந்த ஊர்: பெருவிளை, குமரி மாவட்டம். 1998இல் எழுதத் தொடங்கினார். இவரது பிற சிறுகதைத் தொகுதிகள்: 'ரோசம்மா பீவி', 'சித்திரம் காட்டி நகர்கிறது', 'கவர்னர் பெத்தா'. நாவல் 'ஓதி எறியப்படாத முட்டைகள்', 'அஜ்னபி'. குறுநாவல் 'மஜ்னூன்'.

இஸ்லாமிய சமூகத்தின் மைய ஓட்டத்திற்குள் அறிமுகப்படாத முஸ்லிம்களின் வாழ்க்கைத் தளத்தில் இவரின் கதை உலகம் இயங்குகிறது.

தொடர்புக்கு: 9443450044

மீரான் மைதீன்

ஓதி எறியப்படாத முட்டைகள்

காலச்சுவடு பதிப்பகம்

ஓதி எறியப்படாத முட்டைகள் ♦ நாவல் ♦ ஆசிரியர்: மீரான் மைதீன் ♦
© மீரான் மைதீன் ♦ முதல் பதிப்பு: ஜூன் 2003 ♦ காலச்சுவடு முதல் பதிப்பு:
செப்டம்பர் 2011, இரண்டாம் (குறும்) பதிப்பு: பிப்ரவரி 2021 ♦ வெளியீடு:
காலச்சுவடு பப்ளிகேஷன்ஸ் (பி) லிட்., 669 கே. பி. சாலை, நாகர்கோவில்
629001

ooti eRiyappaTaata muTTaikaL ♦ Novel ♦ Author: Meeran Mitheen ♦
© Meeran Mitheen ♦ Language: Tamil ♦ First Edition: June 2003 ♦
Kalachuvadu First Edition: September 2011, Second (Short) Edition:
February 2021 ♦ Size: Demy 1 x 8 ♦ Paper: 18.6 kg maplitho ♦ Pages: 264

Published by Kalachuvadu Publications Pvt. Ltd., 669 K.P. Road,
Nagercoil 629001, India ♦ Phone: 91-4652-278525 ♦ e-mail: publications
@kalachuvadu.com ♦ Printed at Adyar Students xerox Pvt. Ltd., No. 9,
Sunkuraman street, Parrys, Chennai 600001

ISBN: 978-93-80240-61-9

02/2021/S.No. 200, kcp 2931, 18.6 (2) 1k

செழியனுக்கு

முன்னுரை

தகர்ந்து போகும் தங்கள் வாழ்க்கையை நிலை நிறுத்துவதற்கு இந்திய இளைஞன் மனதளவில் பற்றிப் பிடிப்பது வெளிநாட்டு வேலை வாய்ப்பை. வெளிநாட்டில் வேலை பார்க்கும் தம் சாதி இளைஞனோடு வாழ்க்கையை இணைத்துக்கொள்ளவே மத்தியதரப் பெண்ணின் மனம் விரும்புகிறது. முஸ்லீம் சமூகமும் இதற்கு விதிவிலக்கல்ல. ஆனால் வெளிநாடு அதன் மூலம் குவிக்கும் பொருட்கள் என்பன பொதுவாக முஸ்லீம்களோடு மட்டுமே, பெரும்பாலும் பொருத்திப் பார்த்து எண்ணப்படுகிறது. இந்திய பொது உணர்வுத்தளத்தில் இக்கூறு வலுவாகச் செயல்படுவதை அவதானிக்க முடியும். இதற்குப் பின்னால் காலகாலமாகச் செயல்பட்டு வரும் அரசியல் கவனிக்கப்பட வேண்டிய ஒன்று.

வெளிநாட்டு வேலை என்பது கவர்ச்சியானது என்றாலும் அதன் பின்னால் கண்ணுக்குப் புலப்படாமல் கிடப்பது பல. குடும்பங்களின் சோகங்களும் வேதனைப் புலம்பல்களும் கெத்தாக வெளிநாட்டிலிருந்து வந்திறங்கும் ஒவ்வொரு இளைஞனின் அலங்கார ஆடைகளுக்குள்ளும் மறைந்து கிடைக்கும் காயப்பட்ட மனங்களும்.

ரோஸம்மா பீவி, கவர்னர் பெத்தா சிறுகதைத் தொகுதிகளின் மூலம் முஸ்லீம் சமூக யதார்த்தங்களை மெல்ல மெல்ல அவிழ்க்கத் தொடங்கியவர் மீரான் மைதீன். குறிப்பாக, வெளிநாட்டு வேலை என்ற கவர்ச்சித் திரையை ஈவு இரக்கமில்லாமல் கிழித்தவர். அவரது பெரும்பாலான சிறுகதைகளின் விவாதப் பொருள் இதுவாகவே இருக்கும். இதன்மூலம் தெரிந்த உலகின் தெரியாத பகுதிகளை முஸ்லீம் சமுகத்தினருக்கும் தெரியாத உலகை அல்லது முஸ்லீம் சமூகத்தினரின் உள்நாட்டு, வெளிநாட்டு வாழ்க்கை பற்றி கட்டமைக்கப் பட்டுள்ள அதீதங்களின் பின்னே உள்ள அரசியலைப்

புரிந்து உண்மைநிலையைத் தெரிந்துகொள்ளும் சூழலை முஸ்லீம் அல்லாதோருக்கும் மீரான் மைதீனின் படைப்புகள் எப்போதுமே ஏற்படுத்தும்.

எல்லா படைப்புகளுக்குமே இரட்டை வாசகத்தளம் உண்டு. அப்படைப்பு எப்பகுதி மக்கள் சார்ந்து அமைகிறதோ அப்பகுதி மக்கள் ஒரு வாசகத்தளம் என்றால் இப்பகுதி சாராதோர் மற்றொரு வாசகத்தளம். இங்கு முஸ்லீம் சமூகம் ஒரு வாசகத் தளம். முஸ்லீம் அல்லாத மற்றவர்கள் இன்னொரு வாசகத் தளம். இவ்விரண்டு தளங்களும் சில பொதுத்தன்மைகளைக் கொண்டிருந்தாலும் இரண்டின் அனுபவத் தளங்களும் வாழ்க்கைப் பார்வைகளும் உள்வாங்கலும் தனித்தனியானவை, வெவ்வேறானவை, சுதந்திரமானவை. இவை கவனத்தோடு கையாளப்படாவிட்டால் ஒரு பக்கச் சார்பை அல்லது அப்பட்ட மான பிரச்சாரத்தை செய்யத் தொடங்கிவிடும். எதிர் நீச்சல் காரனின் கவனத்தோடு மீரான்மைதீன் தம் கைகளை இங்கே லாவகமாக வீசுகிறார்.

மிகப்பரந்து, விரிந்து செயல்படுவதற்கான பல வாய்ப்புகள் இக்கதையைச் சொல்லும் முறையில் பொதிந்து வைக்கப்பட் டுள்ளன. பல மையங்கள் இயல்பாக, தனித்தும் இணைந்தும் சுய இயக்கம் கொள்கின்றன. ஒவ்வொரு மையமும் வாசக மனங்களில் விவாதத்தைத் தூண்டுகின்றன. கரிசனத்தோடு தூண்டப்படும் இந்த விவாதங்களே இக்கதையின் வலு என்று சொல்லத் தோன்றுகிறது.

மொய்து சாகிபு, சுபைதா, இவர்களின் ஆசை ஆயிஷாவின் வாழ்க்கை. குச்சித்தம்பி, செய்தூன், ஜலீலா, ஜமீலா இவர்களின் ஆசை ஹைதர் வெளிநாடு செல்ல வேண்டும், அதன் மூலம் தங்கள் குடும்பம் கரையேற வேண்டும் என்பது. இதற்காகவே மனதால் பிடிக்காத வேலைகளைக் கூட உடலால் அந்தக் குடும்பமே செய்து தொலைக்கிறது. ஜலீலா பலிகடாவாக மாறிப் போகிறாள். இந்த இரண்டு குடும்பங்களுமே சிதைகின்றன. சிதைவுக்குக் காரணம் ஹமீதுசாகிபு. பணத்தாசை, சொத்து சேர்க்கும் ஆசை காரணமாக அவர் இதைச் செய்தார் என கதை ஒரு கோணத்தில் சொன்னாலும், ஹமீதுசாகிபு ஐந்து நேரத் தொழுகையாளி, உள்பள்ளியில் போய்த் தொழுபவர் என்ற சித்திரம் மிக கவனமாக ஒரு விவாதத்தை உருவாக்கி விடுகிறது. இந்நாவலின் தொடக்கத்திலேயே டீக்கடை நாயரின் வீடு தீப்பற்றி எரிய அதை அணைக்கத் துடித்து எழுந்த கூட்டத்தை, குத்பா ஓதியாச்சு போவாதைங்க என ஆலிம் சொல்ல அதை மீறி ஓடிய கூட்டம் ஹவுளின் தண்ணீராலேயே

தீயை அணைக்கிறது. இது வெறும் ஒரு நிகழ்வு அல்ல; மொத்த கதை ஓட்டத்தின் பிழிந்தெடுத்த சாரம், ஒரு குறியீடு. மதத்தின் புரோகிதத்தனத்திற்கும் மத நம்பிக்கையாளர்களின் மிக இயல் பான நடைமுறைக்கும் இடையில் செயல்படும் முரண். இம் முரண் இந்நாவலின் அடித்தள மையமாக மாறிக்கொள்கிறது.

எல்லாவனின் வாப்பாவுக்கும் எல்லாவனின் உப்பாக்கும் ஊருக்குள் ஒவ்வொரு கதை உண்டு. அநேகமாக கதைகள் இல்லாத உப்பாக்களே இல்லை. இங்கே கதை என சொல்லப் படுவது பேய் பற்றிய கதைகள். பேய்களை எதிர்த்தல், வெற்றி கொள்ளல், அடக்குதல் ஆகியவை வீரமாக மதிப்பிடப்படுகின் றன. பேய்கள் பற்றி சொல்லாடல்கள் விவரிக்கும் உலகம் மிக வித்தியாசமாக இருக்கிறது. தவிர்க்க இயலாத ஆதிமன ஓர்மை, ஒவ்வொரு மதமும் அந்தந்தப்பகுதி மக்களின் நம்பிக்கை களோடும் பண்பாட்டுக் கூறுகளோடும் ஒட்டியும் விலகியும்தான் செயல்படும். இஸ்லாமும் இதற்கு விதிவிலக்கல்ல என்ற சித்தரிப்பு என்றே இப்பேய்க் கதைகளைப் புரிந்துகொள்ள முடிகிறது. இங்கேயும் மதம் நடைமுறை நம்பிக்கை என்ற முரண் விவாத மையமாகிறது.

வெளிநாட்டிற்குச் சென்ற மூன்று மகன்களின் வருமானத் தால் செல்வத்தைக் குவித்த புதுப்பணக்காரர் ஹமீதுசாகிபு என்றால், தம் வாப்பா, உப்பா சேர்த்த சொத்தை வித்துத் தின்றே அழிக்கும் சுலைமான் பழைய பணக்காரன். ஹமீது சாகிபு, சென்ட், வெளிநாட்டு சிகரெட், முதலாளி என்ற வார்த்தை யில் மயங்கி கேட்ட விலையைக் கொடுக்கும் போலி கௌரவம் என தம் நிலையைத் தக்கவைக்க முயற்சிக்கிறார். பழைய பணக் காரர் சுலைமான், எல்லாவற்றையும் தன் பரிசீலனை எல்லைக் குள் இழுத்து கேட்பவர்கள் திகைக்கும்படியான சித்திரத்தை உருவாக்கும் வாய்ப்பந்தலால் தம் இழந்த நிலையை தூக்கி நிறுத்த முயற்சிக்கிறார். இந்த இருநிலைகளுக்கூடே சுலைமா னின் தகர்வு, செல்லையாவிடம் சொத்தை விற்றல், வெட்டுக் காரன் நீலசாமியின் மகன் அதிகாரியாக வளர்ந்து நிற்றல் என்பன ஒரு குறிப்பிட்ட பகுதியின் சமூக மாற்றத்தை, சமூக அசைவியக்கத்தைத் துல்லியப்படுத்த முயற்சிக்கின்றன.

எம்.ஜி.ஆர்., நம்பியார் வாள்ச் சண்டை, பள்ளிக்கூடத்திற்குப் போக மறுத்து அடம்பிடித்துக் கதறும் சிறுவனின் வார்த்தை கள், மனோகரா வசனம் பேசி கீழே விழுந்து அடிவாங்குவது, சுக்காப்பி சுல்தான் பிள்ளை – ராதா பற்றிய சித்திரங்கள் – இவை யெல்லாம் குமரி மாவட்டத்தின் மிக இயல்பான கிண்டல் மொழித்தளத்தை மிக வலுவாகப் பயன்படுத்திக்கொண்டதன் அடையாளங்கள்.

வெளிப்பார்வைக்கு ஹமீதுசாகிபு என்ற ஏமாற்றுக்காரனின் கதையாக, வெளிநாட்டுமோக விளைவின் கதையாகத் தோன்றி னாலும் உள்ளுக்குள் ஆதங்கத்தோடும், ஆங்காரத்தோடும் பொங்கித் தகிப்பது:

ஒன்று – முஸ்லீம் சமூக நடைமுறை சார்ந்து இன்று எழும் சிக்கலைச் சுட்டிக்காட்டுவதும் பழைமை, புனிதம் என்பதன் பேரால் சமூக இயக்கத்தைப் புரிய மறுப்போரின், புரிய மறுக் கும் கோட்பாடுகளின் முகத்திரையை கோபத்தோடு விலக்கத் துடிக்கும் ஆவேசம்.

இரண்டு – முஸ்லீம் சமூகம் பற்றிய போலிச்சித்திரங்களை, தொடர்ந்து அதனைப் பொதுச் சொல்லாடலாக்கும் அரசியலை, முஸ்லீம் சமூக யதார்த்தச் சித்தரிப்பின் மூலம் கீறிவிடும் ஆதங்கம்.

மூன்று – புதிதாக வருகிற காலனியும் ரோடும் ரயில் தண்டவாளமும் பாலமும் குளத்தையும் பறவைகளையும் மட்டும் கலைத்துப் போடவில்லை. ஊரையே கலைக்கிறது. சமூகம் அசைகிறது. ஆனால் அழியும் சமூகமாகவே பதிவாகிறது. இந்த அழிவிலிருந்து வளரும் சமூகத்திற்கான பாதையைக் காணும் அக்கறை.

மீரான் மைதீனிடம் ஒரு சீர்திருத்தக்காரனின் துடிப்பும் சமூக அவலங்களைப் போக்க அடிப்படையை மாற்றத் தவிக்கும் சமூகப் போராளியின் ஈடுபாடும் மிக இயல்பான சொல்நேர்த்தியால் இணைந்துகொள்கின்றன.

நாகர்கோவில் அன்புடன்
16.06.2003 **சி. சொக்கலிங்கம்.**

என்னைப் பற்றி

என் அம்மாவின் அம்மா

மறியம்பீவியோடுதான் எனது குழந்தை பருவம் அதிகமான நினைவுகளைக்கொண்டிருக்கிறது. எனக்கு நிறைய கதைகள் சொல்லித் தந்தவள் அவளே. அவள் என்னை இடுப்பில் தூக்கிச் சுமந்தக் காலங்களிலேயே கதை சொல்லுதல் என்பது அவளுக்கான உலகமாக இருந்தது. பேய்க்கதைகளை பகலிலும் வலிமார்களின் கதைகளை இரவிலுமாக அவள் சொல்லுவதில் என் மீதான அவளின் அக்கறையை இப்போது புரிந்துகொள்ள முடிகிறது. இரவில் அவள் கதைச் சொல்லும்போது தூங்கி விடுவாள். மறுநாள் எந்த இடத்தில் அவள் கதையை விட்டாள் என்பதை நினைவூட்டினால் கதையைத் தொடரு வாள். முஹைதீன் அப்துல்காதர் ஜீலானியின் வரலாற்றுக் கதையை ஓராண்டுக்கு மேலாக அவள் தொடர்ந்து சொல்லக் கேட்டதாக ஞாபகம். இப்படித்தான் பீரப்பா வின் கதை, ஞானியாரப்பாவின் கதை, நூறுமசாலா . . ., ஆயிரம் தலைவாங்கிய அபூர்வ சிந்தாமணிக் கதைகள், நீதிக்கதைகள், ஈனாபச்சி கதைகள் என அவள் சொல்லித் தந்தக் கதையுலகம் இப்போதும் காட்சிகளாய் மனதில் அலைந்துத் திரிகின்றன.

எனது சிறுகதை நூலில் வருகின்ற ரோசம்மா பீவி சிறுகதையின் ரோசம்மா பீவியாகவும் அவளை அடை யாளப்படுத்தலாம். காத்திரமான பெண்மணி. மரணத்தின் முந்தைய நிமிடம் வரை அவள் அவளாக இருந்து இறந்தாள். எந்த மனிதர்களிடமும் பணிந்து போகாத வீரம்

அவளிடம் பெருமளவில் இருந்தது. தொழுகை, நோன்பு, ஓதுதல் என இஸ்லாமிய நம்பிக்கைகளுக்குள் மூழ்கிக் கிடந்த அவள் பெண்ணுக்கான நிறுவப்பட்ட குடும்பக் கட்டமைப்புகளை விலக்கி தனி மனுஷியாய் அவளின் வாழ்வு கடைசிவரை எந்த மனிதர்களிடமோ உறவுகளிடமோ பணிந்து கொள்ளவில்லை. அவள் சொல்லித் தந்த கதைகளை காட்டிலும் அவளின் வாழ்வே இன்றளவும் எனக்கு பிரமீப்பூட்டக் கூடியது. ஆனால் என் நாவலில் ஆயிஷாம்மா மறியம்பீவியின் நேர் முரண்.

மறைந்த வலம்புரி ஜான் அவர்கள், அல்ஹாஜ், A.V.M. ஜாபர் தீன் அவர்களிடம் என்னைப்பற்றிச் சொல்லியதைத் தொடர்ந்து அவர் கேட்டுக்கொண்டதிற்கிணங்க *முஸ்லிம் முரசு* மாத இதழில் *1999*இல் இதை தொடராக எழுதினேன். தொடர் முற்றுப்பெற்ற போது சில இஸ்லாமிய பெண்மணிகள் எனக்கு எழுதிய கடிதங் களில் தான்தான் நாவலின் ஆயிஷாம்மா என எழுதிக்கொண்ட னர்.

எழுத வேண்டும் என்ற ஆசைதான் எனக்கு முதலில் ஏற்பட்டது. என் ஆசையின் மீதான தேடுதலே எழுதுவதற் கானதைத் தேடியது. நாடக நடிகரான, கதாசிரியரான எனது தந்தை மறைந்த S.M. அலி நேரம் கிடைக்கும்போதெல்லாம் எழுதிக்கொண்டே இருப்பார். பல நாடகங்கள் தமிழிலும் மலையாளத்திலும் எழுதினார். அவரின் எழுத்துக்கள் எதுவும் பதிவு செய்யப்படாமலே போய்விட்டது. இஸ்லாம் சமூகப் பிண்ணனியில் ஒரு நாடக ஆசிரியரைக் குறித்தோ அவரின் படைப்பைக் குறித்தோ அவர்களுக்குப் பேச எதுவுமில்லை என்பது எல்லோரும் அறியக்கூடியதுதான். நான் எழுதத் துவங்கியபோது பல நேரங்களில் என்னைக் கொண்டாடி சரியும் செய்திருக்கிறார் ஒரு நண்பராக. அவர் இழப்பின் வலி என்பது அவர் மறைந்த பிறகே புரிந்துகொள்ள முடிந்தது. மரணம் இருப்பவர்களுக்கான தண்டனை.

நிஜமான மனிதர்கள் மனுஷிகள் அவர்களின் வாழ்வு, வலி, நிறைவு என கடந்துபோகிற இந்த நாவலை இப்போது *காலச் சுவடு* இன்னும் அகன்ற வெளிக்குக் கொண்டுசேர்க்கும் என்பதில் எனக்கு நிஜமான மனநிறைவு உண்டு. திரும்பிப் பார்க்கும்போது பழையவைகளின் அழகை அதனளவிலேயே நேசிக்கும் விருப்ப முடையவன். காலம் நகர்த்திக்கொண்டுபோனாலும் கடந்து போனவைகள் கடந்துபோனவைகளாகத்தான் இருக்கின்றது. நம்முடைய இன்றைய அறிவு கொண்டு கடந்துபோனவைகளின் மீது எதுவும் செய்திட இயலாது.

என் அன்புக்கும் நன்றிக்கும்

என் தந்தைக்குப் பிறகு அந்த இடத்தை எனக்கு ஈடுகட்டு கிற அண்ணன் M. ஷாகுல்ஹமீது மற்றும் என் அன்பு செய்யதலி பாத்திமா, நாஃபியா, முப்ஃஷிரா பர்வின்.

என்மீது மாறாத அன்பு கொண்டுள்ள ஹாமிம் முஸ்தபா, சி. சொக்கலிங்கம். ஹெச்.ஜி. ரசூல், முனைவர் ஸ்ரீகுமார், வி. சிவ ராமன், அனந்த சுப்ரமணியன், களந்தை பீர்முகம்மது, ஜாஹிர் ராஜா, குளச்சல்.மு. யூசுப், தக்கலை ஹலிமா இவர்களோடு தமிழ்நாடு கலைஇலக்கிய பெருமன்றத்துக்கும் காலச்சுவடு பதிப்பகத்துக்கும்.

அன்பகம்
பெருவிளை
நாகர்கோவில் *629 003*

அன்புடன்
மீரான் மைதீன்.

பள்ளி வேம்புதான் ஊரின் பிரதான அடையாளம். அண்ணாந்து பார்த்தால் ஆகாயத்திற்கும் அதன் உச்சாணிக் கொப்பிற்கும் இடைவெளியே இல்லாதது போலத் தோன்றும். பள்ளி ஆண்டவனே எனப் பல நாடார்கள் பள்ளி வேம்பைத்தான் பார்ப்பார்கள். பள்ளி வேம்பு பிரம்மாண்டமான பச்சைநிற மனிதனாக ஊரைக் காக்கக் காவலுக்கு நிற்பவனைப்போல ஆளுமையும் அறுபத்துநாலு அடவும் அத்துபடியான ஆசானைப் போல எப்போதும் முஸ்தீபோடு நிற்கிறது. ஆகாயத்தில் நடந்துவந்த ஒருகூட்டம் யானைகள் அதன் உச்சிக் கொப்பில் இலை பறித்துத் தின்ன வந்ததைத் திமுக மந்திரி சாதிக்பாட்சா அடிக்கல் நாட்டிக் கட்டிய மதரஸா திண்ணையிலிருந்த மோதியார் காட்டித்தந்தார். வாஸ்தவம்தான் ... கொம்பு முளைத்த ரெண்டு யானையும் கூடவே ஒரு குட்டி யானையும் ... இப்போ திங்கும் ... இன்னா ... இன்னா ... வந்துட்டு ... திங்கப்போவது... கோரஸான பயலுவளின் சத்தத்தைத் தாண்டி யானைகள் கடந்துபோயின. மோதியார் சிரியோ சிரி என்று சிரித்தார்.

ஐம்பது ஐம்பத்துநாலு வயது தாண்டிய மோதியார் அவரின் சொந்த ஊரில் மனைவியையும் நான்கு மக்களையும் பற்றிய கவலையில்லாமல் இருபது இருபத்தைந்து வருடங்களாக இந்த ஊரே கதி என்று கிடக்கிறார். பச்சைப்பசேலென அய்யர்களம் தாண்டி கிழக்குப் பக்கம் பாரேரம் வரையிலும் மேற்குப்பக்கம் வீராணி வரையிலும் வயலும் தோப்பும் குவித்தக் காற்று சுங்காங் கடை பொத்தை தாண்டி வரும்போது பள்ளி வேம்பில் பட்டு இன்னொரு சுகத்துக்குக் கொண்டுபோகும்.

பைனியும், கருப்பட்டியும், சுண்ணாம்பும், மண்ணுமாகக் கலந்த கலவையில் கட்டிய நூற்று ஐம்பது வயது மூத்த பள்ளி வாசலின் நடையில் உக்காந்து “இது சொர்க்கம்லே ... பள்ளி வேம்புக்க காத்து இருக்கே ... மயிலிறகு விசிறியால வீசுற மாதிரி ... படச்ச ரப்பே” ... அவர் சொல்லும்போது ஊறிய எச்சிலை விழுங்கிக்கொள்வார்.

“லே ... ஒண்ணுமில்லனா ... இரையாளம் போதாதாலே ... அதுல குளிச்சவன ... எங்க போட்டாலும் கெடப்பானாலே ...” அவர் சொல்லும்போதே சரீரத்தில் இரையாளத்தில் குளித்துக் கரையேறிய சுகம் தெரியும்.

முன்பெல்லாம் வருசத்துக்கொருமுறை குளத்தில் யாராவது இறந்து போவார்கள். கணக்குப் பார்த்தால் இறப்புகள் நிறைய உண்டு. அது தொடர்ந்து இரை எடுப்பதால் இரையாளம் என்ற பெயர் வந்திருக்கலாம். ஒரு பொம்பளைப் பேய் உச்சி நேரத்தில் சரியாக ஒரு மணிக்குக் குளத்தில் நீராடுமாம். அது நீராடும்போது தண்ணியில் அங்குமிங்கும் ஆடிப்பாடி ஓடிக்கொண்டு கெடக்குமாம். அப்படி ஆடிப்பாடி ஓடும்போது யாராவது இடையில் மாட்டிக்கொண்டால் அவ்வளவுதான். ஊரில் சின்னப்புள்ளைகளை உச்சி நேரத்தில் யாரும் குளிக்க அனுப்புவதில்லை.

“நீசி குளிச்சிட்டுக் கெடப்பா ... போவப்புடாது ...” தடுத்து விடுவார்கள். ஆனாலும் விடுமுறையில் பயலுவளின் ஒன்பது பெட்டி ரயில் கூவிக்கொண்டே குளம் முழுவதும் சுற்றி வரும்போது வெள்ளை, தவிட்டு ஆம்பைக்காய் பயலுவளின் கைகளில் குவிந்துவிடும்.

பண்டு, காசீம்பிள்ளையின் உப்பா ... ஒரு பொம்பளைப் பேயின் அழகில் மயங்கி அதன் உச்சந்தலையில் ஆணி அடித்து, மை போட்டு மயக்கி வீட்டுக்குக் கொண்டுவந்துவிட்டார். பொண்டாட்டிக்காரியிடம் துவைக்க, கழுவ, கொடுக்க எடுக்கன்னு கெடக்கட்டு என நைசாகச் சொல்லி சமாளித்துப் பேயோடு குடும்பமும் நடத்தினார். ஆரம்பத்தில் பொம்பளைப் பேய்க்கும் உப்பாவின் பொண்டாட்டிக்கும் ஒரே ஓசரிதான். உப்பா என்ன மாயம் செய்தாரோ ... கொஞ்ச நாளிலேயே உப்பாவின் பொண்டாட்டியும் பேயும் அக்கா தங்கச்சிபோல அவ தொவைக்க, இவ காயப்போட, அவ மாவிடிக்க, இவ வறுக்க என அன்யோன்யமாகிப் போனார்கள். பேய் எப்பவும் தலையைச் சொறிந்துகொண்டே இருப்பதைப் பார்த்து உப்பாவின் பொண்டாட்டி கேட்டாள்.

“ஏம்புளா ... துக்கே ... ஒனக்குத் தலையில புளுத்தா கெடக்கு ... எப்போ பாத்தாலும் சொறிஞ்சிட்டே கெடக்கே ...”

“ஒரு பாடு ஈரும் பேனுமா கெடக்கு ... கடி தாங்க முடியலே ...”

“அந்த ஈரோலிய எடுத்துட்டு வாளா ...”

வாசல் நடையில் வாக்காகப் பேயை உட்கார வைத்து உப்பாவின் பொண்டாட்டி பேன் பார்க்கும் தொடக்கமாக உச்சிமுடியை விரித்துச் சீவியபோது ஆணியைப் பார்த்துட்டாள்.

“பிள்ளா என்னதுளா ... இது ... ஆணி கணக்க இருக்கு ...”

“ஆமாக்கா ...”

பேய் கெஞ்சியது, “அக்கா, இந்த ஆணியப் புடுங்குக்கா ... நீ நல்லா இருப்பே ...”

“பிள்ளே, இது என்ன மாயம்ளா உச்சந்தலையில ஆணி?”

“ஒரு மாயமுமில்லே புடுங்குக்கா ... எனக்கச் செல்ல அக்காலல்லா ...”

“பிள்ளே, உனக்கு ஆணி வலிக்கலியா?”

“ம் ... வலிக்காது ... புடுங்குக்கா ...” பேய் மீண்டும் மீண்டும் கெஞ்சியது. உப்பாவின் பொண்டாட்டி பாவம் பார்த்து ஆணியை இழுத்துப் புடுங்கிய மறுநிமிடம் அகோர மாக எழுந்து கண்களை வலுதாக உருட்டி ஒரு பார்வை பார்த்துவிட்டு ஊ... ஊ ... என ஊளையிட்டு ஓடியது. உப்பா வந்து கேள்விப்பட்டுச் சொன்னார். “எரணம் கெட்ட துக்கே, ஒனக்கக் கொடலக் கீறி மாலை போடாம போச்சே ... சந்தோசப்படு ...” உப்பாவின் பொண்டாட்டி ரெண்டு மூணு நாள் காய்ச்சலில் கிடந்து சரியானாள். உப்பாக்கும் பேய்களுக்கும் எக்கச்சக்கமான தொடர்பு உண்டு என்றும் பேய்களை வசியப் படுத்தும் வித்தை அவர் விரல் நுனியில் இருப்பதாகவும் மரிப்பதற்கு முன்னால்வரை சொல்லியிருக்கிறார்.

“இரையாளத்துல கெடக்கவள ஒரு நாளு இல்லைன்னா ஒரு நாளு கொண்டு வருவேன்... நேத்து ஒரு மணிக்குக் குளிக்கப் போனேன்... அவ உள்ளே கெடந்து ஆடுன ஆட்டம் ... நான் நைசா நீஞ்சிப்போனேன். என் தலையக் கண்டதும் எடுத்தா ஓட்டம் ... வெரட்டிப்போய் எட்டிப்பிடிச்சேன் ... காலுதான் கையிலமாட்டிச்சி உருவிட்டுப் போயிட்டா ... காலுல உள்ள கொலுசு கெடச்சி.”

“அத என்ன செய்தீரு.”

“அந்த மயிரே ... அதுலயே போட்டேன் ...” உப்பா கொலுசைப் போட்ட இடத்தின் அடையாளம் சொன்னார். குளத்தில் தண்ணீர் வத்தியபோது உப்பா சொன்ன இடத்தில் ஒரு விசித்திரமான வெள்ளிக் கொலுசைக் கண்டெடுத்தார்கள்.

ஊரைச்சுற்றி நிறைய குளங்கள் உண்டு. இரட்டைக்குளம், நாடன்குளம், ஊரைச் சுற்றியிருக்கிற வயல்வெளிகளும் தோப்பும் இரையாளமும் சேர்ந்து ஊரே ஒரு காலத்தில் பிரம்மாண்ட மான குளமாகத்தான் இருந்திருக்க வேண்டும். கடல் தோத்துப் போகும் இந்தப் பிரம்மாண்டமான குளக்கரையில் நூற்று அறுபது எழுபது வருடங்களுக்கு முன்னால் மண்பானை செய்கிற குயவர்கள் வாழ்ந்திருக்கிறார்கள். குளம் உருமாற

உருமாறக் குசவக்குடியும் உருமாறிப்போயிருக்கிறது ... செட்டியார் கள், நாடார்கள், சாயிப்புமார்கள், பிள்ளைமார்கள் என வாழ்ந்த காலத்திலேயே பிள்ளைமார்களின் வயல்வெளிகளிலும் அவர்களின் சமுதாயச் சொத்துகளிலும் வேலை செய்கிற கூலிகளாகவும் வந்தவர்கள் ஊருக்கு வெளியே வயல்களின் மத்தியில் கிடந்த குட்டிக் குளத்தங்கரை மேட்டில் குடிசை போட்டுக் குடியேறியபோது அதை மட்டும் 'சேரி' என்று சொன்னார்கள்.

இப்போது குளிக்கப் பயன்படுத்தும் இரையாளமும் வயல் வெளிகளும் சேர்ந்த பகுதி முதலைக்குளம் என்று ஒரு குறிப்பிட்ட காலம்வரை வழக்கத்திலிருந்திருக்கிறது. முதலைகள் நிறையக் கிடந்ததால் யாரும் பயந்து குளிக்காமலிருந்த காலத்தில் குளம் முழுவதும் பாசிகள் படர்ந்து, கோரைகள் வளர்ந்து கிடந்ததைப் பயன்படுத்திக் குளத்தைச் சுற்றிலும் வயல்களை உருவாக்கினார்கள். அந்த வயல்களில் சில பிற்காலத்தில் தோப்புகளாக மாறின. முதலைக்குளத்தில் கிடந்த முதலைகள் பிரிட்டிஷ்காரர்களின் வருகைக்குப் பிறகு சுட்டுக் கொல்லப் பட்டதாக ஊரில் எழுதப்படாத வரலாறும் உண்டு.

திருவனந்தபுரம் – கன்னியாகுமரி அகல ரயில்பாதை அமைக்கப்பட்டபோது, இரட்டைக்குளம் இரண்டு துண் டானதைப்போல ஊர்ப்பேரிலுள்ள குளமும் இரண்டானது. சில வருடங்களுக்குப் பிறகு மேம்பாலம் கட்டிப் புதிதாகப் பாதை போட்டபோது இரட்டைக்குளமும் ஊர்ப்பேரிலுள்ள குளமும் நாலு துண்டானது. சில வயல் முதலாளிகளின் நிலங்களை அரசாங்கம் எடுத்துக்கொண்டு கொஞ்சம் பணம் கொடுக்கப் பணத்தைப் பொக்கையில் போட்டுக்கொண்டு வயல் முதலாளிகள் தெருவுக்கு வந்தார்கள். குளம் தனது பிரம்மாண்டத்தைத் தொலைத்துக்கொண்டது.

பிள்ளைமார்கள் குளிப்பதற்குத் தனிக்குளம் உண்டு. அதை ஒட்டி அம்மங்குண்டு குளத்தில் ஆடுமாடுகளைக் குளிப்பாட்டு வார்கள். பிள்ளைமார்கள் குளத்தைத் தாண்டித்தான் சேரிக் காரர்கள் இருக்கிறார்கள். சேரிக்காரர்கள் பிள்ளைமார் குளத்தில் குளிக்க முடியாது. சேரிக்காரர்களுக்கு என்று ஊருக்கு வெளியே வயல்களின் நடுவே சின்ன குட்டிக் குளம் கிடந்தது. இரவு நேரம் வெளிக்குச் செல்பவர்கள் அம்மங்குண்டு குளத்தில்தான் கழுவிக்கொள்வார்கள்.

பொதுக்குளம்தான் இரையாளம். பரந்து விரிந்த இரையாளத்தைச் சுற்றிலும் தென்னந்தோப்புகள். அதைத் தொட்டுச் செட்டியார்மார்களுக்கு என்று தனிக்குளம். சுற்றிலும் வரிக்கல் நட்டுக் கம்பி வேலி போட்டிருந்தார்கள். செட்டியார் களைத் தவிர யாரும் அதில் குளிக்க முடியாது. நாடார்களும்

சாயிப்புமார்களும் அதில் குளிக்க முயற்சி செய்தபோது அடிதடி தகராறு பிரச்சனையாகிப்போனது. கோர்ட்வரை பிரச்சனை நீண்டுபோய் வந்த பிறகும்கூட அது செட்டியார்கள் மட்டும் குளிக்கும் குளமாகவே உள்ளது.

பொதுவாக, இரையாளத்தில் எல்லா ஜாதிக்காரர்களும் குளித்தாலும் சாயிப்புமார்களும் நாடார்களும் பெருமளவில் பயன்படுத்துகிறார்கள். இரையாளத்தில் தெற்குப் பக்கத்தில் இரண்டு படித்துறை சேர்ந்தும் வடக்குப் பக்கத்தில் ஆண் களுக்கும் பெண்களுக்குமாக நூறு அடி இடைவெளியில் தனித் தனியாக இரண்டு படித்துறைகளும் உண்டு. வெள்ளிக்கிழமை வடக்குப் பக்கப் படித்துறையில் கூட்டம் கூடுதலாக இருக்கும். ஜும்மாவுக்கு முதல் நகரா அடிக்கும்வரை குளத்தில் முங்கி எழும் தலைகளைப் பார்க்கலாம். ஊரில் பலரும் குளிப்பது வெள்ளிக்கிழமைதான். குளப்பக்கமே வராத பருந்துண்டு மம்மலி வெள்ளிக்கிழமை குளத்தில் குட்டிக்கரணம் அடித்துக் குளிப்பான்.

ஊரில் பலருக்கும் ஜவுளி வியாபாரம். பெண்கள் பாய் நெய்வார்கள். சில பாய் வியாபாரிகளும் உண்டு. கிழக்கேயும் மேற்கேயும் சைக்கிளில் ஜவுளிக்கட்டுக் கொண்டுபோய்த் தங்கி வியாபாரம் செய்யக்கூடிய பலரும் வியாழக்கிழமை இரவே ஊர் வந்துவிடுவதால் வெள்ளிக்கிழமை காலை குளம்தான் விசயங்களை அலசிக்கொள்ளும் இடமாக இருந்தது. ஜும்மா வுக்குப்பிறகு மதரஸாவில் கூடிக்குலாவிச் சிரித்து, மாலையில் நாரோவிலில் எம்ஜியார் படம் பார்த்து, சனிக்கிழமை அதி காலையில் ஊரிலிருந்து கிளம்பினால் மீண்டும் மறு வெள்ளிக் கிழமைதான் இரையாளத்தில் சந்திப்பது என்பதால் அவர் களுக்குள் கதையடிக்க ஒருபாடு விசயங்கள் இருந்தன.

பலரும் அழுக்குத்துணிகளைத் துவைப்பதும் பிள்ளை களைக் குளிப்பாட்டிவிடுவதும் வெள்ளிக்கிழமைகளில்தான். படித்துறை நிரம்பி வழியும். ஒவ்வொருவராகக் காத்திருந்து துணிகளைத் துவைப்பார்கள். பள்ளிக்கு உடுத்துப்போக வேண்டிய வெள்ளை வேட்டிச் சட்டைகளை செட்டியார்மார் குளத்தின் வேலியில் காயப்போட்டுக் காத்திருப்பார்கள். சிலர் கட்டைத் தெங்குகளின் மடல்களைத் தாழ்த்து வேட்டியின் தும்பை அதில் கட்டிவிடுவார்கள். அது பெரிய சமாதான கொடியைப் போல காற்றில் பறக்கும். இன்னும் சிலர் மேட்டில் நின்று கொண்டு இரண்டு கைகளையும் தலைக்குமேலே தூக்கி வேட்டி யின் தும்பை விரல்களில் பிடித்துக்கொண்டு காற்றை எதிர்த்து நிற்பார்கள்.

குச்சித்தம்பி கிழிந்த டவலை உடுத்துக்கொண்டு அழுக் கேறி ரூபம் மாறிப்போன அவரின் வேட்டியை உருவி வெள்ளத்

தில் நனைத்துத் துவைப்பதற்கு இடம் தேடியபோதே, வேட்டித் துணியை நீளமாக விரித்து இரண்டு ஆட்கள் இடத்தை எப் போதும்போல பிடித்திருந்த ஜமாலின் கைகளுக்குள் நுரை கக்கிய நீலக்கலர் பெரிய கட்டி சோப்பைக் கொதியாய்ப் பார்த்துக்கொண்டே,

"கொஞ்சம் சோப்புத் தா . . . ஒரு இழுப்பு இழுத்துறேன் . . ."

"ஒமக்கு நாலணாக்கு மயில்சோப்பு வாங்குனா என்னவோய்?"

"மறந்துட்டேன் . . . பாத்துக்கோ . . ."

"அப்போ வெறுமின குத்திப்பிழிஞ்சிட்டுப் போவும்."

குச்சித்தம்பி பாவம்போல நின்றார். பார்ஷா துணியைத் துவைத்துவிட்டு எஞ்சிய சிறுதுண்டு சோப்பைப் படிக்கட்டில் தேய்த்து ஒட்டி வைத்தபடி அழுக்குச்சாரத்தைத் தூக்கி அதன் மேல் அடித்தார்.

"பிழிஞ்சி அடியும் . . . மேலத்தெறிக்குவு . . ."

செய்யது சொன்னவுடன் பார்ஷா நிறுத்திக்கொண்டார். படிக்கட்டில் சிதறிக்கிடந்த சோப்பு நுரையில் வேட்டியை உருட்டிக் குச்சித்தம்பி குத்திப்பிழிந்துகொண்டே படிக்கட்டை ஒட்டிச் சாய்வாக வரும் மதில் சுவரில் அஞ்சாறு அடி அடித்துத் தண்ணீருக்குள் முக்கித் தூக்கியபோது சாறுபோலக் கொஞ்சம் கசம் இறங்கியது.

"குளத்த நாசமாக்கிராதையும் . . ." ஜமால் கிண்டலடித்த போது எல்லோரும் சிரிக்க அவன் தன்னைத் தலைசிறந்த தமாஷ்காரனாகக் கருதிக்கொண்டான்.

குச்சித்தம்பி வேட்டியைக் காயப்போட மேலே ஏறி நடந்த போது, பின்பக்கம் கிழிந்திருந்த அவரின் டவ்வலைப் பார்த்து "பீத்தை . . . பீத்தை . . ." பரிகாசம் செய்து தலைகள் தண்ணீரில் முங்கியதைப் பொருட்டாகக் கருதாமல் ஆமணக்குச் செடியில் துணியைக் காயப்போட்டுத் திரும்பியபோதுதான் சூத்தையன் தோப்பையும் தாண்டி ஜும்மாவுக்கு முதல்நகரா அடிக்கும் சத்தம் குளத்தில் கேட்டது.

ஆலிம் பயான் தொடங்கியபோது பள்ளியில் பதிவுபோல ஐந்தோ ஆறோ பேர்தான் இருந்தார்கள். ஹமீதுசாகிபு அத்தர் வாசனையோடு தெருவில் நடந்து வருவதைக் கவனித்துக் குச்சித்தம்பி பள்ளிப்பக்கத்தில் வரும்போதே அவரோடு இணைந்துகொண்டார். ஹமீதுசாகிபு உள்பள்ளியில் போய் முன்வரிசையில் அமர்ந்துகொண்டு திரும்பிப்பார்க்கக் குச்சித்தம்பி வெளிப்பள்ளியில் நகரா கட்டிப்போட்டிருந்த வரிக்கல் தூணில் சாய்ந்து உட்கார்ந்திருந்தார். சுலைமான் வழக்கம்போலத் தன்

பரிவாரங்களுடன், கட்டன்சாயாவுக்கு காதர்சாகிபுக் கடையில் சொல்லிவிட்டு நின்றிருந்தான். அவன் இன்றைக்குத் தனியாக எந்த விசயங்களையும் எடுத்துக்கொள்ளவில்லை. ஆனால் ஆலிமின் பயான்மீது வெளியே நிற்கும் தன் பரிவாரத்தோடு எதிர்க்கேள்வி வைத்துக்கொண்டே இருந்தான். கடைசியாக, ஆலிம் பயானை முடித்தபோது சுலைமான் சொன்னான்:

"நம்மள நாசமாக்கி மண்ணாக்கது இவனுவதான். நபிக்கக் கூட நடந்து பாத்தவனுவோ மாதிரியே பேசுதானுவளே . . . உலகத்தப் படிக்கமாட்டேங்கானுவோ." பரிவாரங்கள் கட்டன் சாயாவைக் குடித்துவிட்டுக் கிளாஸை வைத்தபோது, "ம் . . . போலாம்."

பள்ளிக்குள் கொஞ்சம் கொஞ்சமாக ஆட்கள் கூடிவந்து கொண்டே இருந்தார்கள். வெள்ளிக்கிழமை மட்டும்தான் வெளிப்பள்ளி நிரம்பும். பள்ளியின் வடக்குப்பக்கம் காசியின் தென்னந்தோப்பு. அதில் பத்ரகாளியின் குடிசைவீடு இருந்தது. பத்ரகாளி எதிரே வந்தால் போகிற காரியம் வெற்றி என்பது ஊரில் பலரின் நம்பிக்கையாக இருந்தது. பத்ரகாளியின் எதுப்புக்குக் காத்திருந்து போகக்கூடிய ஒன்றிரண்டு பெரிய மனுசன்மார்கள் பம்மாத்தோடு நிற்பதைப் பார்க்கலாம். பத்ரகாளியின் குடிசையைத் தொட்டு அடுத்த பக்கம் காசியின் தென்னந்தோப்பும் அதையொட்டிப் பெருமாள் கோயிலும் இருந்தன. தோப்பின் கிழக்கு மூலையில் டீக்கடை நாயரின் குடிசை இருந்தது.

ஆலிம் பயான் முடித்ததும் எப்போது முடிப்பார் உள்ளே போகலாமெனக் காத்திருந்தவர்கள்போல மோதியாரிடமிருந்து வாளை ஆலீம் பெற்றுக்கொண்டபோது பள்ளிக்குள் கூட்டம் பிலுபிலுவென வந்தது. குத்பா ஓதத் தொடங்கினார். பக்கரும் நண்பர்களும் ஏதோ குசுகுசுத்துச் சிரித்தார்கள். எதைப்பற்றியும் கவலைப்படாமல் சாய்ந்து கிடந்த கொடிமரத்தில் ஒன்றிரண்டு பேர் சாய்ந்து கிடந்தபோது பயங்கரமான அலறல் சத்தம் பள்ளிக்குள் விழுந்து சிதறியது.

"பள்ளி ஆண்டவனே . . ."

பக்கர் பளிச்சென எழும்பினான். பார்த்தவன் பதறியபடி,

"அன்னா தீப் பிடிக்கோ . . ."

டீக்கடை நாயரின் குடிசைவீடு தீப்பிடித்து மளமளவென எரிந்தது. நாயரின் மனைவி பள்ளியைப் பார்த்து அழுது அலறினாள். வெளிப்பள்ளியில் எல்லாத் தலைகளும் வேகமாக எழுந்தபோது ஆலிம் சொன்னார்:

"குத்பா தொடங்கியாச்சி ... பள்ளியவிட்டு யாரும் போவக் கூடாது."

பள்ளிக்குள் எழுந்த நிசப்தத்தைத் தொலைத்துப்போட்ட அலறலோடு திமிரெடுத்து எரிகிற தீயின் வெக்கையும் பரவியது. ஒன்றிரண்டுபேர் வெளிச்சாட முயற்சித்தபோது ஆலிம் திகைப் போடு நின்றார்.

பக்கர் பளிச்சென எழுந்து பள்ளியைவிட்டு வெளியே சாடி எரிந்துகொண்டிருக்கும் நாயரின் குடிசையை நோக்கி ஆவேசமாக ஓடினான்.

"எல்லாரும் ... வாங்கோ ... அதுவோ பாவம் ..." மம்மக்கண் பள்ளி வேம்பு மதில்சுவர் எட்டிச் சாடினான். ஒருவர் இருவர் எனச் சரசரவென எல்லாரும் சாடியபோதும் வெளிப்பள்ளியின் தாழ்வான மதில்சுவரின் இடைவெளி வழியாக பிலுபிலு வெனச் சாடி இளவட்டங்கள் சிட்டாகப் பறந்தபோதும் ஆலிம் மிம்பரில் கையில் வாளோடு திகைப்போடுதான் நின்றார்.

பச்சைத் தென்னை மடல்களை வளைத்து இழுத்துப் பிடுங்கி எரிகிற நெருப்பில் அடித்துக்கொண்டிருந்தபோதே காஜா துணிச்சலாக எரிகிற குடிசைக்குள் போய் நாயரின் ஊனமுற்ற குழந்தையை இழுத்துத் தூக்கி வந்தபோது நாயரின் மனைவி நெடுஞ்சாண்கிடையாக அவனின் காலில் விழுந்து எழுந்தவள் பள்ளியைப் பார்த்து அழுதாள். பள்ளி ஹவுளி லிருந்து தொடங்கிய கூட்டம் வரிசையாகக் கல்யாணப் பந்திக்கு வெளப்பத்துக்கு நிற்பதுபோலச் சட்டி, பெட்டி, கிடைத்த பானை களிலெல்லாம் ஹவுளு நீர் கைமாறிக் கைமாறி நாயரின் எரியும் குடிசைக்குப்போனபோது ஹவுளில் நீர் காலியான தோடு நெருப்பு மரித்து விழுந்தது. ஹவுளு நீரில் முதல் முறை யாக நாயரின் குடிசை ஒளு செய்து தனது உஷ்ணத்தைத் தணித்துக்கொண்டது. மீண்டும் நாயரின் மனைவி பள்ளியைப் பார்த்துக் கும்பிட்டபோது வெளிப்பள்ளியின் தாழ்வாரம் வழியாக ஆலிம் கைகட்டி எல்லோரையும் அழைத்தார். புகை யடித்துக் கரிபட்டு அழுக்கடைந்த ஆடைகளோடு எல்லோரும் வேகவேகமாகத் தோப்புச்சுவர் எட்டிச்சாடிப் பள்ளி வேம்படி நிழலில் குழுமியபோது வேம்பின் கிளைகளில் சுங்காங் கடை பொத்தைகாற்றுபட்டுச் சிதறி குலுங்கி குளுமையான காற்று கீழ் இறங்கியபோது அவர்களின் மனங்களில் உம்மாவின் செல்லத் தாலாட்டின் சுகம் பரவி ஆசுவாசப்படுத்தியது.

۹

தணுத்த காற்று பலமாக வீசுவதைப் பார்த்தால் தக்கலைக்கு மேற்கே மழை பெய்யக்கூடும். கானினாங் கிணற்றில் தண்ணீர் இறைத்துக்கொண்டிருந்த மாஸ்டர் தாசன் வெளிப்பள்ளி மதில்சுவரில் கையூன்றி நின்ற மோதியாரிடம்,

“மோதியாரே ... பயங்கர மழையொண்ணு வருது ...”

“ஆமடே ...”

“நேத்தும் இதுபோலத்தான் திருவாங்கோடு தக்கலை யில பயங்கரமழை ...”

முன்னிலும் காற்று பலமாக வீசுவதை உணர்ந்த தாசன் வேகமாகக் கடைக்குள்ளே போனான். மோதியார் எட்டிப்பார்த்து வயல்வெளி தாண்டித் தோப்புவரையிலும் தன் பார்வையை நீட்டிக்கொண்டார். இரையாளத்தங் கரை, வலியாத்தங்கரை தென்னந்தோப்புகளில் தெங்கின் கொண்டைகள் திடீரெனக் கும்பாட்டக்காரிகளாக உருமாறின. அவர்கள் பூங்கரகத்தைத் தலையில் வைத்துக் கொண்டே உச்ச மேளத்தின் சுதிக்கேற்பச் சுழன்றாடி னார்கள். ஆட்டம் என்றால் சாதாரண ஆட்டமல்ல ஆலி ஆட்டம். குலுங்கிக் குலுங்கி வெறி பிடித்தவர்களைப் போல ஆடினார்கள். மோதியார் எட்டிப் பார்த்தபோது தோள் துண்டு காற்றில் பறந்தது.

அடிக்கிற காற்றுக்கு அசர் தொழுகைக்கு ஆட்கள் வரமாட்டார்கள் என்றே மோதியாருக்குத் தோன்றியது. மோதியாரின் தோணுதலைப் பொய்யாக்கும் விதமாக ஒரு குடைகூட இல்லாமல் ஹமீதுசாகிபு பள்ளிமுக்கு ஜங்ஷனில் மர மின்கம்பத்துக்குப் பக்கத்தில் வந்து கெமையாக நின்றார். முகத்தில் கம்பீரம் முன்னிலும் எடுப்பாகத் தெரிந்தபோது வெளிப்பள்ளி நகரா தூணி லிருந்து எட்டிப்பார்த்த மோதியாருக்கு ஆச்சரியமாக

இருந்தது. ஆகாயத்தைப் பார்த்தவர் மழை எங்கிருந்து வருகிறது என்று யோசித்தார். நேற்று சகாக்களோடு மதரஸாத் திண்ணையிலிருந்து ஹமீதுசாகிபு அவர் வாப்பா பேயை விரட்டிய கதையைச் சொன்னவிதம் மோதியாரை ஒரு கலக்கு கலக்கி இருந்தது. எல்லாவனின் வாப்பாக்கும் எல்லாவனின் உப்பாக்கும் ஊருக்குள் ஒவ்வொரு கதைகள் உண்டு. அனேகமாக, கதைகள் இல்லாத உப்பாக்களே இல்லை. ஒருத்தனின் உப்பாவைவிட இன்னொருத்தனின் உப்பா உயர்ந்து நிப்பார். இந்த சாயிப்புமார்களுக்கு ... பெருமை பீத்தலுக்கு ஒண்ணும் குறைவு கெடையாது... நடுச்சாமத்தில் வண்டி கட்டிவந்த ஹமீதுசாகிபுவின் வாப்பாவிடம் சிகப்புச் சேலைக்காரி சிவந்த உதட்டில் சிரிப்பும் மார்புக்கச்சையை அவிழ்த்து முலைகாட்டியும் அவர் மயங்காமல் பிச்சாத்தியில் சுண்ணாம்பை எடுத்துக்கொடுத்துப் பேயை ஊளிபோட்டு ஓடவைத்த கதையை எத்தனையோ முறை மதரஸா திண்ணையிலிருந்து மோதியாரிடமும் மற்ற சகாக்களிடமும் சொல்லி இருக்கிறார். ஒவ்வொரு முறையும் ஒவ்வொரு தினுசில் ஒவ்வொரு முகபாவனையில் பேயை முன்கொண்டு வந்து நிறுத்திவிடும் சாமர்த்தியம் ஹமீதுசாகிபுக்கு உண்டு.

தனக்கு வேண்டப்பட்டவர்கள் யாராவது பார்வதிபுரம் பக்கமாகப் போகிறவர்கள் வருகிறார்களா? என்பதைக் கவனிப்பதிலேயே ஹமீதுசாகிபு குறியாக நின்றார். மழைக்குள்ள கூறு இருப்பதால் வழக்கமாக நடமாடுபவர்கள் யாருமில்லை. காதர் சாகிபு ஹோட்டலின் வெளியே இரண்டு சைக்கிள்கள் இருந்தன. ஒருவேளை யாராவது காபி குடித்துவிட்டுப் பார்வதிபுரம் போகலாம். போகிறவர்கள் தனக்குத் தோதான ஆட்களாக இருக்க வேண்டும் என்ற தவிப்போடு நின்றார். சுக்காப்பி சுல்தான் பிள்ளை கடையில் இப்போதுதான் புகை வருகிறது ... சுக்காப்பி ரெடியாக இன்னும் அரை மணிக்கூருக்கு மேலாகலாம் ... ஹமீதுசாகிபால் எல்லோரிடமும் எல்லாமும் சொல்லிவிட முடியாது. அவர் எதைச் செய்தாலும் “அரேபியா சக்கரத்துக்க கொழுப்பு” என்று சொல்லிவிட ஊருக்குள் ஆட்கள் உண்டு. அவர் ஆட்டோவில் போனால் அதற்கொரு வியாக்கியானம். வெள்ளை வேட்டிச்சட்டை புதுசாக உடுத்தால் உண்டு இல்லையென ஆக்கிவிடுவார்கள். முடிவெட்டித் தாடி ஒதுக்கிக்கொண்டால் முக்குக்கு முக்கு முனக்கம்தான். “வேற வேல மயிரு இல்லாம திரியான்” திரும்பிய வேகத்தில் பளிச்செனச் சொல்லுவார்கள்.

கழிந்த வெள்ளிக்கிழமை பள்ளியில் தேங்காய் ஏலம் போட்டபோது ஹமீதுசாகிபு போட்டிபோட்டுப் பிடித்தார். ஒரு தரம், இரண்டு தரம் எனச் சொல்லும்போது மூலையில்

நின்று அவர் குரல் பளிச்செனச் சொல்லும் “ஒரு ரூபா கூட்டிக்கோ . . .” எல்லாத் தேங்காய்களையும் ஏலம் பிடித்து ஆள்விட்டுச் சுமந்து தெருவில் கொண்டுபோகும்போது,

“அரேபியா சக்கரம் என்ன வேலை செய்யுவு பாத்தியா” ஜமால் முனங்குவது காதுக்கு வந்தபோது சொன்னார். “இன்னும் அம்பது வருசம் போனாலும் அவன் இப்படித்தான் மொனங்கு வான் . . . அவன் மொனங்கதுக்குன்னு பிறந்தவன். பண்ணிக்குப் பொறந்தவல போவச்சொல்லு” வார்த்தை உச்சரிப்பில் கெமை ஒருக்கிலும் மாறாது.

குச்சித்தம்பி சாத்தான் கோயில் வளைவிலிருந்து ஒரு வாலிபக்காரனைப்போல வேகமாக சர்க்கஸடித்துப் பள்ளி முக்குக்கு வந்தது ஹமீதுசாகிபுக்கு ஆசுவாசமாக இருந்தது.

ஹமீதுசாகிபு லேசாகப் பார்த்தால் போதும். “என்ன மச்சான் கூப்பிட்டியளா . . .?” என வந்துவிடுவார். சந்தைச் சாமான் வாங்கி வரும்போது, பஸ்ஸைவிட்டு இறங்கப் பொறுக்காமல் குச்சித்தம்பி பையை வாங்கிக்கொண்டு வீடு வரைக்கும் சுமந்து போவார். பேச்சின் இடையே வலிந்து கெட்டிப் புகுந்து,

“மச்சான் . . . நம்ம பயலுக்கு விசா ஏற்பாடு பண்ணணும்”.

“கவலைப்படாதேடே உம்மவனுக்குக் கூடியசீக்கிரம் விசா ரெடியாவும் . . .”

குச்சித்தம்பியின் மகன் ஹைதரும் ஹமீதுசாகிபு வீட்டில் விரும்பியும் விரும்பாமலும் எல்லா வேலைகளையும் செய்வான். பயலுவோ பணியடிமை எனப் பரிகசிப்பதைப் பற்றிக்கூடக் கவலைப்படாமல் வெஞ்சன சாதனம் வாங்கிக் கொடுப்பது, ஹமீதுசாகிபு பொண்டாட்டி தாஸீம்பி எங்காவது கல்யாண வீடு, ஆஸ்பத்திரிக்கு வெளியே புறப்பட்டால் பார்வதிபுரம் போய் ஆட்டோ பிடித்து வருவது, கோழி அறுக்க, மீன் வாங்க எல்லா வேலைகளும் செய்வான்.

தாஸீம்பீயின் தம்பிமகள் கல்யாணத்தின்போது கூடமாட ஒத்தாசைக்கு ஒரு எடுபிடி ஆள் வேணுமென அவள் சொக்காரன் சொன்னபோது தாஸிம்பீ ஹைதரைக் கூப்பிட்டுவிட்டு விசயத்தைச் சொல்லச் சொல்ல ஹைதர், மயிரப்புடுங்கடா மல்லம்பிள்ளையினுள்ள கதையால்ல இருக்கு என உள்ளுக்குள் யோசித்துக்கொண்டாலும் அவன் வெளிக்காட்டவில்லை. பையன் என்னமோ யோசிக்குதான் என்பதைப் புரிந்து கொண்டவளாய்,

“பாஸ்போட்ட பத்தரமா வச்சிக்கோ ... கூடியசீக்கிரம் மெடிக்கல் இருக்கும். ஜின்னா ... நேத்து போன்ல சொன்னாம் பாத்துக்கோ.”

தாஸீம்பீயின் வார்த்தை முடியும் முன்னால் ஹைதர் வானத்தில் சிறகடித்துப் பறப்பான். மெடிக்கல் என்ற ஒற்றை வார்த்தை அவனுக்குப் போதுமானதாக இருக்கும். தாஸீம்பி செலவுக்குக் கொடுத்த சக்கரத்தையும் வாங்கிக்கொள்ளாமல் கல்யாண வேலைகளுக்கு எடுபிடியாக அவன் கிளம்பிப் போகும் போது மதரஸாவுக்கு வந்து “மோதியாரே ... வாப்பாய கண்ட விசயத்தச் சொல்லுங்கோ ...” சொல்லிவிட்டுத்தான் போவான்.

சைக்கிளை ஹமீதுசாகிபு அருகில் நிறுத்திக்கொண்டு குச்சித்தம்பி பவ்யமாக இறங்கி,

“என்ன மச்சான் ... மழை வரது மாதிரி இருக்கே ...”

“ம் ... பாரேரம் போறியா ..?”

“இல்லே சுப்பையா தோப்புல ரெண்டு ஓலை எடுக்க லாம்னு போறேன்...”

“ஓலை எதுக்கு ..?”

“மழை வந்தா ரெண்டு மூணு எடத்துல ஒழுகும். அதான் இப்பவே எடுத்துச் சொருகிட்டா ... ராத்திரி நிம்மதியா கெடக்கலாம் பாத்தியளா...”

“ம் ... ஓலைதானே நம்ம வீட்ல கெடக்கு எடுக்கலாம் ... மொதல்ல நீ பாரேரத்துல போய்க் காஜாப்பாட்ட சொல்லு ... என்னப் பாக்கணுமானு ...”

“என்ன மச்சான் காருக்கா?”

“ஆமா ... நாளைக்கு மொவன் ஜின்னா வாரான்.”

குச்சித்தம்பி முகத்தில் பரவிய பிரகாசத்தைப் புரிந்து கொண்டு “நீ ஒருத்தர்ட்டயும் சொல்லாதே ...” ஹமீதுசாகிபு கொஞ்சம் அழுத்தமாகச் சொன்னபோது அங்குமிங்கும் பார்த்துக்கொண்டே,

“இங்க உள்ளவனுவோ ... கண்ணுகொண்டு பாத்தா காங்கிரீட்டே கீறிப்போவும் ...”

“நான் சொல்லமாட்டேன் மச்சான். ஆனா மோப்பம் பிடிச்சிருவானுவோ ... பாளறுவானுவோ லேசுபட்டவனுவளா ... நான் உடனே காஜாப்பாட்ட ... சொல்லிட்டு வாறேன் ... மச்சான் ஊட்டுக்குப் போங்கோ...”

சைக்கிளின் ஸ்டாண்டைத் தட்டி ஏறப்போன குச்சித்தம்பி நின்று திரும்பிக் கோழைவடியச் சிரித்துக்கொண்டே கேட்டார்.

"மச்சான் ஹைதருக்கு விசா வருதா?"

"அரேபியா நெலவரம் ஒண்ணும் சரியில்லியாம் . . . ஹைதருக்கு விசா கொண்டு வருவாம்னு நெனைக்கேன் . . . நீ சீக்கிரம்போ . . . மழை வருது."

குச்சித்தம்பி சைக்கிளில் சிட்டாகப் பறந்து போனார். கசாப்புக்காரர் வீட்டு வளைவு தாண்டும்வரை பார்த்துக் கொண்டே ஹமீதுசாகிபு தெருவுக்குள் நடந்தார். காற்றின் வேகம் கொஞ்சம் குறைந்திருந்தது.

ஹமீதுசாகிபு ஐம்பத்தைந்து வயதைத் தாண்டியவர் என்பதைத் தெரிந்தவர்கள் மட்டுமே நம்ப முடியும். மூன்று மகன்களும் அரேபியாவில் சம்பாதிக்கிற ஆனந்தமான வாழ்வு, அவரின் வயதைச் சமீபகாலமாகக் குறைத்துக்கொண்டிருக்கிறது. சக்கரம் வரவர அவரின் சரீரத்திலும் தொங்குசதைகளிலும் கூடக் கெமையும் கம்பீரமும் வந்து உட்கார்ந்துகொண்டது.

ஹமீதுசாகிபு அதிகாலை சுபுஹ்க்கு முன்னால் எழுந்து விடுவார். தாஸீம்பிக்கு எட்டு மணிக்குப் பிறகுதான் விடியும். சுபுஹ் தொழுதுவிட்டுக் காதர்சாகிபுக் கடையில் புட்டும் டீயும் சாப்பிடும்போது பல நேரங்களில் மோதியாரும் அவரோடு ஒட்டிக்கொள்ள இன்னும் சிலபேரும் அவர் என்ன சொன்னா லும் சிரிப்பதற்கும் அவர் சொல்கிற கருத்துகளை ஆமோதிப் பதற்கும் கூடவே இருப்பார்கள். ஹமீதுசாகிபுவின் பரிவாரம் சுலைமானின் பரிவாரம்போல அல்ல. சுலைமான் பரிவாரம் இல்லாமல் நிற்பதில்லை, தேவைப்படும்போதெல்லாம் பரிவாரங் களை அவசரக்கூட்டரீதியில் சேர்த்துக்கொள்கிற சாமர்த்தியம் சுலைமானுக்கு உண்டு. சுலைமான் எல்லாவற்றிற்கும் பேசுவான். விசயங்கள் தன் விரல்நுனியிலிருப்பதாகக் காட்டிக்கொண்டே மூக்கைப்பிடித்துச் சுவரில் எறிவதைப்போல எறிந்துவிடுவான். ஹமீதுசாகிபின் பலம் நிதானம்.

ஹோட்டலில் கூட்டம் கூடிவிட்டால் காதர்சாகிபு முனங்குவார். அவர் முகமாற்றத்தைப் புரிந்துகொண்டு ஹமீது சாகிபு பேப்பரை எடுத்துக்கொண்டு மதரஸா திண்ணைக்கு வந்து அரசியல் விசயங்களை அலசித் தள்ளுவார் . . . கேரள அரசியலும் தமிழ்நாட்டு அரசியலும் வம்படி வாணாலாய் தெறித்து விழும். ஹமீதுசாகிபு பேசுவார். மற்றவர்கள் கேட்க வேண்டும். இடையில் ஒரு தடவை குச்சித்தம்பியை அழைத்துச் சாயா வாங்கிவரச் சொல்லுவார். இதற்காகவே குச்சித்தம்பி ஏழு மணிக்கே மதரஸா திண்ணைக்கு வந்துவிடுவார்.

காலை பதினொரு மணிக்கு போஸ்ட்மேனுக்கானக் காத்திருப்பு. டிராப்ட் வந்துவிட்டால் வாலிபனைப்போல துள்ளிச்சாடி பேங்குக்கு ஓத்தப்போக்கு. சில நேரங்களில் குச்சித்தம்பியைக் கூட்டிக்கொண்டு மீன் கடைக்குப்போவார். முதலாளி என்று அழைப்பில் லயித்துவிடுவதால் சொன்ன விலையைக் கொடுத்து மீனை வாங்கிக்கொண்டு நடந்துவரும் போதே,

"தாயோளி . . . கொஞ்சம் கூடுதலா அடிச்சிட்டான்."

"தெண்டம் பாத்துக்கிடுங்கோ."

"அவன் மொதலாளின்னு சொல்லுதான் . . . அவன்ட போய் வெலையக் கொறடேன்னு செல்ல முடியுமா? . . . நமக்குன்னு ஒரு கௌரவம் இருக்குலாடே!"

"கௌரவமும் . . . மயிருந்தான் . . ." குச்சித்தம்பி வார்த்தை களை லாவகமாக முழுங்கிக்கொள்வார். முழுங்காமல் கொட்ட முடியாது . . . வீட்டில் ரெண்டு கொமர் இருக்கிறது. எப்படி யாவது அவர்களைக் கரையேத்த வேண்டும். ஹைதர் அரேபியா வுக்குப் போனால் அவன் பார்த்துக்கொள்வான். குச்சித்தம்பி யின் மனைவி செய்தூனும் இரண்டு மகள்களும் பாய் நெய்தும் குச்சித்தம்பியின் அல்லறை சில்லறை வேலைகளில் கிடைக்கிற வருமானத்தாலும் குடும்பம் ஓடுகிறது. ஹைதர் எந்த வேலைக்கும் போகாமல் அரேபியாக் கனவுகளோடு நடமாடுகிறான்.

ஹமீதுசாகிபு நடையில் காலைத் தட்டிக்கொண்டு வீட்டுக் குள் நுழைந்து ஜிப்பாவைக் கழற்றி அசையில் போட்டபடி, டிவியைப் போட்டார். ஊரில் இரண்டு மூன்று வீட்டில்தான் டி.வி. உண்டு. முதலில் டி.வி. வந்தது அவர் வீட்டில்தான் என்பது அவருக்குக் கொஞ்சம் கௌரவமான விசயம். தாஸீம்பி வீவா கலக்கி கொண்டுவந்து வைத்துவிட்டு,

"காஜாப்பாட்ட காருக்குச் சொன்னியளா . . ?"

"குச்சித்தம்பிய இப்பதான் அனுப்பி உட்ருக்கேன் . . . காஜாப்பா தேடி வந்தாம்னா . . . நீ . . . சொல்லு எட்டு மணிக்கு ஏர்போட்ல நிக்கணும். போன் என்னமும் வந்தா . . ?"

"அழயாண்டத்துல இருந்து காசீந்துக்கே போன் பண்ணு னான், பயலுக்குச் சம்மந்தம் எதுவும் பாத்தியளான்னு."

"நீ என்னமும் சொன்னியா . . ."

"அந்தத் துக்கெட்ட நான் என்ன சொல்லப்போறேன். அரிப்புக் கொண்டுட்டுல்லா லாந்துதான்."

“ஒரு மாசத்துல கல்யாணம் எடுக்கணும்... போன் பண்ணுனாம்னா எத்தன மாசம் லீவுன்னு கேளு.”

வாசலில் சைக்கிள் மணியடித்துச் சத்தம் கேட்டது. குச்சித் தம்பி சைக்கிளை வைத்துவிட்டு உள்ளே வந்தார்.

“மச்சான்... காஜாப்பாட்ட சொன்னேன்... பொறவு வந்து பாக்கேன்னு சொன்னான்.”

“பொறவு வருவான்லா... ம்... இவனுக்குச் சாயா என்னமும் கொடு.”

“போட்டுத்தான் எடுக்கணும்.”

“வேண்டாக்கா... மச்சான்... ஏர்போட்டுக்கு நான் வரவா கூடமாட ஒத்தாசையா இருக்கும்லா.”

தாஸீம்பி முகம் தினுசாய் மாறியது. ஒரு வெட்டு வெட்டிச் சொன்னாள்.

“எனக்கத் தம்பி மொவன் அழயாண்டத்துல இருந்து வருவான்.”

குச்சித்தம்பி பொய்யாகச் சிரித்துக்கொண்டே,

“மச்சான் ஓலை கெடக்குன்னு சொன்னியளே?”

“பிள்ளே அந்த ஓலைய எடுத்துக்கொடு.”

“எந்த ஓலை?”

“லச்சுமி உச்சைக்குக் கொண்டு வந்து போட்டால்லா.”

“அதத்தான் வென்னி போட்டேன்.”

ஹமீதுசாகிபு திரும்பிப் பார்த்தார்.

“அப்போ நான் கெளம்புதேன்... மச்சான்.”

குச்சித்தம்பி வாசலுக்கு வந்தபோது மழை முரட்டு முரட்டுத் துள்ளியாகக் கொட்ட ஆரம்பித்து வெளியே இறங்க முடியாத அளவுக்குப் பெரும் மழையாக மாறியது. “படச்சவனே... எனக்க ஊடு” மழையில் நனைந்துகொண்டே சைக்கிளை எக்கி எக்கிச் சமுட்டினார்.

முகமது அலி என்பதுதான் குச்சித்தம்பியின் முழுப்பெயர். குச்சித்தம்பியின் மூத்த அண்ணன் ஆள் ஒல்லியாக இருப்பார். முகமது அலியை அடையாளத்துக் காக 'மத்த குச்சித்தம்பி'ன்னு பலரும் சொல்லிச் சொல்லி முகமது அலி, குச்சித்தம்பியாக நாமகரணம் பெற்றது. ஆரம்பத்தில் குச்சித்தம்பின்னு யாராவது கூப்பிட்டால் கண்டமானம் அறுத்துக் கிழிப்பார்.

குச்சித்தம்பி வரும்போதே பையன்மார்கள் சாத்தான் கோவில் முக்கிலும் குப்பையாண்டி விளையிலுமாக மறைந்துகொள்வார்கள். அவர் தாண்டிப்போகும் போது . . . ஒருத்தன் சிக்னல் கொடுப்பான்.

"ஓய் . . . குச்சி . . . தம்பி . . ."

திரும்பிப்பார்த்து வெப்ராளமாக மீண்டும் நடப்பார்.

"குச்சி . . . குச்சி . . . தம்பி . . ."

"ஒங்க உம்மாக்க மாப்பிளைலே . . ."

அறுத்துக் கிழித்துக்கொண்டே கல்லோ கட்டியோ எடுத்துக்கொண்டு விரட்டுவார் . . . "பண்ணிக்குப் பொறந்தவனுவளே . . . பரியாசடிக்கு கணக்கு வேண்டா மாலே." பையன்மார்கள் ஆளுக்கொரு பக்கமாக ஓடி மறைந்தாலும் விடாமல் தொரத்துவார் . . . ஓடும்போது கால்தட்டிவிழுந்து கொதம்படி வாங்கியவனும் உண்டு. அவரின் கோபமும் வெளிப்படுத்தும் வார்த்தையும் பயலு வளுக்குப் பயங்கரச் சிரிப்பை ஏற்படுத்திவிடும். சந்தோசத் தின் உச்சியில் நின்று பயலுவோ மீண்டும் மீண்டும் குச்சித்தம்பி என அழைப்பார்கள். மண் அள்ளிப் போட்டுத் திட்டுவார்.

"தலை தெறிச்சிரும்லே . . ."

பள்ளி மதரஸா பின்பக்கச் சுவரில் குச்சித்தம்பி வாழ்க என்றும் குச்சித்தம்பி ஒழிக என்றும் இன்னொரு பக்கம் கலெக்டர் குச்சித்தம்பி என்றும் பயலுவோ எழுதிப்போட்டிருந்தார்கள். ஒண்ணுரெண்டு நாளுக்குப் பிறகுதான் அவருக்கு விசயம் தெரிந்தது. சுக்காப்பி

சுல்தான் பிள்ளை கேட்டார். "எப்படே டுட்டி எடுக்கப்போறே..." புரியாமல் முழித்தார்." "நீதான் இங்க உள்ள கலெக்டர்னு பேசுதாவுளே ... அதான் கேட்டேன். மதரஸாக்கப் பின்னால போய்ப்பாரு ..." மதரஸாவிற்குப் பின்னால் வந்து பார்த்து விட்டு மானதானமில்லாமல் பச்சைப் பச்சையாக அறுத்துக் கிழித்தார். ரொம்ப நேரம் கேட்டுக்கொண்டே மோதியார் சொன்னார்.

"மம்மலி நீ கோவப்படாத ... ஒனக்க கோவத்தப் பாத்துட்டாக்கும் அவனுவோ கொமைக்கானுவோ ... நீ காது கேக்காதவன் மாதிரி போ ... நாலு நாளு கொமைப்பானுவோ அந்தாக்குல மடிச்சிருவானுவோ ... என்னைய என்னா கொமை கொமைக்கானுவோ ... படச்ச ரப்பே ... நான் அனங்க மாட்டேனே ... முந்தா நேத்து நான் பெலத்துக்கு வாண்டி வச்சிருந்த டானிக்கக் களவாண்டு மூணு பயலுவளா பங்குபோட்டுக் குடிச்சிருக்கானுவோ தள்ளயத்தின்ன பயலுவோ ... வாப்பாக்கு முந்தி பிறந்தவனுவோ ... ஒருத்தன் கேக்குதான் எனகிட்டே ஓய் ஓமக்கு மார்க்கம் எடுத்தாச்சான்னு ... எனக்கு இபுலீசு சாடி வந்து ... பொறுத்துக்கிட்டேன் ... பண்ணிக்குப் பொறந்தவலுவோ வாப்பாயையே கொமைக்கானுவோ ... இதுல வேலை மயிருல்லாம கெடந்து கோவப்படுதியரே ... எல்லாந் தலைதெறிச்சி நடக்குதுவோ ... ஒத்த முட்ட ஓதி எறிஞ்சா போதும் ... இந்தப் பயலுவள வயிறுவெடிச்சி சாவ வச்சுப் போடுவேன் ... வேண்டாம்னுதான் உட்ருக்கேன் ...

யோசனை பண்ணிப்பார்த்தார். மோதியார் சொல்வதிலுள்ள வாஸ்தவம் புரிந்தது. இதன் பிறகு அவர் அதிகமாகக் கோபப்படுவதில்லை. குச்சித்தம்பியின் கோபம் குறையக் குறையப் பயலுவளுக்கு அவரைக் கொமைப்பதிலுள்ள ரசனை குறைந்துகொண்டே போனது.

ஒரு இடத்தில் நிப்புவராமல் குச்சித்தம்பி காலை ஒன்பது மணியிலிருந்தே பள்ளி ஜங்ஷனில் சுத்திச்சுத்தி வந்தார். நேற்றுப் பெய்த மழையில் தெரு ஈரமும் தொளியுமாகக் கிடந்தது. தெருவை எட்டிப்பார்த்தார். ஹமீதுசாகிபு வீட்டு முன்னாலிருந்து கார் புறப்பட்டுப் போனதற்கான அடையாளமாகக் கார் சக்கரத்தின் தடம் தெருவில் கிடந்தது. ஜின்னா ஊர் வரப்போகும் செய்தி விடியும் முன்னால் ஊரில் பரவி ஒன்றிரண்டு பேர் குச்சித்தம்பியிடம் விசாரித்தார்கள். சொல்லணுமா வேண்டாமா ... யோசிக்கும்போதே கேட்டவர்கள் மனசிலாக்கிக்கொண்டார்கள். நேரம் போகப்போக கார் சத்தம் கேட்கும்போதெல்லாம் அவரின் மனம் ஆலாய்ப் பறந்தது.

ஹைதரிடம் நேற்றிரவே சொல்லியிருந்தார் 'கூடமாட நின்னு நைசா விசா வாண்டணும் ... என்னமும் சொன்னாலும் கேட்டாலும் பொறுத்துக்கிடணும்." வார்த்தைகள் துண்டு துண்டாக விழுந்தன. செய்தூன் ஒரு அலுமினியப் பாத்திரத்தை மழைத் தண்ணி விழும் இடத்தில் வைத்தாள். ஓலை கொண்டு வந்து ஒழுக்குச் சொருகாமல் விட்டதற்காகக் குச்சித்தம்பியைத் திட்டிக்கொண்டே கிடந்தாள். ஜலீலாவும் ஜமீலாவும் கிழிந்த கோரம்பாயில் சுருண்டு கிடந்தார்கள். அவர்களின் கால்மாட்டி லிருந்த அலுமினியத்தட்டில் மழைத்துளி விழுந்துகொண்டிருந்தது.

ஜலீலாவுக்கு இரண்டாம் தாரமாக ஒரு சம்மந்தம் பார்த் தார்கள். மாப்பிள்ளைக்கு நாற்பது வயதுக்கும் மேலிருந்தது. முதல் தாரத்தில் மூன்று குழந்தைகள் வேறு இருந்தன. பத்துப் பவன் உருப்படியும் இருபத்தையாயிரம் பணமும் மாப்பிள்ளை வீட்டில் கேட்டார்கள். மனம் பதைத்துப்பதைத்து மௌனத்தாகிப் போவோமோ என்ற பயம் குச்சித்தம்பிக்கு அப்போது வந்தது. பருவச்செழிப்பும் அழகும் நிரம்பித் ததும்பும் ஜலீலா, பாய் நெய்து சேர்த்த பணத்தில் செய்து போட்டிருந்த அரைப் பவுன் தங்கச்செயின்தான் ஹைதருக்கானப் பாஸ்போர்ட்டாக உருமாறியிருந்தது.

ஹைதர் பன்னிரெண்டாம் வகுப்புப் படித்துக்கொண்டிருந்த போது அவன் புத்தகத்தைத் தூக்கிக்கொண்டு பள்ளிக்கூடத் துக்கு நடந்துபோகிற அழகைக் குச்சித்தம்பி யாரும் அறியாமல் மறைந்து நின்று ரசிப்பார். ஊரில் பத்தாவது வகுப்புத் தாண்டிய வர்களைப் பார்ப்பது பெரிய அபூர்வம். கஷ்டப்பட்டு, சிரமப் பட்டுத்தான் ஹைதரைப் படிக்கவைத்துக்கொண்டிருந்தார். அரையாண்டுப் பரிச்சை எழுதி முடித்த சமயத்தில் ஹமீது சாகிபு சொன்னார்.

"படிப்பும் மயிருந்தான் ... எம்புள்ளயோ படிச்சானுவளா? இப்போ எப்புடி சம்பாதிக்கானுவோ ... எம் மொவனுகிட்ட சொல்லி அவனுக்கு விசா ஏற்பாடு பண்ணுதேன் ... நீ ஒடனே அவனுக்குப் பாஸ்போடு எடு ..."

குச்சித்தம்பி ஹைதரிடம் சொன்னார். "லே வாப்பா ... கோளடிக்கும்னு நெனைக்கேன் ... ஒனக்கு உடனே பாஸ்போடு எடுக்கணும். ஹமீது மச்சான் ... விசா ஏற்பாடு பண்ணுவேன்னு சொல்லுதாரு ..." மெல்ல மெல்லச் சிறகடித்து எங்கிருந்தோ எழும்பிப் பறந்த பறவை ஹைதரின் மனதின் மத்தியில் உட்கார்ந்தது. கண்மூடினால் கனவு. விமானத்தின் சிறகுகளில் தொங்கி விளையாடினான்.

பள்ளிக்கூடத்தில் ஹைதரின் அறிவியல் வாத்தியார் சத்தம் போட்டுப் புத்தகத்தை விட்டெறிந்தபோது. முறைத்துக்கொண்டே குனிந்து எடுத்து நிமிர்ந்தவன். "படிப்பும் மயிருந்தான் ...

எனக்கு அரேபியா இருக்குவோய்." வெளியே இறங்கி நடந்தவன் அதன் பிறகு பள்ளிக்கூடம் பக்கம் தலைவைத்துப் படுக்க வில்லை.

குப்பையாண்டி பிள்ளை மாவில் கள்ளமாங்காய் பறிப்பது, ஊமையன் விளையில் கள்ளக்கிழங்கு புடுங்குவது, மைனா குஞ்சு பிடிக்கப்போவதாகச் சொல்லி வலியாத்து மஞ்சணாத்தி மரத்தில் ஏறிக்கிடந்து வலியாத்தில் குளிக்கும் பொம்பளை களைப் பார்ப்பது வரையிலான எல்லா விர்த்திக்கேடுகளிலும் ஹைதரும் உண்டு. அவனிலும் அதிகமாகக் கொட்டமடித்த ஹமீதுசாகிபின் மகன்கள் அஹமதும் செய்யதும் வரிசையாக அரேபியா போய்விட்டார்கள். ஹைதர் இன்னும் அப்படித்தான். உறங்காத இரவுகளின் இறுதியில் ஹைதர் யோசிப்பதுண்டு, "விடாம படிச்சிருந்தோம்னா", உடல் பதறிவிடும். கூடப்படிச்ச ராமச்சந்திரன் எத்தனை முறை தேடி வந்தான், "மக்கா வா, மக்கா . . . லே . . . இன்னும் ஆறு மாசந்தான் . . ." விசா கனவு எல்லாத்தையும் குழிதோண்டிப் போட்டது.

கார் வரும் சத்தம் கேட்டதும் காதர்சாகிப் ஹோட்டல் திண்ணையிலிருந்து குண்டியைத் தட்டிக்கொண்டே குச்சித் தம்பி எழும்பினார். நெருங்கி வந்தபோதுதான் அது வேறு கார் என்பதை அவரால் தெரிந்துகொள்ள முடிந்தது. தெருவில் போன ஒன்றிரண்டு பேர்கள் குச்சித்தம்பியின் தவிப்பை மனசிலாக்கிக்கொண்டு பரிதாபமாகச் சிரித்தபடி போனார்கள். யார் சிரிப்பைப்பற்றியும் அவருக்குக் கவலை இல்லை. அவர் கவலையெல்லாம் ஜின்னா விசா கொண்டு வர வேண்டும். தக்கலை பீரப்பாவிலிருந்து தொடங்கிப் பீமாபள்ளி, ஆத்தங்கரைப் பள்ளி, வயிலங்கரைப்பள்ளி, மானாச்சப்பாபள்ளி என அவரின் நேமிசம் நீண்டுகொண்டே போனது. துண்டை உதறிக்கொண்டு 'படச்சவனே' என உட்கார்ந்தார்.

ஜின்னா ஞாபகம் வைத்திருப்பான். மறக்க முடியாது. ஒரு பெருநாளுக்கு முந்திய இரவு பயலுவோ சேர்ந்து எங்கேயோ குடித்துவிட்டு, எல்லாவனும் மறைந்துகொள்ள, குடித்துப் போதை தலைக்கேறித் தலைகால் தெரியாமல் அம்மங்குண்டு முக்கு உரக்குண்டில் விழுந்து கிடந்த ஜின்னாவை யாருக்கும் தெரியாமல் தூக்கிக்கொண்டு போய் வெள்ளாங்குடிக் குளத்தில் குளிப்பாட்டி, அவன் தோளோடு கக்கிக் குமிச்ச நாத்தமடித்த அந்த இரவு, படச்சவனே.

ஊர் மோதியாரைக் கிண்டல் பண்ணுவது, பகல் முழுவதும் சீட்டுக்களிப்பது. வேல்மயில் தோப்பில் ஒருத்தியைக் கொண்டு வந்து ராத்திரி கும்மாளமிட்டதை ஊரே தெரிந்து கொண்டு விடியுமுன்னே 'தொட்டிப்பயல்' எனச் சொன்ன

போதும் "என்ன வாப்பா ... இங்கே நிக்கே?" என அன்பொழுகக் கேட்ட குச்சித்தம்பியை ஓர்மைகள் ஒபத்திரப் படுத்திக்கொண் டிருந்தது. தாண்டி ஜின்னாவைக் கூப்பிடப் போன கார் தெருவுக்குள் போனபோது அதன் பின்னால் குழந்தையைப் போல ஓடினார். காரின் மேலே பெரிய பெட்டி இருந்தது. இன்னும் இரண்டு பெட்டிகள் காரின் டிக்கியில். பெட்டிகள் வெளிச்சாடி விடாமலிருக்க டிக்கியின் பிளந்த வாயைக் கயிற்றால் கட்டியிருந்தார்கள். காரின் கதவைத் திறந்து கொண்டு ஜின்னா சினிமா கதாநாயகன்போல இறங்கினான்.

"யா ரப்பே ..." வாய்பிளந்தார். ஜின்னாவை அடையாளம் காண முடியவில்லை. கழுத்து நீண்டு, கன்னம் ஒட்டி, நெஞ்செலும்பு கூடுதள்ளிச் சோக்கேட்டுக்காரனைப்போல நடமாடிய அந்த ஜின்னாதானா? சூட்டும் கோட்டும் முகத்தில் கண்ணாடியுமாய்த் தடித்து உருண்ட வெள்ளைக்காரனைப் போல இருந்தான். குழந்தைகள் குழுமிக்கொள்ள பெரியவர்கள் சுற்றிக்கொண்டபோது தெருவில் எல்லா வீட்டிலும் பெண்கள் வாசலுக்கு வந்தார்கள். ஜின்னா எல்லோரோடும் கரம் குலுக்கி ஸலாம் சொன்னபோது அரபி வார்த்தை அட்சர சுத்தமாக விழுந்தது.

ஹைதர் பெட்டியைச் சுமந்து உள்ளே கொண்டு போனான். தாஸீம்பி ஓடிவந்து உச்சி முகர்ந்தபோது மலைத்து நின்ற குச்சித்தம்பியின் விழிகளுக்கூடே அன்று போதையில் கிடந்த வனைத் தோளில் சுமந்த காட்சி ஓர்மையில் வந்துபோனது. இந்த முகத்தையும் அந்த முகத்தையும் ஒன்று கூட்டிப்பார்த்தார்.

"மாமா ... எப்படி இருக்கியோ?"

அவன் நீட்டிய கரத்தைப் பற்றிக்கொண்டபோது குச்சித் தம்பிக்குத் தேகம் சிலிர்த்தது. ஹைதரையும் வாரிப் பிடித்துக் கொண்டே ஒன்றிரண்டு முறை நலம் விசாரித்தான். ஹமீது சாகிபின் குடும்பக்காரர்கள் அவனைச் சுற்றிக்கொண்ட போதும் அவன் சரீரத்திலிருந்து வெளியேறிய வாசனை மூக்கை இழுத்து உறிஞ்சிக்கொள்ளலாம்போல இருந்தது.

விமான நிலையத்தில் "வாப்பா!" என அலறிக்கொண்டே ஓடிவந்து ஜின்னா ஹமீதுசாகிபைக் கட்டிப்பிடித்து முத்தியதை மாலை மதரஸா திண்ணையிலிருந்து பீத்திக்கொண்டே வெளி நாட்டு சிகரெட்டையும் லைட்டரையும் சகாக்களின் மத்தியில் தூக்கிப்போட்டார். வெள்ளைக்கலரில் கருநீலக்கலர் பாடர் போட்ட கூடு. கூட்டின் மேல்பக்கம் கண்ணாடிச் சரிகைத்தாள் பளபளப்புப் பொறுக்க முடியாமல் கூட்டைத்தூக்கி மோதியார் மேல்பக்கம் மணத்திவிட்டுச் சொன்னார்.

"கூட்டையே தின்னுறலாம்போல ..."

ஹமீதுசாகிபு சிரித்துக்கொண்டே மோதியாருக்கு ஒரு சிகரெட் கொடுத்தார். சிகரெட்டை வாயில் வைத்ததும் அவருக்குச் சிரிப்புப் பொத்துக்கொண்டு வந்தது. மோதியார் வெட்கப்படும்போதே, ஹமீதுசாகிபு லைட்டரை அடித்துப் பத்தினார். நெருப்பு நாக்கு உயர்ந்தது.

“ருசியே தனியாத் தெரியுவு ...” புகையை இழுத்துவிட்டார். அரபியப் புகை.

“மொவன் மக்கத்துக்குப் போனானா?”

“பின்னே ... உம்ரா செய்திருக்கான் ... ஸம்ஸம் கிணத்துத் தண்ணி கொண்டு வந்திருக்கான் ...”

“எனக்குக் கொஞ்சம் தண்ணி தரணும் கேட்டியளா ... எனக்க மவ பிள்ள உண்டாயிருக்கா ... பிள்ள பிறந்த ஒடனே ஸம்ஸம் கிணத்துத் தண்ணியில சேனைத்தண்ணி தொட்டு வைக்கணும்.”

மோதியார் கேட்டதும் சிரித்துக்கொண்டே ஹமீதுசாகிபு மக்காவுக்குப் போய் வந்தவரைப்போலப் பேசத் தொடங்கி அரேபியாவின் மகிமையை அடுக்கினார். அங்குள்ள ரோடு, வாகனம் எனத் துப்பல் தெறிக்கப் பேசியபோதும் குச்சித்தம்பி வியந்து வியந்து கேட்டார். இதேபோலத் தானும் ஒரு நாள் ஹைதரின் பெருமைகளைப் பேசியபடி அரேபிய சிகரெட்டை லைட்டால் பத்தி வளையம் வளையமாகப் புகைவிடும் அவரின் கனவு உயர்ந்து உயர்ந்து பள்ளி வேப்பமரத்தின் உச்சிக்குப் போய் ஆகாயத்தில் வட்டமிட்டது.

மக்ரிபு தொழுகைக்கு ஜின்னா பள்ளிக்கு வந்தபோது அஸ்ஸலாமு அலைக்கும் என எல்லாருக்கும் பொதுவாகச் சொன்னான். மூன்றாண்டுகளுக்கு முன்னால் அவனை ஒருமையில் அழைத்தவர்கள் மரியாதை வார்த்தைகளைப் பயன்படுத்தினார்கள். தொழுகையில்கூடக் குச்சித்தம்பி கமால் சாகிபை இடித்துக்கொண்டே தாண்டிப்போய் ஜின்னா அருகில் நின்றபோது தொழுகை அவருக்கு வசப்படவில்லை. விசா ... விசா ... மனதின் பதைபதைப்போடு ஜின்னாவிடமிருந்து பள்ளிக்குள் பரவி நின்ற அத்தர் வாசனை அவரை அலைக்கழித்தது. ஸலாம் வாங்கிய உடன் துவா கேட்க இருக்காமல் எழுந்து சுன்னத் தொழுதான். குச்சித்தம்பி ஆமீன் சொல்ல மறந்து அவன் தொழும் அழகை ரசிக்க ஆரம்பித்தார்.

ஒரு முறை தப்லீக் ஜமா—அத் வந்தவர்கள் ஜின்னாவைப் பள்ளிக்கு வலுக்கட்டாயமாகக் கொண்டுபோனார்கள். இமாம் தக்பீர் கட்டிய உடன் பள்ளி மதில் எட்டிச்சாடி ஓடிய அந்த ஜின்னாதான் இப்போது இபாதத்தின் மொத்த உருவமாக மாறிநின்று பவ்யமாகத் தொழுதுகொண்டிருந்தான். மூன்றாண்டுக்

கால இடைவெளி ஜின்னாவின் பழைய முகத்தை முற்றிலுமாக அழித்துவிட்டது. அவனின் புதிய முகத்தில் ஒருபாடு ஜாலம் இருந்தது. ஐந்துநேரத் தொழுகையாளி, அழகன், நாகரிகமான வன், நல்ல சக்கரமுள்ளவன், மக்கா மண்ணில் கால் சமுட்டியவன். ஹமீதுசாகிபின் குடும்பக் கௌரவம் ஊரின் எல்கை தாண்டி வெளியே போனது.

நாலுமாச லீவில் வந்திருக்கும் அரேபிய மாப்பிள்ளை ஜின்னாவுக்கு இனிப் பெண்கொடுக்க போட்டிகள் இருக்கும் என்பதை உணர்ந்துகொண்ட ஹமீதுசாகிபு தரகர்களை ஏவி விட்டபோது, பொட்டப் புள்ளைகளைப் பெத்துப்போட்ட தகப்பன்மார்களின் தார்ச்சீலைவரை உருவிக்கொடுக்கத் தரகர்கள் அரிப்போடு நாலாபக்கமும் சல்லடை போட்டார்கள். ஹமீது சாகிபுப் பட்டியலில் நூறுபவுன் நகை, இரண்டுலட்சம் கையில், கார், தோப்பு, வயல், என வரிசை நீண்டுகொண்டே போனது. பாவப்பட்ட வீடுகளில் கொமர் இறங்குவதற்காக அவசரத்தில் விற்ற சொத்துகளை அடிமாட்டு விலைக்கு வாங்கிப்போட்டிருந்த அவருக்கு மீண்டும் சீதனம் என்கிற பெயரில் சொத்துச் சேர்க்கும் பாம்புமனம் படம்விரித்து ஆடியது.

தினமும் காரில் ஆட்கள் வந்து இறங்கினார்கள். குச்சித் தம்பி கோழி அறுத்துக்கொண்டு வருவார். புரோட்டாவுக்கு மாவு பிசைந்து தட்டிப்போட்டுக் கொடுத்தான் ஹைதர். அடுக்களை உதவிக்கு செய்தூன் வந்தாள். ஆறு ஏழுபேர் வந்து பார்த்துவிட்டுப் போனார்கள். ஒன்றும் அமையவில்லை.

ஒரு சம்மந்தப்பார்ட்டி மாப்பிள்ளைபற்றி ஜமாலிடம் விசாரித்திருக்கிறார்கள். மாப்பிள்ளைபற்றியோ பெண்ணைப் பற்றியோ ஜமாலிடம் விசாரித்த எந்தக் கல்யாணமும் நடந்த தில்லை. பலரும் சம்மந்த விசயமாக ஊருக்குள் வரும்போது ஜமாலைப் பார்த்துவிட்டால் "அது போக்குத்தான்." என்பார் கள். ஜமால் அப்படி ஒன்றும் கூடுதலாகப் பேசுவதில்லை, ஒன்று அல்லது இரண்டு வார்த்தைகள்தான் பேசுவான்.

"நல்ல ஆளுவதான் . . . ஆனா பாத்துச் செய்யுங்கோ."

மேக்க இருந்து ஜின்னாவுக்கு ஒரு சம்மந்தம் இசைவாக வந்தது. கொடுக்கல் வாங்கலில் ஒன்றும் பிரச்சனை இல்லை. புதன்கிழமை வருவதாகச் சொல்லிவிட்டுப் போனார்கள். அதன் பிறகு நாலு நாட்கள் தாண்டியும் வரவில்லை. செவ்வாய்க் கிழமை சாயங்காலம் டவுனில் வைத்து அவர்கள் ஜமாலோடு பேசிக்கொண்டிருந்ததாகக் கேள்விப்பட்ட உடனே "அப்போ . . . அது அவ்வளவுதான் . . ." என அடுத்த தேடுதலுக் குத் தயாரானார்.

38 மீரான்மைதீன்

காதர்சாகிப் ஹோட்டலின் அடுக்களை சுவர் முழுவதும் நிறைய கரடிகள் உட்கார்ந்திருந்தன. வெள்ளை அடித்துப் பத்து இருபது வருசங்களாவது இருக்க வேண்டும். இனி வெள்ளையடித்தாலும் அந்தக் கரடிகள் ஓடிப் போகுமா என்பதை உறுதியாகச் சொல்வதற்கில்லை. இப்போது இரண்டு நாட்களாகக் கடையில் நல்ல கூட்டம். நிறைய புதிய மனிதர்கள் ... வாட்ட சாட்ட மாகத் திமிலங்களைப்போல காலையில் வருவதும் தின்னு அறுப்பதும் மதியம் வருவதும் ... மாலையில் நல்ல பலகாரங்களோடு சாயா குடிப்பதுமாகக் காதர்சாகிபை ஒரு இடத்தில் இருப்பு இல்லாமல் ஆக்கி இருந்தனர். இதே போக்கில் ஒரு மாதம் வியாபாரம் நடந்தால் ஒன்றிரண்டு வெள்ளையடிக்காரன்களை வைத்து அடுக்களைச் சுவரில் கிடக்கும் கரடிகளைப் பள்ளிக் கொடிக்கட்டுக்கு முன்னால் ஓடுங்க சைத்தானுவளே என அடித்து விரட்ட வேண்டுமென மாஸ்டர் தாசனிடம் காதர்சாகிப் குஷிமூடில் வாய் பொலம்பினார்.

கடையில் உச்சைக்குச் சாப்பிட வந்த ஆட்களின் கூட்டத்தைப் பார்த்துச் சுக்காப்பி சுல்தான் பிள்ளையின் ஏக்கமான பார்வையைக் கவனித்த தாசன், காதர் சாகிபிடம் சொல்ல "ஏண்டே ... அலைகள் ஓய்வதில்லை ராதாவ அவனுக்கு முந்தி நான் கேட்டிருவேம்னு நெனைச் சானோ ...?" தாசனின் சிரிப்பைப் பொருட்படுத்தாமல் ஒரு களிப்புக் களிக்கும் உத்தேசத்துடன் மக்ரிபுக்கு பிறகு பாத்திஹா ஓத வரும்படி மோதியாரிடம் சொல்லியிருந் தார்.

ஊரில் எந்த விசயங்களாக இருந்தாலும் மோதியா ரின் பார்வையிலிருந்து எளிதில் தப்பிவிடாது. எல்லாம் அறிந்தும் அறியாததுபோல நடமாடும் முகவித்தை அவ ரிடம் வசப்பட்டுக் கிடந்தது. இப்படியான முகவித்தை வசப்படுவது என்பது ரொம்பவும் அபூர்வம். பல விதமான

வாய்ப்பொலப்பக்காரர்களுக்கு மத்தியில் அமுக்கரையாக நடமாடு வது அவருக்குச் சிரமமானதாக இல்லை. மக்ரிபுக்குப் பிறகு யாஸீன் சூராவை கொஞ்சம் பலமாக ஓதிக்கொண்டே காதர் சாகிபிடம் சக்கப்பழத்தை மரத்திலிருந்து வெட்டி இறக்கும் நேர்த்தியோடு கேள்வியை வைத்தபோது காதர்சாகிபு பொலப்பக் காரனாக மாறி விசயத்தை விளம்பத் தொடங்கினார்.

"காலனி வருதுல்லா ..."

"உள்ளதா .. ?"

"மாவிளைக்குமேல ... பாதி எடத்த கவுஸிங் சுசேட்டி வாங்கியாச்சி."

"அந்தப் பனங்காட்டயா ?"

"போய்ப் பாருங்கோ ... பாதி மரத்த ரெண்டு நாளா கொண்டு வெட்டித் தள்ளியாச்சி ... மத்த பாழடஞ்ச கெணறு."

"எந்தக் கெணறு ?"

"அதான் ... நல்லபாம்பு கெடந்துல்லா ..."

"ஆமா ..."

"அதுக்குப் பக்கத்துல வாவமரம் ... ஒரே வெட்டு ... மரம் சாஞ்சிட்டு ... பத்து முப்பது பேரு வேலை பாக்குதானுவோ ... துக்கயோ ... சாம்பாரக் கோரிக்கோரில்லா குடிக்குதானுவோ."

இதுதானா சங்கதி ... யோசித்துக்கொண்டே மறுநாள் அசருக்குப் பிறகு காலனி வேலை நடைபெறும் இடத்தைப் பார்க்கப் போனார். பத்துத் தினங்களுக்கு முன்னால் கொல்லாமா வும் மாமரமும் பனைமரமும் படர்ந்து கிடந்த அந்தப் பூமி ரொம்பத் தூரத்துக்கு வெட்டவெளியாகக் கிடந்தது. மதரஸா வுக்கு ஓதவராமல் ஒளித்துக்கிடக்கும் பயலுவளை இந்த விளைக் குள்ளே வந்து மோதியார் விரட்டிப் பிடிக்கப் போகும்போது பயலுவோ ஒளித்துக்கொண்டால் லேசில் கண்டுபிடிக்க முடியாது. அவர் ஒரு கொல்லாமாவின் கிளைகளுக்குள்ள நுழைந்து பார்க்கும்போது தூரத்தில் எங்கோ ஒரு கிளையி லிருந்து பயலுவ,

"ஓய் ... எலப்பே ..."

"பண்ணிக்குப் பொறந்தவனுவளே ... எங்கல கெடக்கியோ ..." அவர் பெரம்பைக் கொண்டு ஓடும்போது இன்னொரு மரத்தி லிருந்து சத்தம் கேட்கும். அவ்வளவு சீக்கிரமாக எவனும் சிக்கமாட்டான். கொல்லாமாவுத் தோப்பைத்தாண்டிப் பனங் காட்டையும் தாண்டிப்போனால் பிராந்தநேசேரி குளம் வரையி

லும் வயல்வெளிகள்தான். தெக்குப்பக்கம் செட்டியக்குடி தாண்டி மேலப்பெருவிளை வயக்காடு தெரியும். வடக்குப்பக்கம் சுங்கான் கடை மலை தெரியும். வயிலங்கரைப்பள்ளி கபர்ஸ்தானுக்கு மேல விரித்த பச்சை போர்வையைப்போலப் படர்ந்த வயல் வெளியும் சிலுவைப்பாறைக்குக் கீழே தெரியும் அந்த தென்னந் தோப்பும், படச்சரப்பே ... என்னா ரசனை ... இந்த ரசனை எல்லாம் வரும் காலங்களில் மண்ணாகிப்போகும் என்றுதான் அவருக்குத் தோன்றியது.

“எங்கவரப்பா போவுது ...” ஒரு மஞ்சணாத்தி மரத்தை மூட்டோடு வெட்டிச் சாய்த்த பணிக்காரனிடம் அவர் கேட்ட போது அவன் நிமிராமலே சொன்னான் “அதச் சொல்ல முடியாது ... வாங்கிச் சேத்துட்டே இருக்காவிய ... ஒமக்கிட்ட பூமி கெடக்கா ...”

“ம் ...”

“எங்கே?”

“பொட்டல்புதூர் பக்கத்துல.”

“ஆளு கொள்ளாம். நல்லதமாஷ் அடிக்கியரே ...” சிரித்துக் கொண்டே பணிக்காரன் விழுந்து கிடந்த மஞ்சணாத்தி மரத்தின் கிளையிலிருந்த மைனாக் கூட்டைப் பிரித்து எறிந்த போது வெள்ளையாக மைனாவின் முட்டைகள் உருண்டோடின.

“சாயிப்போ ... நீரு ஒதுங்கிப்போவும் ... அங்கனயும் இங்கனயும் நிக்காதையும் ... காலையில இருந்து பதினேழு நல்லபாம்பு கொன்னாச்சி.”

கோடாலி கொண்டுவந்த இன்னொரு பணிக்காரன் சொன்னான்.

“பாம்பு அவர ஒண்ணுஞ்செய்யாதுடே.”

“ஏன்?”

“அவரு பள்ளியாண்டவன் கோயிலு சாமியாரு ...”

“அது ஒனக்குத் தெரியும். நல்ல பாம்புக்குத் தெரியா துல்லியா ...”

“நல்ல பாம்பு முத்துப் பாத்திருக்கியளாடே ... பாத்தவன் குபேரனாயிருவான் ... நாகமுத்து சீகமுத்து கதை தெரியுமா?”

பணிக்காரன் ரெண்டுபேரும் வாய்பார்த்தார்கள். இது தான் சமயம் என்பதை உணர்ந்து தொடங்கினார்.

“அவனுவோ ரெண்டுபேரும் அண்ணந்தம்பியோ ... ஒங்காளுவதான்.” மோதியாருக்குச் சந்தேகம் வந்துவிட்டது ... “நீங்கே நாடாக்கமாருவோதானடே ?”

“ம் ...”

“நாகமுத்து அண்ணன், சீகமுத்து தம்பி.”

“ம் ...”

“நல்ல முறுவுன நல்ல பாம்பு ... ராத்திரி அவனுவளுக்க பனங்காட்ல முத்த கக்கிட்டு வெளிச்சத்துல இரைதேடிப் போவு மாம் ... இதுப் பதிவு ... நோட்டம் பாத்துட்டு ஒருக்க நாகமுத்து என்ன பண்ணிருக்கான் ... ஒரு உருண்ட சாணிய வாக்கா முத்துக்கமேல போட்டுட்டுப் படபடான்னு பனைமரத்துல ஏறி இருந்துட்டான். பாம்பு திரும்பி வந்து பாத்து முத்தக் காணாம தலைய அடிச்சி செத்துப் போச்சி ... விடிஞ்சதுக்குப் பொறவு நாகமுத்து மேல இருந்து பாத்துருக்கான் ... பாம்பு உயிரோட கெடக்கா. செத்ததான்னு தெரியாதுல்லா ... ரெண்டு மட்டைய பூச்சி போட்டிருக்கான் ... பாம்பு அசையலே ... ஆனாலும் சம்சியம் ... பாம்பு சாலம் போட்டுக் கெடக்கு தோன்னு ... பையப் பாதிப்பனை இறங்கி வந்திருக்கான் ... அந்த நேரம்பாத்துச் சொக்காரனத் தேடி சீகமுத்து வந்திருக் கான் ... லே ஐயா ... பாத்துலே ... கயிறுகெடக்குன்னு ...”

“கயிறுன்னா ?”

“பாம்பத்தான். கதைய கேளுங்கோ ... கயிறு கெடக்குன்ன ஒடனே உசாராயிட்டான் ... கம்ப எடுத்துத் தட்டிப்பாத்துக் குத்திப்பாத்துப் பாம்பு செத்துப்போனத உறுதியாக்கிட்டுச் சொன்னவுடனே பனையில கெடக்க சொக்காரனும் இறங்கி வந்து சாணிக்குள்ள கெடந்த முத்த எடுத்துப்பாத்திருக்கா னுவோ, மின்னலுகணக்க மின்னிருக்கு ... தாயோளியளுக்குச் சக்கரம் சாடிட்டுல்லா ... தலையெழுத்து நல்லா இருந்தா அதெல்லாம் கண்ணுல காணும்டே ... எங்க சாயிப்புமாரு தெருவுல சுலைமான்னு ஒருத்தன் இரிக்கான் ... அவனுக்க வாப்பாக்கு வாப்பா முத்த பாத்திருக்காரு ... பொறவுதான் நல்ல சக்கரம் ... எங்க இருந்து சாடிச்சின்னே தெரியாது ...”

பணிக்காரன்மார்களோடு மோதியார் நல்ல நெருக்கமாகி விட்டார். இந்த நெருக்கத்தால் மாலையில் கரையேறிய பணிக் காரன்கள் காதர்சாகிப் ஹோட்டலுக்கு மோதியாரைக் கூட்டி வந்து காப்பி வாங்கிக் கொடுத்தார்கள்.

சுக்காப்பி சுல்தான் பிள்ளை ஒண்ணு ரெண்டு ஒணங்குன மொளவு பஜ்ஜிக்கு முன்னால் வாய்பாத்து உட்கார்ந்திருந்த போதுதான் பணிக்காரன்களோடு மோதியார் காதர்சாகிபு ஹோட்டலிருந்து வெளியே வந்தார். அவர்கள் கூடிநின்று பேசிக்கொண்டதைப் பார்த்தால் பல வருடங்கள் பழக்கமுடைய வர்கள்போல இருந்தது. பணிக்காரன்கள் புறப்படும்போது மோதியாரிடம் நாளைக்குப் பாக்கலாமெனப் போனார்கள். மோதியார் கள்ளக்கண்போட்டுச் சுக்காப்பி சுல்தான் பிள்ளை யைப் பார்த்துவிட்டுப் பள்ளிக்குள் நடந்துபோகும்போது ஜங்ஷ னில் வழக்கம்போலத் தன் பரிவாரங்களுடன் நின்ற சுலைமான் இன்றைக்கு எடுத்துக்கொண்ட விசயம் காலனி பற்றியதாக இருந்தது.

“நடுவுல பெரிய பார்க்கு . . . ரெண்டு மெயின்ரோடு . . . ஒரு பெரிய ஸ்கூலு . . . பத்து ஐம்பது தெரு . . . எல்லாம் பெரிய பெரிய ஆபிஸர்மாருவல்லா வாரானுவளாம் . . . பாக்கத் தான போறியோ . . . லே இப்போ எழுதிவச்சிக்கிடுங்கோ . . . இன்னும் பத்துப் பதினைஞ்சி வருசத்துல பிராந்தநேசேரியின் பேருபோட்டு பஸ் வரும்லே . . . இரையாளத்தங்கரையிலயும் பஸ்போற காலம் வரும் . . . உயிரோடு கெடந்தா பாப்போம் . . .” சுலைமான் பொளந்து கட்டிக்கொண்டிருக்கும்போது பரிவாரம் வழக்கம்போல வாய்பொத்தி மவுனமாக இருந்தது.

ஆயிஷா வீட்டுவளவில் நின்று ஆகாயத்தைப் பார்த்தபோது வானம் இன்று புதிதாக இருப்பதைப் போலத் தோன்றியது. அது நேற்றுப் பார்த்த வானம் போல இல்லாமலிருந்தது. ஆகாயத்தின் தெற்கு மூலையில் நேற்றுச் சாயங்காலம் ஒரு பெத்தா குனிந்து கோரைக்குச் சண்டு எடுத்துக்கொண்டிருந்தாள். கொஞ்ச நேரத்தி லேயே அவள் அஞ்சாறு ஆட்டுக் குட்டிகளாக மாறினாள். இன்றைக்குப் பெத்தாவும் ஆட்டுக் குட்டிகளும் இல்லாமல் ஆகாயம் லைலத்துல் – கதிர் இரவுக்குக் கழுவிப்போட்ட வீட்டின் முன்னறைபோலப் பளிச்செனக் கிடந்தது.

ஆயிஷா அந்திகளில் ஆகாயத்தில் சித்திரம் தேடு வதைப் பொழுதுபோக்காக வைத்திருந்தாள். வீட்டின் அறைகளும் வாசலும் எங்கும் பரந்து கிடக்கும் ஆகாய மும் தான் அவளின் உலகமாக இருக்கிறது. அவளுக்கு நட்சத்திரங்களை எண்ணிப்பார்க்கும் ஆசை உண்டு. கண் வலிக்க வலிக்க எண்ணியும் பார்த்திருக்கிறாள். பிறை நகர்ந்து போவதும் மேகத்தைச் சுற்றி வட்டி வடிவமாக படரும் வெளிச்சமும் அவளின் ரசனைக் குரியவை.

ஆயிஷா இன்று உச்சைக்கு முன்னால் ஆறேழு முறை கண்ணாடியில் முகம் பார்த்துவிட்டாள். சம்மந்தம் பார்க்கத் தொடங்கியதிலிருந்து கண்ணாடியில் முகம் பார்ப்பது ரொம்பவும் பிடித்தமானதாக இருக்கிறது. முகத்தை அங்குமிங்கும் திருப்பிப் பார்ப்பாள், சிரித்துப் பார்ப்பாள். அதுவும் விதவிதமாகச் சிரிப்பாள். ஏனோ இன்று சிரிப்பு நிற்காமல் நிலைக்கண்ணாடியில் சிதறி விழுந்தது. அவளின் இன்றைய எல்லாச் செயல்பாடுகளி லும் ஒரு பெரிய மனுஷித்தனம் இயல்பாகவே வெளிப் பட்டுக்கொண்டிருந்தது. அடிக்கடி முகம் கழுவினாள்.

முகம் பொலிவாகி நேற்றுப் பார்த்த பிறைபோலப் பளிச்சென இருந்தது. வழக்கத்துக்கு மாறாக உச்சைக்கு ஒரு முறை வீட்டைத் தூத்து வாரினாள். எல்லாப் பாவனைகளும் நிமிஷத்துக்கு நிமிஷம் ஒன்றிலிருந்து ஒன்றாக மாறிக்கொண்டே இருந்தன. சுபைதா அவளைப் பார்த்தும் பாராததுபோலப் பார்த்துக் கொண்டுதான் இருந்தாள். ஆயிஷாவைக் குழந்தையாக மார்பில் சாய்த்துக்கொண்டபோது சுபைதாவின் உடல் முழுவதும் பரவிய சுகத்தின் மிச்சங்கள் இப்போதும் எட்டிப்பார்த்தன. ஆயிஷாவை மடியில் இழுத்துப் போட்டுக்கொண்டு செல்ல மோளே எனப் பிடித்துக்கொள்ளத் தோன்றியது. ஆயிஷா, சுபைதாவைச் சின்ன அசைவோடு மெல்லத் திரும்பிப் பார்த்த போது சுபைதா பார்வையை மாற்றிக்கொண்டே மறைவாகச் சிரித்தாள். அந்தச் சிரிப்போடு தோழியாக மாறி என்னவெல் லாமோ பேச வேண்டும்போலத் தோன்றியதை சுபைதா அடக்கிக்கொண்டே நகர்ந்து போனதைக் கவனித்துக்கொண்ட ஆயிஷாவுக்கு இதழோரம் வெட்கப் புன்னகை பொத்துச்சாடியது.

மதியம் சாப்பிட்டுவிட்டு மொய்துசாகிப் தூங்கியதும் மைதீன் கடைக்குப் போனான். உம்மா சுபைதா ஊர்ப்பாடு பேசுவதற்குப் பக்கத்து வீட்டுக்குப் போனாள். ஆயிஷா பூச்சை யைப்போல பம்மிப்பம்மிப்போய் அலமாரியைத் திறந்து போட்டோவை எடுத்தபோது நெஞ்சம் படபடத்தது. வியர்த்துக் கொட்டியது. அன்றைக்கே வாப்பாவும் அண்ணனும் புரோட்டா வும் பாலாடையும் பொரிச்சதும் கறிவச்சதுமாகத் தின்றுவிட்டு வந்து ‘ஆளுவ கொள்ளாம்’ என்றபோதே மனதுக்குள் முளைத்துக் கிடந்த சிறகு இன்றைக்கு அடித்துப் பறந்துவிடும்போல இருந்தது. வியர்வையைத் துடைத்துக்கொண்டு கண்களை அகல விரித்துப் போட்டோவைப் பார்த்தபோது ஜின்னா மெலிதாகப் புன்னகைத்தபடி அவளை உற்றுப் பார்த்தான். நீண்ட காலமாகக் கனவுகளில் வெள்ளைக் குதிரையில் வந்த அதே முகம்.

ஆயிஷா ஆறாவதோ ஏழாவதோதான் படித்திருக்கிறாள். அவளுக்குப் படிக்க வேண்டுமென்ற ஆசை இருந்தது. படிப்பில் கெட்டிக்காரி. ஒரு நாள்கூட பள்ளிக்கூடத்துக்குக் கள்ளம் போட்டதில்லை. அவள் வயது சின்னப் புள்ளைகளெல்லாம் பள்ளிக்கூடம் போவதென்றால் கொல்லக்கொண்டு போவது போலக் கதறி அழும். மேலத்தெரு, நடுத்தெரு, பள்ளித்தெரு என எங்கும் காலையில் பிள்ளைகளின் ஒப்பாரிச் சத்தம் காற்றோடு கலந்து கிடக்கும் . . .

கிரிச்சானை அவன் வாப்பா சைக்கிள் கேரியலில் வைத்துக் குச்சங்கயிறு கொண்டு கெட்டுவார். “ . . . ம்மா . . . ம்மமோ . . .” என அழுவான். தெருவில் ஆட்கள் கூடிவிடுவார்கள்.

“அந்தக் கெட்ட அவுத்து உடுப்பா ...”

“சும்மா சோலியப் பாருங்கோ ... கள்ளக் கசவாளி ... சாடிருவான் ...” சைக்கிளை உருட்டிக்கொண்டு போவார். அம்மங்குண்டு முக்குத் தாண்டியதும் கிரிச்சான் மீண்டும் அழுவான்.

“வாப்பா ... எனக்கச் சிலேட்டு ஒடஞ்சிபோச்சி ...”

“ஒன்னையக் கொல்லுவம்புலே ...”

மீண்டும் அழுதுகொண்டே இருப்பான். இலுப்பமூடு தாண்டும்போது “வாப்பா ... எனக்கக் காலு வலிக்கு ... அல்லோ ... எங்காலு வலிக்கே ...” கதறிக் கதறி அழுவான்.

“இன்னையோட உங்கால வெட்டி எடுத்துருவேன் ... தாயளி காலு இருந்தாதானலே வலிக்கும் ...” பள்ளிக்கூடம் கிட்டே போனதும் கிரிச்சான் வயிற்றைப் பிடித்துக்கொண்டு,

“எனக்குப் பேல வருதப்போ ... எனக்கு முட்டிட்டுப் பேல வருது ...”

எல்லோரும் சிரித்தார்கள். அந்தச் செவத்த டீச்சரும் சிரித்தாள். அவள் சிரிக்கச் சிரிக்க அவன் வயித்தைப் பிடித்துக் கொண்டு அழுவான். “தேவுடியா உள்ளே என்னய வல்லவளுக்க முன்னால சிரிக்க வச்சிட்டியே ...” கிரிச்சானின் வாப்பாவுக்கு வயித்தெரிச்சலாகிப் போனது. பயல் மீண்டும் சத்தம் போட்டான் “வாப்பா எனக்குப் பேலணும் ...” செவத்த டீச்சர் மீண்டும் சிரித்தாள். பயலை இழுத்து வீட்டுக்குக் கொண்டு வந்தார். அவன் புத்தகத்தையெல்லாம் கிழித்துப்போட்டுக் கொளுத்தினார். சிலேட்டை அம்மிக்கல்லில் அடித்து உடைத்தார்.

“இனிப் பள்ளிக்கோடத்துக்குப் போனியனா ... உன்னையக் குழிதோண்டிப் புதைச்சிப்போடுவேன் ... இங்கேயே கெடந்து பேண்டுட்டு கெட ...” அதோடு கிரிச்சான் பள்ளிக்கூடத்தை நாசமாக்கிவிட்டு பள்ளி வேம்படியில் வேப்பமுத்துப் பொறுக்கப் போய்விட்டான்.

அப்போதெல்லாம் ஊரில் ஒரு குழு இருந்தது. காலை ஒன்பது மணிக்கு ஐந்தாறு இளவட்டங்கள் பள்ளி முன்னால் நிற்பார்கள். பள்ளிக்கூடம் போகாமல் அழுது அடம்பிடிக்கிற பிள்ளைகளை ஆளுக்கொன்றாகத் தூக்கிப் பள்ளிக்கூடத்தில் கொண்டு போடுவார்கள். எல்லோரும் பழைய யோக்கியமார்கள்.

“பயலுவளுக்கத் தொலிய உரிச்சிரணும் . . .”

வாத்தியார் கையில் மாடு அடிக்கும் கம்பு உண்டு. அதை நீட்டிக்கொண்டே “வாலே . . .” என்பார்.

“நாலு சாத்துச் சாத்துங்க சார் . . .” இளவட்டக்குழு உற்சாகம் கொடுக்க வாத்தியார் பயலுவளின் தொடையில் ஐந்தாறு இழுப்பு இழுப்பார். பயலுவள் அலறி அழுவார்கள். அடி பொறுக்காமல் மம்மாசின் மகன் சத்தம்போட்டான். “தக்கல பீரப்பா . . . வாத்தியாருக்கக் கைய வெளங்காம ஆக்கும் . . .” ஓங்கிய கம்பை நிறுத்தியவரின் முகம் பயந்து சுருங்கிப்போனது. கைகளைத் திரும்பப் பார்த்துக்கொண்டார். தலைமை ஆசிரியர் ரொம்ப வேதனையோடு இளவட்டக் குழுவிடம் சொல்லுவார்.

“ஓங்க . . . சாயிப்புமார் பிள்ளையத்தானப்பா . . . இப்படி இருக்கு . . . மற்றப் பிள்ளையளுவள பாருங்க . . . ஒரு ஒவத்திரம் கெடையாது . . . ஒண்ணுக்கு மணியடிச்சா அந்தால வீட்டுக்குப் போயிறானுவோ . . . மதியானம் சாப்பிடப் போனா ஒரே போக்குத்தான் . . .”

இளவட்டங்கள் தலைகுனிந்து வெளியேறித் தெருவில் வந்து ஐந்தாறு வீடுகளில் வாப்பாமார்களிடம் சொன்னார்கள். வாப்பாமார்களும் “பயலுவோ வரட்டும்”, எனக் காத்திருந்து காந்தாலி மிளகைச் சுட்டுப் பயலுவளின் மூஞ்சியில் தேய்த்துவிட “அல்லோ . . . வாப்போ . . . ம்மா . . .” பலவீடுகளில் ஒப்பாரிச் சத்தம் கேட்கும். இவையெல்லாம் தெருவில் பலவீடுகளில் அன்றாட நடவடிக்கைகளாக இருந்தபோதிலும் மொய்து சாகிபுக்கோ சுபைதாவுக்கோ மகள் ஆயிஷாவைக் குறித்து இப்படியான நிலை ஒருக்கிலும் ஏற்பட்டதில்லை. பள்ளிக் கொடிக்கெட்டுச் சமயங்களில்கூட ஆயிஷா பள்ளிக்கூடத்துக்கு வழக்கமான பொலிவோடு புறப்பட்டுவிடுவாள்.

குன்னிமுத்தைக் கங்கூசில் கோர்த்தெடுத்ததைப்போல ஆயிஷாவின் கையெழுத்து ஐசுவரியமாக இருக்கும். அழகப்பப் பிள்ளை சார் சொல்லுவார் “எழுத்தெல்லாம் கொள்ளாம் . . . நல்லா படிக்கவும் செய்யே . . . ஓங்காளுவோ பொட்டப் பிள்ளைய ஒழுங்கா படிக்க உடாதுவளே . . . படிப்ப உட்ராதே . . . என்னா . . . ஒரு பொட்டப்புள்ள படிச்சா . . . ஒரு வீடே படிச்சதுக்குச் சமம்.” தலையாட்டினாள். பிராயமாகி வீட்டி லிருந்த ஆரம்பநாளில் பீர்மா சிங்கப்பூருக்குப்போன அவ மாப்பிள்ளைக்கு லெட்டர் எழுத ஆயிஷாவிடம் வந்தாள். எழுத எழுத ஆயிஷாவுக்குச் சிரிப்பாக வந்தது. பீர்மாவின்

ஏக்கம், அன்பு, பாசம் எல்லாம் எழுத்தில் கொட்டிவைத்த ஆயிஷாவின் கையெழுத்து நேர்த்தியைக் கண்டு பீர்மா அவளின் விரல் பிடித்து முத்தினாள். மாப்பிள்ளையிடமிருந்து பதில் கடிதம் வந்ததும் பீர்மா கொண்டு ஓடிவருவாள். மறைவாகப் போய் வாசித்துக்காட்ட, பதில் எழுதவெனச் சந்தோசமான காலங்கள். சில விசயங்களை எழுதச் சொல்லிவிட்டு "யாருட்டயும் சொல்லிராத மக்களே ..." எனச் சொல்லும்போது ஆயிஷாவுக்குச் சிரிப்பாக இருக்கும்.

"என்னைய பள்ளிக்கோடத்துக்கு அனுப்பாம எங்கம்மாக் காரி தலையில மண்ணள்ளிப் போட்டுட்டா ...", பீர்மா பொலம்பித் தள்ளுவாள். பீர்மாவுக்குக் கடிதம் எழுதிக் கொடுக்கத் தொடங்கிய பிறகுதான் ஆயிஷாவுக்கு மாப்பிள்ளை பற்றிய கனவு லேசாகச் சிறகடிக்கத் தொடங்கியது. ஆகாயத்தில் மேகக் கூட்டத்திலிருந்து வெள்ளைக் குதிரையில் பறந்து வருவான் ... முகம் காட்டாமல் மறைவான். ஆயிஷா சிரிப்பாள் ... நினைத்துப் பார்க்க ஞாபகங்கள் மட்டும்தான் அவளுக்கு வீட்டுக்குள் கிடக்கிறது.

ஒருபாடு நாட்களாகக் கன்னியாகுமரி – திருவனந்தபுரம் அகல ரயில்பாதையில் வேலை நடந்துகொண்டே இருந்தது. ஊரில் பலரும் வேடிக்கை பார்க்கப் போவார்கள். பெரியவர், குழந்தைகள் என ஒருபாடு கூட்டம் போய்வரும். ஞாயிற்றுக் கிழமைகளில் வாத்தியார் அவர் பிள்ளைகளோடு ஆயிஷாவையும் அழைத்துப்போவார். மலுக்கும் மம்மக்கண்ணுமாக ஒரு நாள் போனார்கள். மலுக்குக்கு மலைப்பாகிப் போனது.

"என்னா வேலைகாட்டுவு ... மண்ணக்குத்தி அப்படியே தூக்குவு ... அந்தாக்குல வளஞ்சி லாரியில் தட்டுவு ... ஆனைக்குத் தும்பிக்கை கணக்க ... அந்த நீக்கம்பத்த லாரி என்னான்னா ... முதுவுல மூட்டையச் சுமப்பாம்லா அவன் நிமிரது கணக்கே மண்ணத்தூக்கி அந்தாக்குல ஒரு தட்டு ... புள்டவுசராம் மயிருடவுசராம் ... துனியாக்கப் போக்கப்பாரு."

கேட்டவர்கள் கண்கள் அகல விரிந்தன. ஆர்வம் கால்களை இழுத்துப்போனது. மோதியாரும் குச்சித்தம்பியும் ஜோடி போட்டுப் போவார்கள். ரெட்டக்குளத்தங்கரையில நின்று பீடியை இழுத்து இழுத்துப் பேசிக்கொண்டே இருப்பார்கள். ரயில் பயணம் துவங்கியபோதும் இரட்டைக்குளம் வழியாக ரயில்போவதைப் பார்க்க ஊரே திரண்டு போனது. பொம்பளையெல்லாம் முட்டாக்கும் போட்டுக்கொண்டு விடியும் முன்னாலே புறப்பட்டுவிட்டார்கள். மேட்டிலும், குளத்தங்

கரையைச் சுற்றிலும் ஒருபாடு கூட்டம். நாடான்குளத்திலிருந்து சுங்கான்கடைவரை தண்டவாளம் ஒரே நேர்க்கோட்டிலிருந்தது. அதன்பிறகு அக்கியானம் பக்கத்தில் ஒருவளைவு, அதுதாண்டி னால் ஆளூர்.

"படச்சவனுக்க வேலையப் பாத்தியளா ... ரெண்டு துண்டுக் கம்பியில பெரிய ரயிலு போவுது பாருங்கோ ... ம் ... என்னத்தச் சொல்ல!"

மோதியாரின் மலைப்பைப் பார்த்து சிரித்தார்கள். சின்னப் பிள்ளைகளையெல்லாம் வாப்பாக்களும் உம்மாக் களும் பிடித்துக்கொண்டார்கள்.

"மக்களே ... ஓடப்புடாது ... ரெயிலு பொல்லாதது மக்கா ..." ஒரு உம்மா குழந்தையைப் பயமுறுத்தி பிடித்துவைத்துக் கொண்டாள்.

நாடான்குளம் வளைவிலிருந்து ரயில் வந்தது. எல்லோரும் கைதட்டி ஆரவாரம் செய்தார்கள். அவர்கள் இதுவரை கேட்டிராத சத்தத்தோடு அந்தப் பிரமாண்ட வாகனம் அவர் களைக் கடந்துபோனபோது மேலே ஹெலிகாப்டரில் மதுதண்டவதே பறந்துபோனார். "அன்னா விமானம் ...", கூட்டம் மேலே பார்த்து டாட்டா காட்ட "இன்னா ரயிலு ...", மோதியாரின் சத்தம் காதில் துல்லியமாக விழுந்தது. உம்மாவின் கையைப் பிடித்து நின்ற ஆயிஷாவின் கண்களிலிருந்து ரயில் ஓடியகாட்சி மறையவில்லை.

ஊருக்குள் ரொம்ப நாட்களான பிறகும் ரயில் பற்றிய பேச்சு மாறவேயில்லை. இரவு ரயில்சத்தம் கேட்டுவிட்டால் பள்ளி முக்கிலிருந்து பையன்களும் பெரியவர்களும் வேகமாக ஓடி அம்மங்குண்டு முக்கில் நின்று பாரப்பார்கள். மூச்சுவாங்கும். இருந்தாலும் தூரத்தில் கடந்துபோகும் சத்தத்தோடு கூடிய அந்த ரயில்பெட்டி வெளிச்சம் ரசனைக்குரியது. ஒன்றிரண்டு குடும்பம் கோட்டாற்றிலிருந்து கன்னியாகுமரிவரை ரயிலில் போய் வந்தார்கள். வந்தவர்கள் பீத்தித் தள்ளினார்கள்.

"எப்படிப் போவுது தெரியுமா ... டக்குடிடக்குடின்னு ... ஊடு மாதிரியேதான் ..."

"எப்புடியாக்கும் திருப்புவானுவோ?"

"அந்தத் துக்கே திரும்பாது ... இங்க இருந்து போய் நிக்கி ... அந்தாக்குல அங்க இருந்து வருது."

“உள்ளதாளா?”

“நீங்கோ போய்ப் பாருங்கோ ... அப்பதான் தெரியும் ...” ஆயிஷா உம்மாவிடம் ஓடிவந்தாள்.

“ம்மா ... நாமோ ரயிலுல போலாம்ளா ...”

“ம் ... கல்யாணமாயி மாப்ளே ஊட்டுக்குப் போனதும் போ ...” சொல்லிவிட்டுச் சுபைதா சிரித்தாள்.

“போளா ...” ஆயிஷாவுக்கு எரிச்சலானது. எது கேட்டாலும் உம்மா இப்படித்தான். மாப்பிள்ளை ஊட்டுக்குள் போயி போ என்றே சொல்கிறாள். பீர்மாவின் சிங்கப்பூர் மாப்பிள்ளைக்குக் கடிதம் எழுதிக்கொடுக்கும் முன்னால் ஆயிஷாவின் மனதில் மாப்பிள்ளை பற்றிய சித்திரம் உம்மாவின் வார்த்தையில்தான் அடிக்கடி விழுந்தது. ஆயிஷாவுக்குப் புரியவில்லை. ஆனாலும் அவள் அடிமனதில் யார் மாப்பிள்ளை, அவர் வீடு எங்கே இருக்கிறது என்ற விடை தெரியாத கேள்விகள் வந்து மறைந்தன.

ஆயிஷா சடங்கான அன்றே அவளின் படிப்பு ஆசை மௌத்தாகிப்போனது. மொய்துசாகிபு சொன்னபோதும் மைதீன் சொன்னபோதும் சுபைதா சம்மதிக்கவில்லை. தீர்மானமாகச் சொல்லிவிட்டாள்.

“பொட்டப்புள்ளதான ... படிக்காண்டாம் ...” அழகப்பப் பிள்ளை சாருக்கு முன்னால் தலையாட்டிய ஆட்டல் அவளை இப்போது கேலி செய்தது. பாத்திரம் கழுவி, வீடு தூத்து, உம்மாவோடு அடுக்களையில் ஐக்கியமான மறுநாளே பழைய பேப்பர்காரனிடம் ஆயிஷாவின் பாடப்புத்தகத்தைப் போட்டு வாங்கிய கிழங்கை சுபைதா ஒவ்வொரு துண்டுகளாக வெட்டி வேகவைத்தாள். வேக்காடு பார்க்க ஒரு துண்டை எடுத்து ஆப்பக்கணையால் உடைத்து வாயில் போட்டுவிட்டு “நல்ல ருசி ...” என்றபோது ஆயிஷாவின் குன்னிமுத்து எழுத்துக் கங்கூஸ் மாலையிலிருந்து அத்துவிழுந்துச் சிதறியது.

ஆயிஷா வாசலைவிட்டு வெளியே இறங்கி ஆறு வருடங்களுக்கு மேலாகிவிட்டது. சடங்கான நாளிலிருந்து அவளின் நடமாட்டம் அடுக்களை, வளவு, வாசல் என ஒரு வட்டத்துக்குள் சுத்திச்சுத்தி சுருதி இழந்து கிடந்தது. ஆயிஷா எப்படிப் பேச வேண்டும், சாப்பிட வேண்டும், தூங்க வேண்டும் என எல்லாவற்றிற்கும் சுபைதா வரையறை வைத்திருந்தாள். இருந்தால், நின்றால், படுத்தால் அன்னை பாத்திமா ரளியல்லாஹுத்தாலாவின் வழிமுறைக்குள் வசப்படுத்தப்பட்டாள். நோய்நொடி வந்தபோதும் கைமருந்தில்தான் அவள் காலம் உருண்டது.

காய்ச்சலுக்குச் சுக்கும் கருப்பட்டிச் சாயாவும், வயிற்று வலிக்கு இஞ்சிச்சாறும், ஒரு முறை வளவில் கால்தட்டிப் பெருவிரல் நகம் பெயர்ந்து ரத்தம் கொட்டியபோதும் சுபைதா சின்ன உள்ளியைத் தள்ளி காயத்தில் வைத்துக் கெட்டினாள். அவள் செவிகளில் பஸ் போகிற வருகிற சத்தம் கேட்கும்போதெல்லாம் ஒருகோடி உற்றுப்பார்ப்புகள் உருத்தெரியாமலே போயின. பஸ் பயணம் போக வேண்டும். ரயில் பயணம், சினிமா, இன்னும் நிறைய அடுக்களைக்கும் வாசலுக்குமாக, நடந்து நடந்து நடைமுட்டிப்போன கால்களைக்கொண்டு நீண்ட தூரம் நடக்க வேண்டும். தக்கலைப்பாட்டு, வயிலங்கரைப் பள்ளிக் கூட்டம், பீமாபள்ளி, ஆத்தங்கரைப்பள்ளி எனக் கனவு களில் கழியும் பொழுதுகளை நிஜமாக்கத் துடிக்கும் அவளின் நெஞ்சம் முழுவதும் அந்த முகம் பரவிக்கிடந்தது.

ஆயிஷாவுக்கு சம்மந்தம் பார்க்கத் தொடங்கியதிலிருந்தே மனதில் சங்கடம் உண்டு. வாப்பாவையும் உம்மாவையும் அண்ணனையும் பிரிந்து இனி, மாப்பிள்ளை ஊட்டுக்குப் போக வேண்டும். பிறந்து வளர்ந்து வாழ்ந்த இந்த மண் இனி அன்னியமாகிப்போகுமே. அவளுக்குள் அழுகை பொத்துக் கொண்டு வந்தது. கடைசியில் ஜின்னாவைப் பேசிமுடித்த பிறகு அவள் ஆனந்தத் தாண்டவமாடினாள். ரோடு தாண்டி அடுத்த தெருவுக்குப் போனால் மாப்பிள்ளை ஊடு. உள்ளூர் மாப்பிள்ளை, அங்கிருந்து ஒரு சத்தம் போட்டால் உம்மாக்குக் கேட்கும் ரோட்டுப் பக்கம் நடமாடும் வாப்பாவை ஜின்னா வீட்டு மாடியில் நின்று பார்த்துவிடலாம். உம்மா சுவாசிக்கும் அதே காற்று பாண்டியாடிய தெருவின் ஓர்மைகள் தூரமாய் போகாமல் தொட்டடுத்துக் கிடக்கும்.

☯

ஹமீதுசாகிபு ஜின்னாவின் நிச்சாம்புலத்துக்கு இரண்டு கிடாய் பிடிக்கும் உத்தேசத்தைக் கோயாபிள்ளையிடம் சொன்னபோது கோயாபிள்ளை கோபியைக் கையிலெடுத்தார். ஐம்பது ரூபாய் தனக்கு தனியாகத் தர வேண்டுமென முன்ஒப்புதலோடு கோபியிடமிருந்து ரெண்டு கிடாயைச் சுளுவாகத் தட்டி எடுத்துக் கோயா பிள்ளை பணம் வாங்கிக் கொடுத்திருந்தார். மாவிளையிலிருந்து நடந்துவந்த ஹமீதுசாகிபு கோபியிடமும் சொன்னார். "நாளைக்கு நிச்சாம்புலத்துக்கு வந்துருடே . . ."

"நம்ம கிடாய்யில்லா மொதலாளி . . . கட்டாயம் வருவேன்."

ஹமீதுசாகிபு கடந்துபோகும்போதே யாரிடமாவது நிச்சாம்புலத்துக்குச் சொல்லாமல் விட்டுவிட்டோமாவென யோசித்தபோது எல்லாம் நிறைவாகவே தெரிந்தது.

அவர் வீட்டு வளவில் கிணத்தடியோரம் குச்சித்தம்பி நாலு பூட்டு ஓலையில் சாய்த்துக்கட்டிய வாரிக்குக் கீழே தான் ரெண்டு பெரிய அடுப்புக் கூட்டியிருந்தார்கள். கோட்டாத்திலிருந்து வந்த ரெண்டு பண்டாரிகளுக்கு எடுபிடியாகக் குச்சித்தம்பியும் ஹைதரும் கூடமாட நின்றார்கள். தாஸீம்பி சொல்லிக் கொடுக்கும் ஆலோசனை களை வாங்கிவந்து அடிக்கொருதரம் பண்டாரிகளிடம் ஹமீதுசாகிபு கொட்டிவிட்டுப் போனார். விடியுமுன் னாலே வீட்டுக்கு வந்திருந்த தாஸீம்பியின் உறவினர்கள் ரவுண்டடித்து ஜின்னாவைக் கொமைத்துக்கொண்டிருந் தார்கள். உள்வீடு வாசலும் நிச்சாம்புல வீட்டிற்குரிய பொலிவை வெளிக்காட்டிக்கொண்டிருந்தது. லட்ச ரூபாய் கைக்கு வரப்போகும் கனவுகளோடு ஹமீதுசாகிபு இருப்பில்லாமல் அலைந்துகொண்டிருந்தார்.

மூன்று நான்கு நாளாகக்கொண்டு சுலைமானைத் தவிர எல்லோரிடமும் சொல்லியாகிவிட்டது. சொன்னாலும் அவன் வரமாட்டான். ஹமீதுசாகிபுக்கும்

சுலைமானுக்கும் ஒத்துப்போகாது. சுலைமான் பரம்பரைப் பணக்காரன். ஊரில் பாதிக்குமேல் இரண்டு குடும்பங்களுக்கும் பொதுவான ஆட்கள்தான். மொய்துசாகிபின் ஆட்களாக இருபத்தைந்துபேரும் ஹமீதுசாகிபின் ஆட்களாக முப்பது பேரும். பொதுவான ஆட்களாகப் பத்து நாற்பது பேரும் வரக் கூடும் என்ற கணக்கில் நூறுபேருக்கு அடுக்குப் பிரியாணியும், பொரிச்ச கோழியும், ஊறுகாயும், உள்ளிப்பச்சடியும் ஒரு புருத்திச்சக்கைத் துண்டுமாக ரெடிபண்ணச் சொல்லி இருந் தார். வந்ததும் விளம்ப சர்பத்தும் ரெடியாக்க வேண்டும்.

கிடாய்கறி ரெடியாகி வரவில்லை. ஹமீதுசாகிபு குச்சித் தம்பியை அனுப்பிப் பள்ளித்தோப்பில் பார்த்து வரச்சொன்னார்.

நல்ல நயம் கிடாய் கிட்டே நெருங்கும்போது மூத்திர மொச்சை கப்பென அடித்துத் தூக்கினாலும்கூடக் கிடாயின் தோற்றம் பொலிவாகவே இருந்தது. வாய்பார்த்துச் சளுவா வடித்துக்கொண்டே காதர் விலகிப்போக மனமில்லாமல் சுத்திச்சுத்தி வந்ததைப் பார்த்து மதரஸா திண்ணையிலிருந்த குச்சித்தம்பியிடம் மோதியார் சொன்னார்.

"அவன் பாக்கத பாத்தா . . . பச்சக்கறியத் திண்ணுருவான் போலத் தெரியுவு . . . ம் . . . துக்கயத் தள்ளிப்போவச் சொல்லு . . . கொதி பிடிச்சுரும். எத்தனை மணிக்குடே?"

"லுஹர் முடிஞ்சதும் வந்துருங்கோ . . . நான்தான் வெளப்பம். உங்களப் பெலமா கவனிக்குதேன் . . ."

குச்சித்தம்பியின் வார்த்தைக்குப் பிறகு மோதியாருக்குப் பளிச்சென சந்தோசம் தொற்றிக்கொண்டது. மதியம் மணி பன்னிரெண்டைத் தாண்டியபோதும் ஆள் அனக்கமில்லாம லிருப்பதைப் பார்த்துப் பள்ளிப்பக்கத்தில் ஒன்றிரண்டு பேர் புளுபுளுத்துக்கொண்டே நின்றபோதுதான் சிலோன் காஜா வந்து சேர்ந்தான்.

"மணத்துட்டு போலத் தெரியுவு."

சுக்காப்பி சுல்தான் பிள்ளை சொன்னபோது,

"தள்ளயத்தின்ன மூக்குக்கு அமேரிக்காவுல பிரியாணி வச்சாலும் மணந்துரும்லா . . ."

சிலோன் காஜாவுக்கு மனசிலானது. நம்மளப் பரியாச மடிக்கானுவோ எனப் புரிந்துகொண்டவனாய் மதரஸா திண்ணைக்குப் போனான். மோதியாருக்கும் பளிச்சென சிரிப்பு வந்தது. சிலோன் காஜாவைக்கூப்பிட வேண்டுமென்று அவசியமில்லை. தேறிய உளவாளியைப்போல எங்கே பிரியாணி மணத்தாலும் அறிந்துகொண்டு ஆஜராகிவிடுவான். ஹவுளில் நின்ற ஜப்பாரிடம் மோதியார் மெல்லச் சொன்னார்.

“கன்யாகுமரி கடல அவன் கொடலுல வச்சிருக்கான் ... படச்சவன்தான் காப்பாத்தணும்.” சிரித்துக்கொண்டே பள்ளிக்குப் போனார். அவரிடமிருந்து லுஹருக்கான பாங்கு சத்தம் வழக்கத்தைவிட வலுவாக வந்து விழுந்தது.

ஹமீதுசாகிபின் வீடு நிறைந்திருந்தது. முன்னறையில் ஜமுக்காளம் விரிக்கப்பட்ட விரிப்பில் எல்லோரும் அமர்ந்திருந் தார்கள். மத்தியில் அமர்ந்திருந்த மோதியாரும் குச்சித்தம்பியும் கண்களால் பேசிக்கொண்டார்கள். மைதீனின் கூட்டாளிமார்கள் இரண்டுபேராகச் சேர்ந்து தூக்க முடியாமல் தூக்கி வந்த உருளி ஓரத்திலிருந்தது. சில்வர் குத்துப்போணியில் மாவிளை மஸ்தான் தூக்கிவந்த பத்துக்கிலோ பூந்தியும் இருந்தது. ஆள் உயரச் செந்துளுவன் வாழைக்குலையைச் சுபைதாவின் தம்பி யும் மாஹீனும் சேர்ந்து அப்பொழுதுதான் தூக்கி வந்தார்கள். குலையைப் பார்த்தமாத்திரத்திலேயே கோயாபிள்ளைக்குச் செட்டியார் அம்மன்கோயில் கொடைக்கு நேரியல் கட்டிப் போடும் பந்தல் குலை ஓர்மையில் வந்தது. ரெண்டு பழத்தை மருந்துக்கு என்று ஹமீதுசாகிபிடம் தட்டிவிடத் தீர்மானித் திருந்தார். குச்சித்தம்பியும் ஹைதருமாக விளம்பிய சர்பத்தைக் குடித்துவிட்டு எல்லோரும் கப்பைக் கீழே வைக்கக் காத்திருந்தவரைப்போல பிமெஸப்பா கேட்டார்.

“எல்லோரும் ... என்ன உத்தேசமா வந்திருக்கியோ ...” ஒன்றிரண்டுபேர் சம்பிரதாய விசாரிப்பை நினைத்துச் சிரித்தார்கள் அஸ்ஸலாமு அலைக்கும் சொல்லிக்கொண்டே மொய்துசாகிபு எழுந்து கக்கத்திலிருந்த பையைப் பிடித்துக் கொண்டே சொன்னார்.

“எனக்க மொவளே ... அவருக்க மகனுக்கு நாங்க பேசி முடிவு பண்ணிக்கிட்டோம்.”

“பேசி முடிச்சாச்சா .. ?”

“ஆமா நாங்க பேசிக்கிட்டோம்.”

“கொடுக்கல் வாங்கலெல்லாம் எப்படி.”

ஹமீதுசாகிபு முந்திக்கொண்டே சொன்னார்.

“அதுவும் நாங்களே பேசிமுடிச்சாச்சி.”

“அப்போ வேற என்னா ... புதியாப்புளேய வரச் சொல்லுங்கோ ...” என்றபோது அதற்காகக் காத்திருந்தவனாக ஜின்னா ஸலாம் சொல்லிக்கொண்டே சபைக்கு வந்தான். அத்தர் வாசனை அறைமுழுவதும் கும்மெனப் பரவியது ... குச்சித்தம்பி இழுத்து சுவாசித்தபோது அத்தர் வாசனை அவர்

நாசியில் புகுந்து கீச்சம் காட்டியது. அந்த சிலிர்ப்போடு எச்சிக் கப்பைப் பொறுக்கி வைத்துக்கொண்டிருந்த ஹைதரைப் பார்த்தபோது அவன் சவுதியா விமானத்தின் சிறகுகளில் பறந்தான்.

சபையில் நின்ற ஜின்னாவுக்கு வெட்கமாக இருந்தது. ஆனாலும் கம்பீரமாகவே நின்றான். மொய்துசாகிபு மைதீனைப் பார்த்தபோது அவன் எழுந்து மூணுபவுன் செயினைச் சுற்றி வைக்கப்பட்டிருந்த ரோஸ்கலர் தாளிலிருந்து பிரித்துப் பொதுவாக எல்லோரிடமும் காட்டிவிட்டு ஜின்னாவிடம் நீட்டியபோது அவன் கழுத்தில் போட ஏதுவாகத் தலைகுனிந்து கொண்டான். வீட்டிலிருந்து புறப்படும்போதே சுபைதா தேர்மஞ்சளும் ஒரு ரூபாய் நாணயமும் போட்டுவிட்ட பணப்பையையும் மொய்து சாகிபு மைதீனிடம் கொடுத்து ஜின்னாவிடம் கொடுக்கச் சொன்னார். ஜின்னா வாங்கி ஹமீதுசாகிபிடம் நீட்டினான். அது கைமாறிக் கைமாறிக் கடைசியில் தாஸீம்பி கைக்கு வந்த போது சிலிர்ப்பின் உச்சத்தோடு உள்அறைக்குள் பீரோவில் வைத்துப் பூட்டினாள். அவள் தேகத்தின் பலம் பெருகியதுபோல இருந்தது.

"அல்ஹம்து லில்லாஹ்... அல்லா போதுமானவன்... லெப்பே... பாத்தியா ஓதுங்கோ..."

நடுவீட்டில் விளம்பிவைத்திருந்த பிரியாணித்தட்டிலிருந்து எழுந்த வாசனையை மோதியாரின் நாசி வாரிச் சுருட்டிக் கொள்ள ராகம்போட்டு ஓதத் துவங்கியபோதே பிரியாணி விளப்பம் தொடங்கிவிட்டது. கோபி கறித்துண்டைக் கடித்துத் தின்னும்போது நேற்று முந்தியதினம் அவன் வீட்டு மாமூட்டில் கெட்டிப்போட்டிருந்த கிடாயின் சத்தம் அவன் காதுகளில் பளிச்செனப் பாய்ந்து அவனை முடக்கியது. தின்றுமுடித்து ஏப்பம் உட்டுக் கூட்டம் கிளம்பிப் போனதும்தான் தாமதம் தாஸீம்பியும் ஹமீதுசாகிபும் அரங்கு ஊட்டுக்குள் போய் கதவைப் பூட்டிக்கொண்டார்கள்.

மொய்துசாகிபு கொண்டுவந்து கொடுத்த சீதனத் தொகையை ஹமீதுசாகிபும் தாஸீம்பியும் எண்ணத்துவங்கிய போது மதியம் மூன்றுமணிக்கு மேல்இருக்கும். நூறுரூபாய் கட்டும் ஐம்பதுரூபாய் கட்டும் பத்து, இருபது எனவும் பண மிருந்த பையைத் தட்டி இருவரும் தன் முன்னால் பரத்தி வைத்துக்கொண்டே எண்ணத் துவங்கினார்கள். ஹமீதுசாகிபு துப்பல் தொட்டு ஒரு கட்டை எண்ணும்போது தாஸீம்பியிடம் "பாத்து எண்ணுளா..." என்பார். அவள் கவனம் திசைமாறி எண்ணம் விட்டுப்போகும் தமாசாகச் சிரித்துக்கொண்டே

திரும்ப எண்ணுவாள். அசருக்குப் பாங்கு சொல்லும்போதும் எண்ணம் நடந்துகொண்டே இருந்தது.

“பள்ளிக்குப் போயிட்டு வந்து எண்ணுங்களேன் ...” அவர் அனங்கவில்லை. பேப்பர் பென்சில் வைத்துக் குறித்து குறித்து எண்ணினார். மக்ரிபுக்குப் பாங்கு சொல்லும்போதுதான் தாஸீம்பியும் ஹமீதுசாகிபும் அரங்கு வீட்டைவிட்டு வெளியே வந்தார்கள். வெளியே உச்சைக்குச் சாப்பிட்ட பிரியாணி எச்சியும் இறைச்சிமுள்ளும் கோழிமுள்ளுமாக ஒரு கடவம் நிறையக் குவிந்து கிடந்தது. பழத்தொலியும் இன்னொரு கடவத்தில் இருந்தது. வீட்டின் முன்அறையில் சோபாவில் தாஸீம்பியின் தம்பிமகன் மலர்ந்து கிடந்தான். உச்சைக்கு அவன் மூணு பிளேட் பிரியாணி தின்றுவிட்டு சோடாவும் உப்பும் போட்டுக் குடித்துப் பார்த்தான். நெஞ்சுகரிப்பதாகச் சொல்லிக்கொண்டே நடமாடியவன் நாலு மணிக்கு சோபாவில் சரிந்தவன் எழும்பு வதற்கான எந்தக் கூறுமில்லாமல் கிடக்கிறான்.

தாஸீம்பி எச்சில்களையும் குப்பைகளையும் குவித்து வைத்திருந்த கடவத்தைப் பார்த்துக்கொண்டே ஹமீதுசாகிபிடம் சொன்னாள்.

“குச்சித்தம்பி நின்னாம்னா வரச்சொல்லுங்கோ ... இதெல்லாம் மாத்தணும்.”

குச்சித்தம்பி மதியம் ரெண்டு மணிக்குப் பூந்திவந்த சில்வர் குத்துப்போணியில் பிரியாணியும் பொரிச்சகோழியும் வைத்து நிறைத்துக்கொண்டுபோய் மொய்துசாகிபு வீட்டில் கொடுக்கப் போனவர் இன்னும் வீட்டுப்பக்கம் வரவில்லை. ஹைதரும் பாத்திரங்களையெல்லாம் கழுவிக் கொண்டுபோய் பள்ளியில் கொடுத்துவிட்டுப் போனவன்தான். யோசித்துக்கொண்டே தெருவிறங்கி பள்ளிப்பக்கம் வந்து விசாரித்தார்.

குச்சித்தம்பியின் பொண்டாட்டி இழுப்பு அதிகமாகி ... சாயங்காலம் நாலுமணிக்குப் பாரேரம் ஆஸ்பத்திரிக்குக் கொண்டு போய் குளுக்கோஸ் போடப்போனதாக மோதியார் சொன்னார். “குளுக்கோஸ் முடிஞ்சா வந்துடுவான். அனேகமா இப்போ காணும்.” குச்சித்தம்பி மூன்றுமணிக்கு வீட்டிற்குப் போய் விட்டார். போதங்கெட்டுக்கிடந்த செய்தூனைப் பார்த்துப் பதறிஅடித்துப் பார்வதிபுரம் ஆஸ்பத்திரிக்கு கொண்டு போனதும் டாக்டர் பார்த்துவிட்டு குளுக்கோஸ் போட்டிருக்கிறார். குளுக்கோஸ் முடிய ஏழரை மணிக்கு மேலாகிவிட்டது. அதன் பிறகு செய்தூனை கொண்டுபோய் வீட்டில் விட்டுவிட்டுப் பள்ளிப்பக்கம் வரும்போது ஹமீதுசாகிபு கண்ணில் மாட்டியது அவர் கேட்டார்.

“இப்போ எப்படிக் கொள்ளாமா? கேட்டுக்கொண்டே தொடர்ந்து சொன்னார்.

“அந்த குப்பையள கொண்டு சின்னாத்துல தட்டிருடே.”

“சரி மச்சான் ... மச்சான் பயலுக்க விசா ..?”

“எல்லாஞ் சரியாவும் கல்யாணம் முடியட்டும் ... ம்.”

பதிலுக்கும் “ ... ம்” கொட்டிவிட்டு ஹமீதுசாகிபின் வீட்டுக்கு குச்சித்தம்பி போனபோது மையத்தைப்போல மலர்ந்து கிடந்த தாஸீம்பியின் தம்பிமகனை ஒருதினுசாய் பார்த்துக் கொண்டே தரையில் சிந்திக்கிடந்ததையெல்லாம் அள்ளிக் கூட்டிக் கடவத்தை நிறைத்தார். கடவத்தைத் தூக்கிப்பார்த்தார் இடுப்பு எலும்பு இடம்பெயர்ந்து விடும்போல இருந்தது. கொஞ்சம் குறைத்துக்கொண்டு தனியாளாகத் தூக்கித் தோளில் சுமந்து விறுவிறுவென நடந்து பள்ளிக்குப்பின்னால் சின்னாத்து ஓடையில் தட்டும்போது இருட்டில் மாணிக்கம் வயலில் ஒரு சலசலப்புக் கேட்டது. இரண்டு மூன்று தீ கங்குகள் மின்னி மின்னி மினுங்கியபோது பளிச்செனக் கொள்ளிவாய் பிசாசுக் கதைகள் ஞாபகம் வந்தது.

அழுகிய பழமும், தொலியுமாகக் கொஞ்சம் நாத்தமடித்த இரண்டாவது கடவத்தைத் தட்டும்போதும் மாணிக்கம் வயலில் ஆள் அனக்கம் கேட்டது. தீக் கங்குகளின் மின்னலும் தெரிந்தது. சுற்றிலும் ஒரே இருட்டு. தூரத்தில் பள்ளிதாண்டிக் காதர்சாகிபு ஹோட்டலில் ஒரு இடிவிழுந்த லைட் எரிந்தது. சிங்கப்பூர் கள்ளன் கடையிலும் அதுபோலவே ஒரு லைட். குச்சித்தம்பி பயந்தபடி ‘மைதீன்சேகே’ என மனதில் நினைத்துக்கொண்டு ... கூர்ந்து பார்த்தார் ... மீண்டும் தீக் கங்குகளின் அளவு துல்லிய மாகத் தெரிந்தது.

“யாரு?”

“வயல்ல எவம்புலே?”

“ஓம்ம உம்மாக்க மாப்ளே ...” குளறலாக சத்தம் வந்தது. குச்சித்தம்பி நடுங்கினார். ஒரு தீக்குச்சி உரசியதைப்போல இருட்டில் வெளிச்சம் வந்து மறைந்தது. வயல்வெளிதாண்டி னால் தோப்பு. தோப்புக்கரையில் வலியாறும் தாண்டி ஒத்தையடிப் பாதையில போனால் மையவாழிஇடம். ஆனைப்பாலத்தி லிருந்து தெற்குப்பக்கம் போனால் சுடுகாடு. கொள்ளிவாய்ப் பிசாசு, வருவதற்கு எந்தத் தடையுமில்லை அதுபாட்டுக்குப் பறந்து வந்துவிடும். பள்ளி இருப்பதால் சின்னாறு தாண்டி வராது என்பதில் குச்சித்தம்பிக்குத் தைரியம் வந்தது. ஒன்றிரண்டு முறை கலிமா சொல்லிக்கொண்டார். மோதியாரைக் கூப்பிடலாம்

ஆனால் நாளைக் காலைக்குள் குச்சித்தம்பி பயந்த பீச்சாளி என ஊரில் ஒரு ஆள் பாக்கி இல்லாமல் பரப்பிவிடுவார்.

ஏற்கெனவே ஒருமுறை அவரோடு மதரஸாவில் தூங்கிய போது... சாமத்தில் தட்டி எழுப்பிக் கேட்டார்.

"ஜின் பாத்திருக்கியரா ஓய்?" குச்சித்தம்பியின் குடல் கலங்கிப்போனது.

"சாமத்துல ஹவுளூல ஒளுவெய்ய வரும்... நாம்னால இங்கே கெடக்கேன். மேக்க உள்ள ஆலிம்ஷா ஒருத்தரு ஒரு நா ராத்திரி கூடப்படுத்துட்டு அலறிட்டாரு... எப்போவும் தைரியமா இருக்கணும்..." பயந்துகொண்டே குச்சித்தம்பி 'ம்' சொன்ன பழைய ஓர்மையில் தைரியமா மீண்டும் இருட்டைப் பார்த்துச் சத்தமாகச் சொன்னார்.

"யாருலே?"

அனக்கமில்லை.

"அல்லாகு அக்பர்... அல்லாகு அக்பர்... அல்லாகு அக்பர்... தக்பீர் முழக்கம்..." ராகமாகப் பாடியபோது கூட்டாகச் சிரிக்கும் சத்தம் கேட்டது.

"தாயழி எவம்புலே அது..." மீண்டும் நிசப்தம்.

"லே... ஒரு அப்பனுக்குப் பொறந்தவன்னா... சொல்லுலே."

"ம்... ம்...ம்... ம்..." நான்கைந்து சத்தங்களாகக் கலந்து வந்தது. குச்சித்தம்பி திரும்பி ஓடிவிடும் வேகத்தில் திரும்பினார். பொத்தெனச் சத்தம் கேட்டதோடு சின்னாத்துத் தண்ணீர் அவர் மூஞ்சியில் தெறித்தது... அடி வயிற்றிலிருந்து குரல் வந்தது.

"யா... யா... ரு?"

"சைத்தான்..!"

"மோதியாரப்பா... மோதியாரப்பா..."

மதரஸாவிலிருந்து அனக்கம் இல்லை. குனிந்து கல்லைப் பொறுக்கி வேகவேகமாகக் கண்ணைமூடிக்கொண்டு இருட்டை நோக்கி எறிந்தார். இருட்டில் ஐந்தாறு உருவங்கள் சிதறி ஓடின.

"கள்ளன்... கள்ளன்..."

கடவத்தைப் போட்டுவிட்டு ஓடிவந்தார். தெருமுனையில் நின்று கத்தினார்.

"பள்ளிக்குப் பின்னால மாணிக்கம் வயல்லே கள்ளன்மாரு ஓடியாங்கோ..."

காதர்சாகிபு ஹோட்டலில் இருந்து சாடிவந்தார். தோவாளை அப்பாவும் வந்தார். இன்னும் ஒன்றிரண்டுபேர் வந்தார்கள். குச்சித்தம்பி தெருவில் ஓடி ஹமீதுசாகிபு வீட்டு முன்னால் வந்து,

"மச்சான் ... கள்ளமாரு ... அரேபியா டார்ச்ச எடுத்துட்டு வாருங்கோ ..."

ஹமீதுசாகிபு டார்ச்லைட்டை எடுத்துக்கொண்டு வந்தார். பள்ளி முன்னால் ஆட்கள் கூடி நின்றார்கள். ஜமால் நீள மட்டையைத் தூக்கிக்கொண்டான். எல்லோரும் பள்ளிப் பின்னால் வந்து சின்னாத்தங்கரையில் நின்றார்கள்.

"மச்சான் அங்குன அடிங்கோ ..."

குச்சித்தம்பி இலக்கைக் காட்டிக்கொடுத்தார். ஹமீதுசாகிபு டார்ச்சை அடித்தார். இருட்டை வெளிச்சம் ஒரு வட்டத்தில் தின்று போட்டது. யாருமில்லை.

மோதியார் கேட்டார்.

"நல்லா பாத்தியா ... இல்லே பேடிச்சிப்போய் என்னமும் சொல்லுதியா ..? குச்சித்தம்பி."

"மயிரு பேடிச்சாவோ ... எனக்க கண்ணால பாத்தேன் ... யாருன்னு கேட்டேன்... சைத்தான்னு சத்தம் வந்து ..."

மோதியாருக்குக் குப்பென வியர்த்தது.

"மச்சான் இங்கன அடிங்கோ ..."

குச்சித்தம்பி இன்னொரு இலக்கைக் காட்டினார். ஹமீது சாகிபு டார்ச்சைச் சுற்றி அடித்தார். வெளிச்சம் பரவி நகர்ந்து நின்ற ஒரு இடத்தில் மூன்று எவர்சில்வர் தட்டு இருந்தது. அதில் பொரிச்ச கோழியும் பிரியாணியும் அதைத்தொட்டு ஒரு பெரிய பிராந்திக் குப்பியும் இரண்டு மூணு கிளாஸும் இருந்தன. சிதறிக்கிடந்த செருப்புகளில் ஒரு ஜோடி அரேபியா செருப்பு. ஹமீதுசாகிபு பளிச்சென டார்ச்சை அணைத்துவிட்டு,

"கடவத்தை வீட்டுல போட்டுட்டுப் பேசாம போ."

"சரி மச்சான்."

கூட்டத்தில இருந்து ஹமீதுசாகிபு மெல்ல நகர்ந்து போனார்.

வீட்டுமுற்றத்தில் கிடந்த ஈசிச்செயரில் சாய்ந்து கொண்டே மொய்துசாகிபு யோசனையாகக் கிடந்தார். ஆயிஷா நேற்றுப் பிறந்து வளர்ந்ததுபோல உள்ளது. தோளுக்கு மேலே வளர்ந்த செல்லமகள். அவருக்கான துனியா உள்ளங்கையில் சுருக்கிப்பிடித்து விடும் அளவில் தெரிந்தது.

'மனோகரா' படம் பயோனியர் தியேட்டரில் வந்த நேரம். மொய்துக்குப் பத்துப் பதினான்கு வயதிருக்கும். மொய்தும் கூட்டாளிகளும் தடிப்பெறையில் கவுட்டாங் கம்பு விளையாடப் போவதாகச் சொல்லிக்கொண்டு நடந்தேபோய் படம் பார்த்துவிட்டு வந்தார்கள். திரும்பத் திரும்ப அதே பொய்யைச் சொல்லியே ஏழெட்டுமுறை படம் பார்த்தாகிவிட்டது. மொய்து கண்மூடினாலும் மனதில் 'மனோகரா' காட்சிதான்.

பள்ளித்தோப்பில் மொய்துவைக் குச்சங்கயிறால் வரிந்துக்கட்டிக் கைகாலோடு போட்டுச்சுத்தி உடலோடு பின்னிப்பிணைத்துக் கோரைகெட்டி வரும் பச்சைக்கயிறை இடுப்பில் சுத்திக்கெட்டி அதன் நாலஞ்சி தும்புகளை பையன்மார்கள் பிடித்துக்கொள்வார்கள். பள்ளிக் கிணற்றின் அருகே உயரமான தொட்டியின் விளிம்பில் ஒசனார் உட்கார்ந்துகொள்வார். தலையில் பிலாங் கொளைத் தொப்பியும் அதிலேயே தோள் பெல்ட்டும் போட்டுக்கொண்டு குச்சங்காளியில் தென்னை ஈக்கலைச் சொருகி வாள்போல இடுப்பில் வைத்துக்கொண்டு "இழுத்துவாருங்கள் ... அந்த ... மனோகரனை ..." எனக் கரிமீசை மூஞ்சோடு கர்ஜிக்கும்போது மொய்து வளைந்த தெங்குப் பக்கத்திலிருந்து சிவாஜியைப்போல இழுத்து திமிறிக்கொண்டு வருவார். பின்னால் பையன்மார்கள் கயிறை இழுத்துப் பிடித்துக்கொள்வார்கள். மனோகரா

வசனம் மொய்துவின் வாயிலிருந்து தெறிக்கும். அடிக்கடி நடக்கும் இந்த விளையாட்டில் மொய்து முன்னால் இழுக்கும் போது பையன்மார்கள் பின்னால் இழுப்பார்கள். முன்னாலும் பின்னாலும் நடிப்பின் வேகத்தில் இழுத்த இழுப்பில் கயிறு அத்துக் காசீம்பிள்ளை மல்லாந்து விழுந்தான். விழுந்த இடத்தில் கிடந்த சீப்பான்பல் அவன் தலையைப் பதம் பார்த்தது.

ரெத்தம் சொட்டச் சொட்ட "வாப்போ... வாப்போ..." என அழுதுகொண்டே வீட்டை நோக்கி ஓடினான்.

"என்னைய மொய்து தள்ளி உட்டுட்டான் வாப்பா..." காசீம்பிள்ளையைத் தூக்கிக்கொண்டு "பெரிய மனோகரா புழுத்தி..." என அவன் வாப்பா மொய்துவின் குடும்பத்தை அறுத்துக் கிழித்ததை அறிந்து மொய்துவின் வாப்பா மொய்துவை அடிப்பதற்குத் தெறச்சிவாலை எடுத்துக்கொண்டு தேடினார். அவர் ஒவ்வொரு இடமாகத் தேடத்தேடக் காசீம்பிள்ளையின் வாப்பா அறுத்துக்கிழித்த கிழிப்பெல்லாம் காதில் கேட்டுக் கொண்டே இருந்தது. சூத்தையன் தோப்புக் கட்டத் தெங்கில் ஒளித்துக் கிடந்தவனை உம்மாக்காரி நைசாக ஆள் சொல்லி விட்டு ராத்திரி வீட்டுக்குக் கூட்டிப்போனாள். மறுநாள் மொய்துக்கு நல்ல காய்ச்சல். நேற்று ராத்திரி சூத்தையன் தோப்புத் தெங்கில் கிடந்தபோது பயந்திருப்பான் எனக்கருதி உம்மாக்காரி பழைய லெப்பையிடம் தண்ணி ஓதிக் கேட்டாள். லெப்பை சொன்னார்.

"ஒனக்க மோனே பாத்துத் தாம்புளா... பிசாசு பயப்படும்."

மொய்து ஏழாம் கிளாஸ்வரை மலையாளத்தில் பழைய ட்ரைனிங் ஸ்கூலில் படித்தார். தொடர்ந்து படிக்க வசதி இல்லாமல் படிக்காமல் கிடந்த காலத்தில்தான் சினிமா பார்ப்பு சண்டைபிடி என வம்பு இழுத்து வந்தபோதுதான் அவனின் உம்மாக்காரி மைதீன் கண்ணோடு திருவிழாக் கடைக்கு அனுப்பி வைத்தாள். வெள்ளை வேட்டியும், ஜிப்பாவும், கையில் ஒரு கறுத்தபேக்குமாக அலையும் மைதீன்கண்ணு முதலாளிக்கு சிஷ்யனான மொய்துக்கு ஆரம்பத்தில் சாப்பாடு போக இரண்டு ரூபாய் சம்பளம். தொண்டையை இறுக்கிக்கொண்டு கடைக் குள்ளால் நின்று "வளயல்... வளயல்" சத்தம் போடவேண்டும். மொய்து கொஞ்சம் வாய்பார்த்து நின்றாலும்...

"போடுலே!"

"வளயல்... வளயல்..."

ஓதி எறியப்படாத முட்டைகள்

பூவாறு கடப்புறத்தில் ஒருத்தி பேசுவதை அப்படியே மதரஸாவுக்குப் பின்னால் அபிநயித்துக் காட்டுவான். விழிஞ்ஞும் கடப்புறத்திருவிழாக் கடைக்குப் போனவன் மைதீன்கண்ணு விடம் மெல்லச் சொன்னான்.

“கேட்டியளா . . . எனக்குப் பேல வருது . . .”

மைதீன்கண்ணு எரிச்சலாகப் பார்த்துக்கொண்டே “ஓடிப் போயிட்டு வா . . . துக்கே . . . நெடுந்தீத்தியின்னா ஒரு கணக்கு வேண்டாமா . . . போலே . . . ஓடிவா . . .” மொய்து மறைவை நோக்கி ஓடினான். நேரமாகிக்கொண்டே போனது. மொய்து வரவில்லை. மைதீன்கண்ணு மொய்துபோன திசையில் தேடிப் பார்த்தார் ரொமய்துவைக் காணவில்லை. கழுவப்போன இடத்தில் பயங்கர அலை இழுத்துக்கொண்டு போய்விட்டதா? நினைத்த போது அவர் நெஞ்சம் பதறியது.

“லே . . . வாப்பா . . . மொய்து . . .” முடிந்தமட்டும் கடலைப் பார்த்துத் திரும்பத்திரும்பக் கத்தினார். வள்ளத்துக்குப் பின்னால் போய் பார்த்தார் . . . அந்த தென்னஞ்சோலையிலும் இல்லை . . . கடல் அலை மட்டும் சுருண்டு சுருண்டு கரைக்கும் வருவதும் போவதுமாக இருந்தது. “யா . . . ரப்பே . . . எனக்கு மேல கொலப் பழிய போட்டுறாதே . . .” அழுகை வந்தது. கடையின் விரிச் சாக்கை இழுத்துக்கட்டிவிட்டு அலறி அடித்து ஊருக்கு ராத்திரி வந்து சேர்ந்து ஓட்டமும் நடையுமா மொய்து வீட்டுக்கு வந்தார். “பிள்ளே ஒனக்க மொவன் வந்தானாளா?” மொய்து உம்மாக்குப் பின்னால் மறைந்துகொண்டே மரச்சீனிக்கிழங்கை மீன்குழம்பில் முக்கிச் சாப்பிட்டுக்கொண்டிருந்தான்.

“ஆமா இன்னாதான் இரிக்கான்.”

மைதீன்கண்ணு நடையில் சரிந்தார். மூச்சு வாங்கியது.

“அந்தப் பண்ணி நாய . . . வெளிய கண்டம்னா . . . நான் கொலைகாரன்தான் . . .” உம்மாக்காரி சொன்னாள் “ம் . . . போட்டு . . . போட்டு . . . சபூர் பண்ணுங்கோ.”

“தாயளி கையில கெடைக்கட்டு . . .” வேகமாகப் போனார்.

மொய்துவின் மனம் முழுவதும் உம்மாதான் நிறைந்திருந் தாள். நீ செல்லங் கொடுத்துத்தாம்புளா இவன நாசமாக்குதே . . . வாப்பா எத்தனையோ முறை உம்மாவோடு சண்டைபோட்ட போதும் உம்மாவின் வெத்திலை நாத்தத்தோடு கூடிய அந்த செல்ல முத்தமும் . . . எனக்க பொன்னு வாப்பா . . . என்ற

அழைப்பு மொழியும் ஒருக்கிலும் உருமாறியதில்லை... மொய்துசாகிபுக்கு மகள் ஆயிஷா பிறந்தபோது முதல்முதலில் அந்த முகத்தில் அவரின் உம்மாவைத்தான் பார்த்தார். என்னமக்கா... என்று அவர் ஆயிஷாவைச் சொல்லும்போதும் உம்மாவின் முகம்தன் இருதயத்தின் எல்லாப் பக்கங்களிலும் பரவும்.

சுபைதாவின் முதல்பிரசவம். ராத்திரி மூணேமுக்கால் மணிக்கு இடுப்பு வலியால் துடித்தவளைச் சமாதானப்படுத்திக் கொண்டு சேனாம்மா பக்கத்து வீட்டில் கதவைத்தட்டி ஆத்துனாச்சியிடம் சொன்னாள். ஆத்துனாச்சி இருட்டோடு இருட்டில் போய் உப்புக்காரியை அழைத்து வந்தாள். உப்புக்காரி வந்து பத்துப்பதினைந்து நிமிடங்களில் மைதீன் பிறந்தான். மைதீன் பிறந்த பிறகுதான் மொய்து வெளியூரில் நீண்டநாட்கள் தங்கி வியாபாரம் செய்வதைத் தவிர்த்து அடிக்கடி ஊருக்கு வர ஆரம்பித்தார். மைதீன் பிறந்த அன்று மொய்துவிடம் செய்தி சொல்ல சுபைதாவின் தம்பி காலை ஐந்துமணிக்கே கிளம்பினான். எங்கே போய்ப் பார்ப்பது, எந்த இடம்... எதிலும் தீர்மானமில்லை. உத்தேசமாகப் பல இடங்களில் சுற்றிக் கடைசியில் உவரி அருகே பெரியதாழையில் மொய்து கிடைத்தார். விசயம் தெரிந்ததும் தனது சொந்தத் திருவிழாக் கடையைக் கெட்டி ஒதுக்கி ஒருவீட்டில் போட்டுவிட்டு கார் பிடித்து இருவருமாக ஊருக்கு வந்தார்கள்.

இரண்டாவதாக மகள் ஆயிஷா பிறந்த பிறகுதான் மொய்துவுக்கு வீடுகட்டும் ஆசைவந்தது. சுபைதாக்க உம்மாவின் குட்டியாப்பா ஒரு மனை விற்பதற்கு வைத்திருந்ததை அறிந்து மொய்து அந்த இடத்தை வாங்கி வீடு கட்டலாம் என நினைத்துக் கேட்டபோது அவர் சொன்னார்.

“யாருக்குக் கொடுத்தாலும் கொடுப்பேன் ... அவனுக்குக் கொடுக்கமாட்டேன்.” விசயம் கேள்விப்பட்டு சுபைதாவின் பெரியம்மா சவுமியாபுரம் மைதீன்பாத்திமா அதற்குப் பக்கத்தில் கிடந்த அவளின் மனையை விலைக்குக் கொடுத்தாள். மொய்துவின் ஆசைப்படி அற்புதமான மாளிகை எழுந்தது. அப்போது கொத்தன்மார்களின் சம்பளம் எட்டுரூபாய். முழுவதும் கருங்கல்லில் கட்டப்பட்ட தன் வீட்டிற்கு உம்மாவின் பெயரை வைக்க விரும்பிய மொய்து தனது உம்மாவின் முகத்தை ஆயிஷாவின் முகத்தில் கண்டபோது வீட்டின் பெயர் ஆயிஷா இல்லமாக மாறியது.

புதுவீட்டில் குடியேறிய சில வருடத்திலேயே மொய்து தோப்பு வாங்கினார். முதல்வெட்டுக்கு எண்ணூறு தேங்காய்

வெட்டியது. வண்டிகட்டித் தேங்காயை வீட்டுக்குக் கொண்டு வந்தார். புதிது புதிதாக உறவினர்கள் வந்து குவிந்தார்கள். நாகக்குளத்து பக்கத்தில் வயல் வாங்கினார். வீட்டுக்கு பின்னால் இடம் வாங்கினார். கடை கட்டினார்.

மொய்துவின் பாசமெல்லாம் ஆயிஷாவின் மீதுதான். ஆயிஷா சடங்காகி வீட்டிலானதுமே சுபைதா அடிக்கடி சொல்லுவாள்.

"பிள்ளைக்கு ஒண்ணும் பாக்காண்டமா . . ?"

ஆயிஷாவைக் குறித்து ஒருபாடு கற்பனைகள் மொய்து சாகிபின் மனதில் கிடந்தன. நாகக்குளத்து பக்கத்தில் வாங்கிப் போட்டிருந்த வயலை விற்று ஆயிஷா ஆசைப்பட்ட எல்லா உருப்படிகளும் செய்துபோட்டார். எக்கச்சக்கமான சீதனம் கொடுத்து மகளை உயர்ந்த இடத்தில் வாழ வைத்துவிட வேண்டுமெனத் தேடித்தேடி அலைந்துதான் ஹமீதுசாகிபின் மகன் ஜின்னாவை பேசிமுடித்தார்கள். அரேபியா மாப்பிள்ளை, நிறைய சம்பாதிக்கிறான். வேறு பிக்கல் பிடுங்கல் இல்லை. எல்லாவற்றிற்கும் மேலாக உள்ளூர்வாசி. சத்தம் கேட்டால் எட்டிப் பார்த்துவிடலாம். நீண்ட யோசனைக்குப் பிறகுதான் சுபைதா தலையசைத்தாள். மைதீனுக்கு ஜின்னாவின் புதிய கம்பீரமும் சக்கரமும் ஒரு பிரமாண்டமான கண்ணாடித் திரைபோட்டுச் சுத்தப்படுத்திக் காட்டியது.

வீட்டு முற்றத்தில் ஈசிச்செயரில் சாய்ந்து மேலேயே பார்த்து யோசனையாகக் கிடந்த மொய்துசாகிபிடம் சுபைதா கேட்டாள்.

"என்ன யோசிக்கியோ?"

"ம் . . . பலதையும் யோசிச்சேன். . . ம் . . ." சோம்பல் முறித்துக் கொண்டே சுபைதா முகம்பார்த்தபோது கேட்டாள்.

"இருந்த சக்கரத்தை எல்லாம் தட்டிக்கூட்டிக் கொண்டு போய்க்கொடுத்தாச்சி இனிக் கல்யாணச் செலவுக்கு என்ன பண்ணது?"

"ம் . . . வரும் . . . ரப்பு இருக்கான் . . . பாத்துக்கிடுவான்."

மொய்துசாகிபு எழுந்து சட்டைபோட்டுக்கொண்டு கடைக்குப் புறப்பட்டுப் போனார்.

மைலாஞ்சி மரமூட்டின் அடியில் கட்டி இருந்த ஊஞ்சலில் காலை உன்னி ஆடினாள் ஆயிஷா. பூமி அப்படியே அவளைத் தூக்கி ஆகாயத்திற்குக் கொண்டுபோய் கீழ் இறக்கி ஊஞ்சல்

பறந்து போவதைப்போல இருந்தது. உச்சைக்குப் பிறகு குச்சித் தம்பி வீட்டுக்கு வந்து "பொண்ணுக்குப் பட்டு எடுக்கப் போறாவளாம் அளவு ஜெம்பரு தரணுமாம் ... ஆயிஷாக்கு என்ன கலர் பிடிக்கும்னு கேக்கதுக்கும் சொன்னாங்கோ."

அளவு ஜெம்பர் எடுத்துக்கொடுத்துவிட்டு வந்து தொடங்கிய ஊஞ்சல் ஆட்டம் ... கொஞ்சநேரமாகப் பார்த்துக் கொண்டே சுபைதாவும் வளவு நடைக்கு வந்தாள். ஊஞ்சலில் ஆடிய ஆயிஷாவின் ஆட்டம் சுபைதாவிடம் நெருங்குவதும் விலகுவதும் வருவதுமாக இருந்தது. ஆயிஷாவின் ஆட்டம் பார்த்துக்கொண்டே இருந்த சுபைதா மெல்லக் கேட்டாள்.

"முட்டமாவ கொஞ்சம் திங்கியா மக்களே ..."

பளிச்செனக் கால்ஊனி நின்றுகொண்ட ஆயிஷா சுபைதா வின் முகம்பார்த்துத் தலையாட்டினாள்.

ஆயிஷா தன்னைவிட்டு விலகிப்போகப் போவதின் வருத்தம் சுபைதாவின் அடிமனதின் ஆழத்தில் முளைக்கத் தொடங்கி இருந்தது. நேற்று சாமத்தில்கூடத் தூங்கிக்கிடந்த ஆயிஷாவின் முகத்தை நீண்டநேரம் பார்த்துக்கொண்டே இருந்தாள். மைதீனும், மொய்துசாகிபும்கூட ஆயிஷாவை விருந்தாளியாகவே பார்க்கிறார்கள் ... சந்தோசத் தடபுடல் களைத் தாண்டி எங்கோ ஒரு வலி, முகம்காட்டாமல் எல்லார் மனதுக்குள்ளும்.

சுபைதா வள்ளவிளை மாமிக்கு ஆள் சொல்லிவிட்டிருக் கிறாள். நாளை அவள் வரவில்லை என்றால் மைதீன் போய் கூட்டிவரக்கூடும். வள்ளவிளை மாமி வந்தால் அதையும் இதையும் பேசி ஆயிஷாவின் பொழுதுபோகும் ... சுபைதாவுக்கு ஆயிஷாவோடு நிறையப் பேசுவதற்கு இருப்பதுபோலவும் இல்லாததுபோலவும் தோன்றுகிறது. மோந்தி நேரத்துல ஊஞ்சல்ல கெடந்து என்ன ஆடுதே ... இறங்கி ஊட்டுக்குள்ள போளா ... அதட்டிய உரிமைகள் தொலைந்துபோனது போலவும் தோன்றியது. மடியில் இழுத்துக்கிடத்தி அவள் காதுகளில் செவிக்கரண்டியால் அழுக்கெடுத்த ஞாபகங்களும் நகம் வெட்டிய, எண்ணெய் தேய்த்துக் குளிப்பாட்டிய, பீக்கழுவிய ஞாபகங்களும் சுபைதாவைப் பாடாய் படுத்துகின்றன. சுபைதா வுக்குப் புரிந்துகொள்ள முடியவில்லை. அவள் உம்மாவின் ஞாபகங்களை ஒப்பிட்டுப் பார்க்கிறபோது அவளின் இளமை யும் பிராயமாகி வீட்டிலிருந்த ஞாபகச் சிதறல்களுமாய் விரிந்து விரிந்து போகிறது.

மொய்துவைக் கல்யாணம் முடித்துக்கொண்டு வந்தபோது அவள் கேள்விப்பட்டிருந்த பள்ளிவேம்பைத்தான் முதலில் பார்க்க விரும்பினாள். மொய்துவோடு களத்தில்போய் நின்று பள்ளிவேம்பை நீண்டநேரம் பார்த்துக்கொண்டே மொய்துவிடம் சொன்னாள்.

"படச்சவனுக்க வேலையப்பாத்தியளா... பள்ளிக்குக் குடை பிடிச்சமாதிரி..."

மொய்து பளிச்சென நிமிர்ந்து பார்த்தார். பள்ளிக்கும் பள்ளி முற்றத்துக்கும்மேலே பிரமாண்டமான பச்சைக் குடை விரிந்திருப்பதைப் பார்த்துவிட்டுச் சொன்னார்.

"ஒனக்க ரெசிப்பு கொள்ளாம்ளா..?"

சுபைதாவுக்கு வெட்கமாகிப்போனது.

ஊஞ்சலில் ஆடிக்கொண்டிருந்த ஆயிஷாவுக்கு உம்மாவின் மௌனம் என்னமோபோல இருந்தது. ஊஞ்சலை விட்டு இறங்கிவந்து உம்மாவின் மடியிலிருந்த கிண்ணத்திலிருந்து முட்டமாவை ஒருபிடி அள்ளி வாயில் போட்டுக்கொண்டே ஆயிஷா, சுபைதாவின் அருகே அமர்ந்துகொண்டு அவள் தோளில் மெல்ல சாய்ந்தாள். கொஞ்ச நேரத்திலெல்லாம் சுபைதாவின் கண்கள் கலங்கி நீர்கோர்த்தது. ஆயிஷா ஆடிய ஊஞ்சல் அவள் இல்லாமலே ஆடிக்கொண்டிருந்தது.

☯

மாணிக்கம் வயலின் வடக்குப்பக்க வரப்பில் தென்னை மரங்கள் வரிசையாக நின்றன. அந்த மரங்களின் கரையோடு உண்ணிச்செடி புதர்போல மறைவாகவும் இருக்கும். மோதியாரும் குச்சித்தம்பியும் வெளிக்குப்போகும் பிரதான இடமும் அதுதான். நெருக்கமாக உட்காரும்போது மோதியார் சொல்லுவார். "தள்ளி உட்காரும்... இல்லன்னா ம்மா காக்கா பிள்ளை பெறுவா..." இனி ம்மா... எங்க இருந்து பிள்ளை பெறுவா..." பள்ளிக்குப் பின்னால் சின்னாத்து ஓடையில் நடந்து மறுகரையில் ஏறியபோதும் குச்சித்தம்பிக்குச் சிரிப்பாகவே இருந்தது. அவர் மனதில் இனம்புரியாத சந்தோசம்.

நேற்று ராப்பாடி ஊருக்குள் ரவுண்டடித்த பேச்சு காதர்சாகிபு கடை தாண்டிப்போகும்போதே குச்சித் தம்பிக்குப் புரிந்தது. எல்லா வீடுகளுக்கு முன்னாலும் கொட்டி இருப்பான்போல. நேற்று பகல் முச்சூடும் மோதியாரின் செல்வாக்கில் காலனி பணிக்காரன் மாரோடு பாதைவெட்டு வேலைக்குப்போனச் சீணத்தில் கிடந்துறங்கிய குச்சித்தம்பி, நேற்றிரவு சாமம் இரண்டு மணிக்குமேல் தெருவில் நாய் குரைக்கும் சத்தம் கேட்ட துமே முழித்து விட்டார். கிடுகிடுவெனக் கேட்ட அந்தக் கொட்டுச்சத்தத்தில் எழுந்து வாசல் அருகே வந்து கதவைத் திறக்காமல் இடுக்கு வழியாகப் பார்த்தபோது ராப்பாடி அரைகுறையாகத் தெரிந்தான்.

"நல்ல சேதி வருது... விளைச்சல் கெடைக்கும்..." இரண்டு மூன்று தடவை இதே சத்தம் திரும்பத்திரும்பக் கேட்டது. தொடர்ந்து நாய்குரைக்கும் சத்தம். அந்த சின்ன கொட்டுச்சத்தம் கொஞ்சம் கொஞ்சமாக விலகிப் போனது. சிம்னி வெளிச்சத்தில ஹைதர் அசந்து தூங்கிக் கொண்டு கிடப்பதும் அவன் முகம் ஒருபக்கம் இருட்டாகவும், மறுபக்கம் வெளிச்சமாகவும் தெரிந்தது. குச்சித்

தம்பிக்குச் சிரிப்பு வந்தது. அதன்பிறகு அவர் விடியும் வரை தூங்கவே இல்லை. நல்லசேதி வருதுன்னு சொன்னானே ... இடையே செய்தூன் இருமியபோது அவருக்கு எரிச்சல் வந்தது.

பள்ளியில் பாங்கு சத்தம் கேட்டதும் ஜலீலாவை எழுப்பினார்.

"மக்ளே ... வாப்பாக்குக் கொஞ்சம் தண்ணிபோட்டுத் தாமோளே ..."

ஜலீலா அவரின் முகத்தைப் பார்த்தபோது அதிலிருந்த பிரகாசம் அவளுக்கு வியப்பாக இருந்தது. கைகால் கழுவிப் புத்துணர்ச்சியோடு நின்றார். ஹைதரும், செய்தூனும் தூங்குவது கூட அவருக்கு என்னமோபோல இருந்தது. சாமத்தில் கேட்ட சத்தம் திரும்பத் திரும்ப அவர் காதில விழுந்து இனிப்பாகச் சிதறிய ஓர்மையோடு புதரிலிருந்து எழுந்து சீலையைத் தாழத்துக் கொண்டே மொதலைக் குண்டை நோக்கி நடந்தார். மொதலைக் குண்டில் யாரும் குளிப்பதில்லை. அது செம்பூத்து. எல்லா உடம்புக்கும் ஒத்துக்கொள்ளாது. ஆனாலும் எந்த காலத்திலும் அதில் தண்ணீர் வற்றுவதில்லை. கால் கழுவிவிட்டுக் கரையேறி வரப்புக்கு வந்தபோதுதான் கவனித்தார். கம்மாளன் வீட்டு முன்னால் சல்லிரோட்டில் சூட்டும் சட்டையும் கண்ணாடியு மாக ஜின்னா நடந்துபோய் கொண்டிருந்தான். குச்சித்தம்பி நீண்டநாட்களாகக் காத்திருந்த தனிமை தானாகக் கிடைத்திருக் கிறது. தீர்மானித்துக்கொண்டே வயல்வரப்பில் ஓட்டமும் நடையுமாக அய்யர்களம் எட்டிச்சாடி மடத்துக்குப் பின்னால் வந்து இலுப்பமூடு வளைவில் ஜின்னா திரும்பும் முன்னால் அவன் அருகே போய்விட்டார். ஜின்னா அவர் மூச்சுவாங்கு வதைப் பார்த்து நின்றான்.

"என்ன மாமா?"

"சும்மாதான் ... ஒன்னைய பாத்துட்டுதான் வாரேன். எங்கே தூரமா போறா?"

"கோட்டாத்துல ஒண்ணுரெண்டு வீட்ல கல்யாணஞ் சொல்லணும் ... அதான் ..."

குச்சித்தம்பி மேற்கொண்டு பேசாமல் தயங்கி நின்றார். மூச்சி வாங்கும் வேகம் குறைந்திருந்தது. ஜின்னா நின்று கொண்டே,

"என்ன ... மாமா ... நான் கிளம்பட்டா?"

"வாப்பா ..."

ஜின்னா மௌனமாகப் பார்த்தான்.

"ஹைதருக்கு விசா ... கூடிய சீக்கிரம் கெடைக்குமா?"

"எந்த விசா ... மாமா?"

குச்சித்தம்பியின் முகம் மாறிப்போனது.

"வாப்பாட்ட சொல்லியிருந்தேன் ... வாப்பாதான் ... சொல்லிச்சி."

"ஆங் ... ஆங் ... அதா ..." ஜின்னாவால் புரிந்துகொள்ள முடிந்தது. யோசித்துக்கொண்டே அவன் சொன்னான்.

"மாமா ... ஒண்ணும் கவலைப்படாதீங்கோ ... விசாவுக்கு ஏற்பாடு பண்ணலாம் ... கொஞ்சம் பணம் ரெடி பண்ணணும் ... அங்க உள்ள பேப்பருக்கும் ... அவனக்கொண்டு போவனும்ணா டிக்கெட்டுக்கும் ... இல்லேன்னா வேற யாருட்டயாவது நல்ல விசா இருக்கான்னு பாருங்கோ ... நான் எதாவது முடிஞ்சா கொஞ்சம் பணம் தாரேன் ..."

"எனக்கிட்ட ஏதுவாப்பா பணம் ... இப்போ ரெண்டு நாளா மோதியார் சொல்லிவுட்டு காலனி வேலைக்குப் போனேன் ... நேத்து மச்சான் கண்டு கல்யாண முடியது வரைக்கும் வேலைக்குப் போவாண்டாம்ணு சொல்லிட்டு ... பிள்ளைக்குக் கழுத்துலகெடந்த செயினை வித்துத்தான் அவனுக்கு பாஸ்போடு எடுத்தேன். நீங்கதான் எதாவது பாத்துச்செய்ய னும் ... ஜலீலாக்கு இருபத்தைஞ்சு வயசாவுது ... மாமிக்கு முன்னேமாதிரி பாய் நெய்யக் கழியாது ... அவளுக்கு இழுப்புச் சோக்கேடு ... முந்தாநேத்துப் பாலன் செட்டியார்ட்ட நூறுரூவா வட்டிக்கு வாங்கியாக்கும் அவளுக்கு மருந்து வாண்டுனேன் ..."

"எனக்குக் கொஞ்சம் அர்ஜெண்டா போணும் ... நான் சாயங்காலம் வாரேன் ..."

குச்சித்தம்பியின் பதிலுக்குக் காத்திராமல் வேகமாக நடந்து போனான். அவர் உடம்பு தளர்ந்து வலுவிழந்து சவலப் பிள்ளையைப்போலக் கலுங்கில் சாய்ந்தார். "எந்த விசா?." ஜின்னா கேட்ட அந்தக் கேள்வி பயங்கர இடிமுழக்கமாய் அவரை நடுக்கியது.

குச்சித்தம்பிக்குப் பத்துரூபாய் வருமானம் வந்தால் இருபது ரூபாய்க்குச் செலவு வரும். எவ்வளவோ வேலைகள் செய்து பார்த்துவிட்டார். மண்வெட்டப் போவார், சித்தாள் வேலை, மேட்டில் செங்கல் அறுக்க, கபர்குழி வெட்ட எதையும் விடுவ தில்லை. ஹமீதுசாகிபு வீட்டில் நூறு தேங்காய் சுமந்துகொண்டு

போட்டால் அவர் ஒரு தேங்காய் எடுத்துக்கொள்ளச் சொல்லு வார். குச்சித்தம்பிக்குத் தன் வாழ்க்கையின் அடிப்படை தேவை களைக்கூட பூர்த்தி செய்துகொள்ள முடியாத படுகுழியின் விபரீதச் சுழி முனைகளில் விழுந்து கிடப்பதாகவே தோன்றியது.

குச்சித்தம்பிக்கு ஆறுவயதாக இருக்கும்போது அவரை வாரி அணைத்து முத்தமிட்டுவிட்டுப் புறப்பட்ட குச்சித்தம்பி யின் வாப்பா தனது முப்பத்தேழாவது வயதில் காணாமல் போனார். அந்த முத்தத்தின் சூடு இப்போதும் குச்சித்தம்பி யின் கன்னத்தில் உண்டு. குச்சித்தம்பியின் மூத்த அண்ணன், வாப்பா காணாமல்போன கொஞ்சநாளிலே விபத்தில் இறந்து போனான். குச்சித்தம்பியும் கூன்விழுந்த உம்மாவும் வைத்த ஒப்பாரி குடிசையைத் தாண்டவில்லை. எல்லோரும் விதி என்றார்கள். ஒத்தக்கால் ஈனாப்பச்சியின் சாபம் எனவும் சொன்னார்கள்.

குச்சித்தம்பியின் வாப்பாவின் வாப்பா மலைக்குப் பச்சிலை பறிக்கப்போவார். பச்சிலையின் எல்லாக் குணநலன்களும் அவருக்கு அத்துப்படி. எவ்வளவு பெரிய சோக்கேட்டுக்காரனை யும் முகம்பார்த்துக் குணமாக்கும் வைத்தியத் தந்திரங்களும் ஞானமும் நிறைந்த மனுஷன். ஒரு குறிப்பிட்ட பச்சிலையைச் சூரியன் மேற்குப்பக்கம் முற்றிலுமாக மறைந்த பிறகுதான் பறிக்கவேண்டும். அப்படிப் பறித்தால்தான் அந்த மருந்து உடம்பில் வேலை செய்யும் என்பதால் குச்சித்தம்பியின் வாப்பாவின் வாப்பா ஒரு பகலில் போய்ப் பச்சிலை கிடக்கும் இடம் பார்த்துவிட்டு வந்தார். பொத்தைக்குமேலே யானைப்பாறையின் வடக்குப்பக்கம் இறங்கி இன்னொரு மலை ஏறி இறங்கினால் திட்டுவிளைக்குப் போய்விடலாம். கணக்கிட்டுக் கொண்டு ஒரு செவ்வாய்க்கிழமை இருட்டியபிறகு பந்தம் கொளுத்திக் கொண்டு தனி ஆளாய் மலையேறினார். பழக்கப்பட்ட பாதை என்பதால் தடுமாற்றம் இல்லாமலே ஏறிப்போனவருக்கு யானைப் பாறையின் அடியில் மஞ்சணாத்தி மரத்தின் அருகே அவருக்கு வேண்டிய பச்சிலை கிடந்தது. பந்தத்தைக் கல்இடுக்கில் வைத்து விட்டு நனைத்து வைத்திருந்த ஈரப்பையில் பறித்துப்போட்டுக் கட்டிக்கொண்டு பந்தத்தைத் தூக்கியபடி திரும்பினார். பந்தத்தின் நிழல் பிரமாண்டமான உருவமாய் ஆடியது. பார்த்துப்பார்த்து மெல்ல மெல்ல நடந்து இறங்கிய அவரைச் சரிவுகளும், சின்னச் சின்னப் பாறைகளும், மரங்களும் பயமுறுத்தியபோதெல்லாம் மறக்காமல் மனதுக்குள் ‘கலிமா’ சொல்லிக்கொண்டே மலையி லிருந்து இறங்கிவரும்போது அடர்ந்த இருட்டில் வாவ மரத்தின் பக்கத்தில் இரட்டைத் தூண் மடத்தில் ஒருத்தி, தலைவிரிக் கோலமாக உட்கார்ந்திருந்தாள். பளிச்சென பயம் சரீரம்

முழுவதும் பரவியது ... வெலவெலத்துப் போனார். இது என்ன நீக்கம்பு ... ஆனாலும் தைரியமாக முன்னோக்கி நடந்துவந்து "ஆருளா ... நீ?" பயத்தில் சத்தம் பலமாக வந்தது. நடுத்தர வயதுக்காரி. லயிப்பை உண்டு பண்ணக்கூடிய சவுந்தர்யம். மாராப்பு இல்லாமல் முண்டு மட்டும் கட்டி இருந்தவளின் முகம் அழுது அழுது உப்பிப்போய் இருந்தது.

பந்தத்தைத் தூக்கிப்பிடித்துக்கொண்டு மீண்டும் கேட்டார்.

"ஆருளா ... நீ?"

அவள் பேசவில்லை தலையிலடித்து அழுதாள்.

"பிள்ளே ... நீ ஆருளா?" அதட்டலாகக் கேட்டார். வலது கையிலிருந்த அறுவாளைப் பின்னால் மூலமடிப்பில் சொருகிக் கொண்டு அவள் அருகே இன்னும் நெருங்கினார். அவள் சரீரத்திலிருந்து வந்த ஒரு காட்டுப்பூ வாசனை அவரை என்னமோ செய்தது.

"நீ ஆருளா ..? துக்கே ... என்னைப் பேடிகாட்டலாம்னு பாக்கியா ...?"

அவள் அழுதபடியே எதிர்ப்பக்கம் கைநீட்டிக் காட்டினாள். திரும்பிப் பார்த்தார் "யா ... ரப்பே ..." அவரின் நாடிநரம்புகள் பொட்டித் தெறிக்கும்போல இருந்தது. அவர் பார்த்த இடத்தில் மரத்தின் கிளையில் வாலிபனின் பிணம் தூக்கில் தொங்கியது. இன்னொரு பந்தம் கொளுத்தித் தூக்கியபோது அவள் கதறி அழத்தொடங்கினாள்.

"ஒனக்கு இது ஆருளா ..?" நடுங்கிக்கொண்டே கேட்டார்.

"எனக்க மொவன் ..." முதல்முதலாக அவள் வாய்திறந்து பேசினாள். வார்த்தைகள் சலங்கை ஒலியாய் சிதறியது. "எனக்கிட்ட சண்டை போட்டுட்டு வந்து நாண்டுட்டான் ... எனக்கச் செல்ல மொவன் ... அவனுக்கு ஒரு முத்தம் கொடுக்கணும் ... நீரும் கொஞ்சம் சகாயம் செய்யணும் ..." அவள் கைதூக்கிக் கும்பிட்டாள்.

"நான் என்ன செய்யதுக்கு ... நீ இப்போ போ ... விடிஞ்ச பொறவு வா ..."

"நீரு அப்படிச் சொல்லாதயும் ... சின்னசகாயந்தான கேக்கேன். எனக்க செல்ல மொவம்மில்லியா ... ஒம்மள கும்பிட்டுக் கேக்கேன் ... சகாயஞ்செய்யும்" பேசிய கண்களில் கண்ணீர் மடமடவெனச் சாடியது. குச்சித்தம்பியின் வாப்பா வின் வாப்பா முன்னால் அவள் மண்டியிட்டாள். இரண்டு பெருமுலைகளையும் அவர் காலோடு உரசிக் கெஞ்சினாள்.

"நான் என்ன செய்யணும்?"

அவள் கண்ணீரைத் துடைத்துக்கொண்டு சொன்னாள். "நீரு கொஞ்சம் குனிஞ்சி நில்லும்... நான் ஒம்ம முதுகுல ஏறி நின்னு... ஒருக்க முத்திக்கிட்டு அந்தாக்குல எறங்கிடுதேன்."

"சடார்னு எறங்கிடுவியா...?"

பந்தத்தைத் தூக்கினார். அவள் கண்களில் தீ எரிந்தது. கல்லிடுக்கில் தீப் பந்தத்தை நட்டு வைத்துவிட்டு இன்னொரு பந்தத்தை அவர் கைக்கெட்டும் தூரத்தில் கல்இடுக்கில் வைத்தார். பின்னால் மூலமடிப்பில் சொருகி இருந்த அருவாளைக் கையில் எடுத்துக்கொண்டு பிணம் தொங்கும் மரத்துமூட்டில் மெல்லக் குனிந்தார்.

"பிள்ளே... சீக்கிரம்..."

அவள் தலையாட்டிக் கொண்டு மெல்ல முதுகில் ஏறினாள். அவள் கால்பாதம் முதுகில் பட்டதும் அவருக்கு உடம்பு சிலிர்த்தது. அவள் முதுகில் நிமிர்ந்து நின்றாள்.

"என்னாச்சி... சீக்கிரம்..."

"கொஞ்சம்..."

முதுகுவலிக்கத் தொடங்கியது.

"பிள்ளே குறுக்குவலிக்கு சீக்கிரம் எறங்கு..."

"கொஞ்சம் பொறுத்துக்கிடும்."

"என்னா முடிஞ்சா?"

"இன்னும் கொஞ்சம்..."

குனிந்து நின்ற குச்சித்தம்பியின் வாப்பாவின் வாப்பா வுக்குக் கழுத்தில் துளித்துளியாக விழுந்தது. அவள் அழுவதாக நினைத்துக்கொண்டார்.

"பிள்ளே... என்னாச்சி?"

"இன்னும் கொஞ்சம்..."

மீண்டும் கழுத்தில் துளிகள் விழுந்தது. மெல்லக் கையைத் தூக்கிக் கழுத்தில் தடவிப் பார்த்தார். கையில் பிசுபிசுத்தது. பந்தவெளிச்சத்தில் கையைப்பார்த்தார். ரத்தக்கறை படர்ந்து கிடந்தது.

“யா . . . ரப்பே . . .”

இப்போதும் கழுத்தில் துளிகள் விழுந்துகொண்டே இருந்தது. பேசவில்லை . . . யோசித்தார் . . . மெல்லத் தலையைத் திருப்பி ஒருகோணத்தில் பார்த்தார் அவள் அவரின் முதுகில் நின்றபடி அந்தப் பிணத்தைப் பிய்த்துப் பிய்த்துத் தின்றுகொண்டிருந்தாள். அவளின் முகரூபம் மாறிப்போயிருந்தது. பெருமுலைகளைக் காணவில்லை. அவருக்கு மனசிலானது . . . “ஈனாபச்சியா நீ . . . இரி சைத்தானே ஒன்னைய இப்போ சோலிய முடிச்சிரேன் . . .” மனதில் தீர்மானித்துக்கொண்டு,

“படச்சரப்பே . . . நீதான் காவல் . . .” வலது கையிலிருந்த அறுவாளை லாவகமாகத் தலைக்கு மேலாகச் சுற்றிய சுற்றில் சாய்ந்து விழுந்த ஈனாபச்சியின் இடதுகால் முட்டுக்குக் கீழே தனியாக விழுந்தது. ஈனாபச்சி ஒத்தக்காலை நொண்டிக் கொண்டு அலறியடித்துத் துள்ளித்துள்ளி ஓடியது அல்லது பறந்தது. விடாமல் துரத்தினார். அவள் யானைப்பாறையின் பள்ளத்தில் சாடி மறைந்தாள். தன்னை குனியவைத்து ஏறிநின்று பிணந்தின்ன ஈனாபச்சியின் மீதான ஆத்திரம் தீரவில்லை. திரும்பி வந்து துண்டாகிக் கிடந்த ஈனாபச்சியின் காலைப் பந்தத்தைப் போட்டுக் கொளுத்தினார். அது எரிந்து நாறியது. தப்பிப்போன ஒத்தக்கால் ஈனாபச்சி பள்ளத்தில் சாடும் முன்னால் சபித்துவிட்டுப் போனதுதான் அவரின் குடும்பத்தை வாட்டுவதாகக் குச்சித்தம்பியின் வாப்பா காணாமல் போன போதும் குச்சித்தம்பியின் சொக்காரன் விபத்தில் மரித்த போதும் பலரும் சொல்லிக்கொண்டார்கள்.

குளத்துக்குக் கீழ்ப்பக்கத் தோப்பில் தென்னை மரங்களோடு பத்து நாப்பதம்பது பாக்கு மரங்களுண்டு. அதிகாலையில் வெளிக்குப் போகும்போது பாக்கு மரத்து மூட்டில் ஒரு பாக்குக் கிடந்ததை ஹமீதுசாகிபு கவனித்தார். குனிந்து பாக்கை எடுத்துக்கொண்டு மெல்ல நடந்து யாராவது தன்னைக் கவனிக்கிறார்களா எனப் பார்த்துக் கொண்டே எல்லாப் பாக்குமர மூட்டுகளுக்கும் போனார். பழுத்துக்கிடந்த பாக்குமர மூட்டில் நைசாக ஒரு சமுட்டுச் சமுட்டினார் ஒன்றிரண்டு பாக்குகள் விழுந்தன. விசயம் புரிந்துகொண்டவராக இன்னும் ஒண்ணுரண்டு சமுட்டு கள் வைத்தார். எண்ணிக்கூட்டிப் பதினான்கு பாக்கு களையும் மடியில் கட்டியபோது வெள்ளிக்கிழமை ஊர் அறிவிப்புக்கு வெத்திலைபாக்கு வாங்கப் பாக்குச் செலவு மிச்சம் என மனநிறைவோடு குட்டிபோடும்போது வெளி யேறும் ஆடுகளின் கொடிகள் சின்னப் பனையோலைப் பெட்டியில் கட்டித் தொங்கவிட்டிருந்த மஞ்சணாத்தி மரத்தின் இடுக்கு வழியாகக் குளக்கரைக்கு வந்து மாடு குளிப்பாட்டும் பள்ளத்தில் குண்டி கழுவிக்கொண்டு வீட்டுக்கு வந்தார்.

தாஸீம்பி பாக்கைப் பார்த்துக்கொண்டே கேட்டாள்.

"யாது . . . இது . . ."

"ஈரத்துணியில கெட்டிப்போடு . . . நாளைக்கு வெள்ளி யாச்சே . . . ஊர் அறிவிக்க ஆவுமேன்னு வெலைக்கு வாங்குனேன் . . . ரெண்டு ரூவா . . . கொள்ளாமா . . . ?

"நல்ல லாவம்லா . . . அஞ்சாறுகூட வாங்கப்புடாதா?"

"ம் . . . ம் . . . போதும் . . . அந்தத் துண்டை எடு . . ."

துண்டை வாங்கிக்கொண்டு குளிப்பதற்காக மறுபடி யும் குளத்தை நோக்கி நடந்தார். ஆலமரச் சப்பாத்துத் தாண்டும்போதும் குச்சித்தம்பி வாடிய முகமாய் எதிரே வந்து கொண்டிருந்தார்.

"என்னடே . . . ஒரு மாதிரியா . . . வாறே . . ."

ஹமீதுசாகிபு கேட்டதுதான் தாமதம். குச்சித்தம்பி பொரிந்து தள்ளினார்.

“நெதமும் . . . தோப்புல அஞ்சாறு பாக்குக் கெடைக்கும் மச்சான் . . . இன்னைக்கு ஏதோ பண்ணிக்குப் பொறந்தவன் எனக்கு முன்னாலேயே போய் பொறுக்கிட்டான் . . .”

வெலவெலத்துப் போனார். பேச்சு முட்டியது. “போ . . . போ . . .” என கறுத்துப்போன முகத்தோடு ஹமீதுசாகிபு கடந்து போனார்.

கல்யாண நாளுக்கு முன்னால் வரும் வெள்ளிக்கிழமையில் தான் ஊர் அறிவிப்பார்கள். பொண்ணுக்கோ, மாப்பிளைக்கோ வாப்பாமார்கள் ஜும்மா தொழுகை முடிந்ததும் எழுந்து அஸ்ஸலாமு அலைக்கும் என்பார்கள். இதைத்தான் ஊர் அறிவிப்பாகச் செய்துகொண்டிருக்கிறார்கள்.

அலைக்கும் வஸ்ஸலாம் சாயிப்பைக் குறித்த கதை ஊரில் ரொம்பவும் பிரசித்தம். சியன்னா என்ற பெயர் மறந்துபோய் கடைசிவரைக்கும் அலைக்கும் வஸ்ஸலாம் சாயிப்பு பெயரே நிலைத்து நின்றது. சியன்னா பள்ளிக்கு வரமாட்டார் . . . பெருநாள் தொழுகைக்குக்கூட அவர் பள்ளிக்கு வந்ததாக நினைவு இல்லை. எத்தனையோ தப்லீக் ஜமா–அத்கள் வந்து சியன்னாவைக் கம்பிபோட்டு இழுத்துப் பார்த்தார்கள். கம்பிகள் முறிந்தன. சியன்னாவின் காலடித்தடம் பள்ளியில் படவே இல்லை.

சியன்னாவின் மகன் கல்யாணத்துக்கு ஊர் அறிவிப்பதற்காக ஒரு வெள்ளிக்கிழமை வீட்டிலுள்ள எல்லோருமாகச் சேர்ந்து சுங்கான்கடைப் பொத்தையில் பாறையை உருட்டியதைப் போல உருட்டிக்கொண்டுவந்து சியன்னாவைப் பள்ளியில் தள்ளினார்கள். அவரின் மகன் முந்தினநாளே சொல்லியிருந்தான்.

“வாப்பா . . . பள்ளியில போய் எல்லாரு செய்யது மாதிரி செய்யுங்கோ . . . தொழுகை முடிஞ்சதும் நான் கண்ணக்காட்டு வேன் . . . நீங்க எழும்பி அஸ்ஸலாமு அலைக்கும்னு சொன்னா போதும் . . .”

“நான் போவமாட்டேம்புடே . . . என்னைய . . . கொமைப் பானுவோ . . . பெரியாப்பாட்டச் சொல்லு . . .”

“நீங்கோ போவலன்னா எனக்குக் கல்யாணம் வேண்டாம் . . .”

மகன் பிடிவாதமாக நின்றுவிட்டான். சியன்னா பள்ளிக்குப் புறப்படும்போதே அவரின் பொண்டாட்டி வாசலில் நின்று சொன்னாள்.

“போவும் . . . போவும் . . . படச்சவன் பெரியவனாக்கும் . . .”

வெட்கப்பட்டுத் தெருவில் நடந்து வரும்போதே ஒன்றிரண்டு பொம்பளைகள் நமுட்டுச்சிரிப்புச் சிரித்தார்கள். சியன்னா பள்ளிநடையில் கால்சமுட்டியதும் பல புருவங்கள் உயர்ந்தன. “வானம் கறுக்குதான்னு . . . பாருங்கப்பா . . .” ஜமால் மதரஸா

ஓதி எறியப்படாத முட்டைகள் 75

திண்ணையிலிருந்து சொன்னபோது கூடவே சுக்காபி சுல்தான் பிள்ளை சொன்னார்.

“என்னடே சியன்னா நாடார் பள்ளிக்குள்ள வாறாரு . . .” சாடைப்பேச்சில் சியன்னா வெப்ராளத்தை மறைத்துக் கொண்டே பள்ளிக்குள்போய் வெளிப்பள்ளி மதில் சுவரோடு சாய்ந்தார். அவரின் எண்ணமெல்லாம் தொழுகை முடிந்ததும் எழுந்து அஸ்ஸலாமு அலைக்கும் சொல்லவேண்டும் என்பதில் தான் இருந்தது.

நேத்து சாயங்காலத்திலிருந்து எத்தனையோ முறை மனம் அஸ்ஸலாமு அலைக்கும் சொல்லிப் பார்த்தாகிவிட்டது. தண்ணி குடித்தாலும் . . . சாப்பிட்டாலும் சட்டைபோட்டால் . . . அசைந்தால் . . . நடந்தால் . . . படுத்தால் அஸ்ஸலாமு அலைக்கும் சொல்லிக்கொண்டே இருந்தார். ஆலிம் மிம்பரில் குத்பா ஓதிக்கொண்டிருந்தபோதும் பேடித்துப்போய் ஒத்திகையில் உட்கார்ந்திருந்தார். தொழுகையில் ஆலிம் ஓதும்போதும் சியன்னாவின் சிந்தனை முழுவதும் அஸ்ஸலாமு அலைக்குமில் தான். தொழுகை முடிந்ததும் சியன்னாவின் மகன் கண்சாடை காட்டினான். சியன்னா மெல்ல எழுந்து கைகால் நடுக்கத்தை மறைத்துக்கொண்டு கம்பீரமாகச் சொன்னார்.

“வலைக்கும் வஸ்ஸலாம் . . .” பள்ளியில் எழுந்த சிரிப்பொலி அடங்க அரைமணிக்கூறுக்கு மேலானது. மோதியாரும், ஆலிம்ஸாவும் வயிற்றைப் பிடித்துக்கொண்டு சிரித்தார்கள். அப்போது தொடங்கியதுதான் ‘அலைக்கும் வஸ்ஸலாம் சாயிப்பு’ பெயர். பள்ளியில் வெத்திலைபாக்குத் தட்டைப் பார்த்துவிட் டாலே எல்லோருக்கும் சியன்னா ஞாபகம் வந்துவிடும்.

வெளிப்பள்ளியில் தெக்குப்பக்கம் கொடிமரத்தின் பக்கத்தில் இரண்டு வெத்திலை பாக்குத்தட்டுகள் தனித்தனியாக இருந்தன. வெத்திலைத்தட்டுப் பக்கத்தில் நெருங்கி இருந்த குச்சித்தம்பிக்குப் பாக்கைப் பார்த்தபோது நேற்றுத் தோப்பில் பாக்கை இழந்த சோகம் வந்தது. ஆனாலும் தொழுகை முடிந்ததும் கொஞ்சம் பாக்கையும் வெத்திலையையும் சுருட்டிக் கொள்ளும் உத்தேசத் துடன் இருந்தார். மொய்துசாகிபு கொண்டுவந்த தட்டில் கூடுதலாக அசோகா பாக்குக் கிடந்தது. குச்சித்தம்பிக்கு ஆனந்த மாக இருந்தது.

தொழுகை முடிந்ததும் ஹமீதுசாகிபும் மொய்துசாகிபும் எழுந்து அடுத்தடுத்து ஸலாம் சொன்னார்கள். வரிபாக்கி, கொடிக்கெட்டுவரி, புதியபள்ளி கட்டிடவரி எல்லாம் செயலாளர் குறித்து வைத்திருந்தார். நூற்றைம்பது வயது மூத்த பழைய பள்ளியை இடித்துவிட்டு புதியபள்ளி கட்ட கடந்த மாதமே பேசியிருந்தார்கள். இன்ஜினியர் வந்து பார்க்க வேண்டும். இன்று வருகிறேன் நாளை வருகிறேன் என்று நாட்கள்

நகர்ந்து போவதைக் குறித்து முக்கியஸ்தர் குறைபட்டுக்கொண் டிருந்தார். மாப்பிள்ளை எவ்வளவு சீதனம் பெற்றிருக்கிறார் என்ற தகவல் மட்டும் அறியவேண்டும். மாப்பிள்ளை வாங்குற சீதனத் தொகையில் மூன்று சதவீதம் ஊருக்குக் கொடுக்க வேண்டும். கணக்கு மாப்பிள்ளை வீட்டுக்காரர்கள் சொல்வது தான். ஜின்னாவுக்குக் கணக்குப் பார்த்தால் மூன்று நான்கு லட்சம் வரை கணக்கு வரும்.

எல்லோரும் வெளிப்பள்ளியில் வட்டமாக இருந்தனர். வெத்திலை சவிப்பவர்களும் ... வீட்டுக்குக் கொண்டுபோக நைசாக எடுத்து மடக்கி வைத்தவர்களுமாகக் குழுமிக்கிடந் தார்கள். பத்துப்பதினைந்து அசோகாபாக்கைக் குச்சித்தம்பி நைசாக ஒதுக்கி முடிந்திருந்தபோது செயலாளர் எழுதி முடித்துக் கொண்டு ஹமீதுசாகிபு, மொய்துசாகிபு, இருவரையும் பார்த்துக் கொண்டே கேட்டார்.

“சீதனத் தொகை எவ்வளவு ... கணக்குப் பாத்திரலாமா .. ?”

“ஐம்பதாயிரம் ரூபாய்க்குக் கணக்குப்போட்டு ... பாத்துச் சொல்லுங்கோ ...”

ஹமீதுசாகிபு சொல்லி முடித்ததும் ஒருவர் முகத்தை ஒருவர் பார்த்தார்கள். அவர் யாரையும் பார்க்காமல் வெத்திலை யின் காம்பைக் கிள்ளி மொய்துசாகிபுக்கு முன்னாலிருந்த தட்டிலிருந்து அசோகாபாக்கை எடுத்துத்தட்டிச் சவிக்கத் தொடங்கியபோது மொய்துசாகிபு நடுங்கினார்.

“என்ன பாக்குதியோ ... கணக்கப்பாத்துச் சொல்லுங்கோ.”

“என்னா சரிதானா .. ?”

செயலாளர் சந்தேகத்தோடு மொய்துசாகிபைப் பார்த்தார்.

“அதான் நான் ... வாங்குனவன் சொல்தேம்லா ... அப்புறம் என்னா அங்கே கேக்கியோ ... என்ன மச்சான் ...”

மொய்துசாகிபு மெல்லத் தலையாட்டினார் ... “ஆ ... ஆமா எழுதுங்கோ” அவர் நாவில் ஊறிய உமிழ்நீர் கசப்பாக உள்ளே இறங்கியது. மொய்துசாகிபு பேசவில்லை வியர்வையைத் தலைத்துண்டால் துடைத்துக்கொண்டார். பதட்டத்தோடு கணக்கு முடித்து ஊர்ப்பணம் கொடுத்துவிட்டு வீட்டுக்கு வந்து ஈசிச் செயரில் சாய்ந்து கிடந்தார். அவர் மனம் இன்னும் ஆறவில்லை. ஹமீதுசாகிபின் கண்களை எதிர்கொள்ள முடியா மல் போனதின் வெட்கம் வெலவெலக்க வைத்தது. ஆயிஷா வந்து கேட்டாள்.

“என்ன வாப்பா ... சாப்பிடலியா ...”

“வேண்டா மக்களே ... ஒரே நெஞ்சக்கரிப்பு ... பொற வாட்டு ... கொஞ்சங்கழிச்சி அண்ணன கடைக்குப் போவச்

சொல்லு ...” சாய்ந்தவர் அசந்து தூங்கிப்போனார். சுபைதா இடையில் இரண்டுமுறை உசுப்பியபோதும் அவர் ஆங்... ஆங்... அனக்கம் கொடுத்தபடி அப்படியே கிடந்தார்.

கல்யாணத்துக்கு ஹமீதுசாகிபின் ஆட்களாக எண்ணூறு பேர்களுக்கு மேலாக வருவார்கள். மொத்தத்தில் அங்குமிங்கு மாகச் சேர்ந்து ஆயிரம் ஆயிரத்து இருநூறு பேர்களுக்கு மேல் வரக்கூடும். மொய்துவின் வீட்டை ஒட்டிய பெரிய களத்தில் பந்தல் போடவேண்டும். ஜமுக்காளம் விரித்து உட்காரவைத்துச் சாப்பாடு போடலாம் என்றால் ஹமீதுசாகிபின் கௌரவத் துக்கு ஜமுக்காளம் மதிப்புக் குறைவானது. மேசை, செயர்தான் வாடகைக்கு எடுக்க வேண்டும். “சாப்பாடு ஜம்முனு.. இருக்க ணும்... அதுல ஒரு கொறை வந்தா நான் பொறுக்கமாட்டேன்...” எச்சரிக்கையாக வேறு சொல்லியிருந்தார். பிரியாணியோடு செந்துளுவன் பழமும் போட வேண்டும்.

கல்யாணத்துக்கு இன்னும் ஐந்து நாள்தான் பாக்கி இருக்கிறது. ஈசிச்செயரில் மொய்துசாகிபுக்கு நெஞ்சுவலித்தது. கைகளால் அழுத்தி விட்டுக்கொண்டே கண்களை மூடிக்கிடந்தார்.

தோப்பில் நேர்ப்பாதி இடத்தை விற்பதற்காக இரண்டு, மூன்று நாட்களுக்கு முன்னாலே கோயாபிள்ளையிடம் சொல்லி யிருந்தார். வில்லுக்குறி சல்லிக் கம்பெனிக்காரன் பேசலாம் என்று சொன்னவன் காலனியில் பிளாட் வாங்கப்போவதாகச் சொல்லிவிட்டான். எப்படியும் கோயாபிள்ளை வெள்ளிக் கிழமைக்குள் ஆள் கொண்டுவருவதாகச் சொல்லிவிட்டுப் போனவன்தான். இடையில் ஒருமுறை எட்டிப்பார்த்துப் “பேடிக் கண்டாம்... காரியம் நடக்கும்... எக்கச்சக்கமான அலைச்சலு” சொல்லிவிட்டு நாற்பதுரூபாயும் வாங்கிக்கொண்டு போனான்.

மொய்துசாகிபின் அவசரத்தை மனசிலாக்கிக்கொண்டு நெருக்கமான ஒன்றிரண்டுபேர் அடிமாட்டு விலைக்குக் கேட்டார்கள். தோப்பை விலைக்கு வாங்கி முதன்முதலில் அதனுள் காலடி எடுத்து வைத்த இனிமையான நினைவுகளை விலக்கித்தள்ள முடியவில்லை. வடக்கு மூலையில் கிடந்த கிணற்றில் தண்ணீர் கோரி ஒரு மடக்குக் குடித்துவிட்டுப் “படச்சவனே... நல்லருசி...” சுபைதா கோணச்சிரிப்புச் சிரித்தது மான நினைவுகளெல்லாம் மொய்துசாகிபின் இதயத்தை இறுக்கிப்பிடித்து நசுக்கியது.

சுபைதா சாயாவோடு வந்து மொய்துசாகிபை அனக்கி னாள் “கேட்டியளா... கேட்டியளா...”

கண்களைத் திறந்து மனைவியைப் பார்த்தார். அவர் முகத்தில் படர்ந்து கிடந்த ஆலோசனையும் துக்கமும் அவளால் புரிந்து கொள்ள முடிந்ததுதான். கதவுக்குப்பின்னால் நின்ற ஆயிஷாவுக்கு

வாப்பாவின் வாடியமுகம் தன்னை அழச் செய்துவிடும் போல இருந்தது. ஒருபக்கம் ஆகாய ஊஞ்சலில் தேவதைகளுடனான ஊஞ்சலாட்டத்தை மறுபக்கம் வாப்பாவின் சிரமம் தடுத்து விடுகிறது.

"ஆயிஷா ..."

எட்டிப்பார்த்து "என்ன வாப்பா ..." என்றாள்.

"கொஞ்சம் சுடுதண்ணி போடு மக்களே ... மேலு கழுவணும் ..."

சாயாவைக் குடித்துவிட்டு எழுந்து வாசலுக்கு வந்த போது மொய்துசாகிபின் முகம் மலர்ச்சியில் பிரகாசமானது. கோயாபிள்ளை ரோட்டிலிருந்து சைக்கிளைத் திருப்பித் தெருவில் வேகமாக வந்தான்.

"பயங்கர அலைச்சலு ... இப்போ ஆளு வரும் ..." மூச்சி வாங்கிச் சொல்லச்சொல்ல வாசலில் நின்ற சுபைதா ஆகாயத் தைப் பார்த்து நன்றியாகப் புன்னகைத்தாள்.

"மொதல்ல ... உள்ளே வா ... ஆயிஷா ... சாயாபோடு ..."

"ஆளுயாரு ..."

"யாரா இருந்தா நமக்கென்னா ... நமக்கு இப்போ காரியம் நடக்கணும் ... என்ன நான் சொல்லது ... கோயாபிள்ளை குழைந்து குழைந்து பேசினார்.

"சொத்து நம்மள விட்டுப் போவலன்னு நெனைச்சிக் குங்கோ ..."

மொய்துசாகிபுக்குப் புரியவில்லை. கோயாபிள்ளை ஏதோ குழப்படி செய்திருப்பதாகத் தோன்றியது.

"கேட்டியளா ... ஒரு நாலஞ்சி நாளா நாய் அலைச்சலு ..."

"நீரு எப்படி அலைஞ்சாலும் ... அதுக்குள்ளது ஓமக்குக் கெடைக்கும். எனக்கு ஆள் மனசுக்குப் பிடிக்கணும் ..."

"மனசுக்குப் பிடிக்காமலா மொவள கெட்டிக் கொடுக்கப் போறியோ ..."

மொய்துசாகிபு திகைத்து நின்றபோது வாசலிலிருந்து சத்தம் வந்தது.

"அஸ்ஸலாமு அலைக்கும் ..."

மொய்துசாகிபு எட்டிப்பார்த்தார்.

ஹமீதுசாகிபுவும் தாஸீம்பியின் தம்பிமகன் அழயாண்டத்துக் காரனும் உள்ளே வந்து சுகம் விசாரித்துக்கொண்டே உட்கார்ந் தார்கள்.

அம்மங்குண்டு முக்கில் எவன் கண்ணிலும் படாமல் பழைய மீன்கடைக்குப் பின்னால் ஹமீதுசாகிபும் கோயாபிள்ளையும் காத்து நின்றார்கள். கோயாபிள்ளை பேச்சுக்குப் பேச்சு அதன் வளைவுகளில் நின்று வாய்ப்புக் கிடைக்கும்போதெல்லாம் ஒரே வார்த்தையைத் திரும்பத் திரும்பச் சொல்லிக்கொண்டே இருந்தார்.

"நம்மள பெலமா கவனிக்கணும் கேட்டியளா . . ?"

"கவனிக்கலாம்டே . . . காப்பிகீப்பி குடிக்கலாம் . . ." கோயாபிள்ளை உள்ளுக்குள் வேறு என்னமோ புலம்பிக் கொண்டிருக்கும்போதே ஹைதர் ஆட்டோவைக் கூட்டிக் கொண்டு வந்து நெருக்கி நிறுத்தினான். ஹமீதுசாகிபும் கோயாபிள்ளையும் ஏறிக்கொள்ள ஆட்டோ புறப்படும் போது ஹமீதுசாகிபு சொன்னார்.

"தெருவுக்குள்ளோடி போவண்டாம் . . . சேரி சுத்திப் போ . . . அதுல அஞ்சாறு வேலையத்ததுவோ கெடக்கும் எவன் எங்கே போறான்னு கணக்கெடுக்க . . . துக்கயோ என்னைக்குக் கடைத் திண்ணையில இருந்து எழும்பானுவளோ . . . அன்னைக்குத்தான் ஊருக்கு ரெச்சவரும் . . ."

"உள்ளதுதான் . . . வெரட்டிப்போடே."

ஆசாரிப்பள்ள விலக்கில் ஆட்டோவை நிறுத்தச் சொல்லி ஹமீதுசாகிபும் கோயாபிள்ளையும் இறங்கிக் கொண்டார்கள். ஹமீதுசாகிபு அரேபியா சிகரெட்டைப் பத்தி இழுத்துக்கொண்டே,

"ஹைதரே . . . ஆட்டோவ ரைஸ்மில் முக்குல நிறுத்திட்டு . . . நடந்து போய் நைசா கூட்டிட்டுவா . . . ஒனக்க வாப்பா அங்க நின்னாம்னா . . . அவுன ஏத்தி உட்டுட்டு . . . நீ ஊட்ல நின்னுக்கோ . . . ம் . . . சீக்கிரம் போங்கோ . . ."

ஆட்டோ மீண்டும் ஹைதரோடு திரும்பிப் புறப்பட்டது. ஹமீதுசாகிபு புகையை இழுத்து இழுத்து விட்டதைக் கோயா பிள்ளை எச்சி ஒழுக,

“ஒண்ணு எடுங்கோ ...” கேட்டு வாங்கிப் பத்திக்கொண்டு கெமையாகப் புகைவிட்டதைப் பார்த்து “என்னடே கன்யா குமரியில கப்பல் வாண்டி உட்டவன் மாதிரி புகை உடுதே ...”

சிரித்துக்கொண்டே சொன்னார் “அரேபியாக்காரனுவோ சிகரெட்லயும் சென்ட்டு போடுவானுவளோ. என்ன மணம் பாத்தியளா ..?”

பள்ளவிளை தாண்டிவிட்டாலே பெரும் காடுதான். ஆசாரிப் பள்ளம் விலக்கில் டி.பி. ஆஸ்பத்திரியின் பின்பக்க மதில்சுவரை ஒட்டிய ரோட்டில் எப்போதாவது பஸ் வரும்போகும். மற்றபடி ஆள் நடமாட்டம் ரொம்பவும் குறைவு. பாம்பன்விளை வரையிலும் அடர்த்தியான காடுதான். குத்துவெட்டு, கொலை, வழிப்பறிக் கொள்ளைகள் அடிக்கடி நடைபெறும் அந்தப் பாதுகாப்பற்ற காட்டுக்குள்ளேயும் ஒன்றிரண்டு ஜெபப்பெரைகள் இருந்தன. சாமமும் கிடையாது, யாமமும் கிடையாது. ஒரே கொட்டடியும் ஜெபமுமாகத்தான் இருக்கும். கோயாபிள்ளை சுற்றிலும் பார்த்துவிட்டுக் “கேட்டியளா ...”

“ம் ...”

“சென்றுக்கு முன்னூறு ரூவா கேக்கானுவோ ... இப்போ ... வாங்கிப்போட்டா ... பத்துப்பதினைந்து வருசம் கழிச்சா ... கோளுதான் ...

“ம் ...” கடைசி தம்மை நெருக்கி இழுத்துத் தூக்கி வீசிக் கொண்டே “காலனியில வாய்ப்பா வருதா பாருடே, இனி நம்ம ஊரத் தொலைச்சிப் போடுவானுவோ ...”

“அதுல ... ஆபிஸர்மாருவல்லா வாரானுவளாம் ...”

“ஆபிஸர்மாருவெல்லாம் மலைவெடிச்சா வந்தானுவோ ... வாய்ப்பா வந்தா சொல்லு ...”

கோயாபிள்ளை என்னவெல்லாமோ சொல்லிக்கொண்டே நின்றார். ஹமீதுசாகிபின் கவனம் பேச்சில் இல்லை என்றாலும் வெறுமனே ‘ம் ...’ கொட்டிக்கொண்டிருந்தார். ஒருபாடு யோசனை ஆப்பரேஷனுக்கு முந்தின நாள் அலிசாயிப்பை ஆஸ்பத்திரியிலிருந்து ஆம்புலன்சில் கொண்டுபோய் சொத்து எழுதிவாங்கிய ஓர்மை எட்டிப்பார்த்தது. விலக்கித்தள்ள முயற்சித்தார். எல்லாம் விலகியது. ஆனாலும் ‘மனசாட்சிகெட்ட கள்ளப்பயலுவோ’ எனத் தன்னைப் பற்றிய முச்சந்தி முனகத்தை விலக்க முடியவில்லை. தூ ... எனத் துப்பிவிட்டுத் திரும்பிய போது வளைவிலிருந்து ஆட்டோ வேகமாக வந்து அவர்கள் முன்னால் நின்றது. பளிச்செனப் புன்னகை முகம்காட்டியபடி,

“அஸ்ஸலாமு அலைக்கும் ...”

மொய்துசாகிபு பதில் ஸலாம் சொல்லிக்கொண்டு பாவம் போல இருந்தார். குச்சித்தம்பி இறங்கிக்கொள்ள ஹமீதுசாகிபும் கோயாபிள்ளையும் பின்னால் ஏறினார்கள். குச்சித்தம்பி முன் பக்கம் ஒட்டிக்கொள்ள ஆட்டோ புறப்பட்டது. ஆட்டோ போகப்போக ஹமீதுசாகிபு குழைந்து குழைந்து சிரித்துப் பேசிக்கொண்டே இருந்தார். முகம் நோக்காத அவரின் குழைவும் சிரிப்பும் மொய்துசாகிபுக்கு எரிச்சலூட்டினாலும் காட்ட முடியாத அவஸ்தை. அவஸ்தையினூடே காட்சிகள் திரும்பத் திரும்ப ஓடிக்கொண்டே இருந்தது.

ஹமீதுசாகிபும் அழயாண்டத்துக்காரனும் நேற்று ஸலாம் சொல்லிவிட்டு வீட்டுக்குள் வந்ததும், "வாங்கோ" சுபைதா வரவேற்றபோது அவள் முகத்தில் இருந்த பிரகாசம் கடைசியில் காணாமல் போனது. விழுங்கவும் முடியாமல் துப்பவும் முடியாமல் ஒருக்கிலும் ஜீவிதத்தில் மறக்கமுடியாத அவஸ்தையை அனுபவித்த கொடூரம்.

கண்ணாடிப் பீங்கானில் பலகாரங்களைக் கொண்டு வைத்தாள். கூடவே ஏலக்காய் மணத்தோடு கூடிய சூடு சாயாவும். சுபைதா ஆயிஷாவிடம் ஒரட்டித்தட்டச் சொல்லி விட்டு எதிர்வீட்டுப் பையனிடம் கோழி அறுத்துக்கொண்டு வரச் சொல்லிவிட்டாள்.

"ஒண்ணும் வேண்டாம்... ஒரு விசயம் பேசிட்டு உடனே போவணும்..."

"அதெல்லாம் முடியாது... சாப்பிட்டுட்டுத்தான் போவ ணும்..." சம்மந்தக்காரரை சுபைதா விழுந்து விழுந்து உபசரித்த போது கோயாபிள்ளை குழலப்பத்தைக் கடித்துக்கொண்டே ஒரட்டிக்கனவில் மூழ்கிப் போனார். அவரின் மனதில் நிறைய கனவுகள். அந்தக் கனவுகளில் ஹமீதுசாகிபு தன்னைப் பலமாகக் கவனிப்பார் என்ற நம்பிக்கைப் பூ விரிந்து கிடந்தது.

சாயா குடித்தபடி ஹமீதுசாகிபு எதையோ பேசுவதற்கு ஒத்திகை பார்ப்பதைப்போல இருந்தார். அரேபியா சிகரெட்டைப் பத்திக்கொண்டபோது கடையிலிருந்து மைதீனும் வந்தான். பரஸ்பரம் நலன் விசாரித்துக்கொண்டே அவனும் அமர்ந்த உடன் சொன்னார்.

"நான் ஒரு விசயம் சொல்லிட்டுப் போலாம்னு வந்தேன்..." வார்த்தை வராமல் நின்றது. மொய்துசாகிபு ஹமீதுசாகிபின் முகத்திலிருந்து பார்வையை மாற்றிக்கொண்டார். அன்று பள்ளி யில் சீதனக்கணக்குச் சொல்லும்போதும் பார்வை இப்படித் தான் இருந்தது.

"நீங்கோ... வித்தியாசமா நெனைக்கக்கூடாது..."

“மாமா ... என்ன சொல்ல வருதுன்னா ...” அழயாண்டத்துக் காரன் எடுத்துக் கொடுத்தான்.

“கல்யாணத்துக்கு இன்னும் அஞ்சுநாளுதான் இரிக்கி ... எல்லார்ட்டையும் சொல்லியாச்சி ... நீங்க எது கொடுத்தாலும் ஒங்க புள்ளைக்குத்தான் ...”

ஹமீதுசாகிபு இன்னொரு சிகரெட்டைப் பத்தினார். மொய்துசாகிபுக்குக் குழப்பம் இன்னும் தீரவில்லை. கோயா பிள்ளை பணத்தோடு ஆள்வருவதாகச் சொன்னபோது ஏற்பட்ட உற்சாகம் வாசலில் ஹமீதுசாகிபு கால் சமுட்டியதும் தொலைந்து போனது. ஹமீதுசாகிபின் பேச்சும், வெளிப்படுத்தும் முக பாவனையும் எந்தக் கொம்பனையும் அமுக்கிப் போட்டுவிடும். “படச்சவனே” என மனதுக்குள் சொல்லிக்கொண்டேதான் இருந்தார்.

“நீங்க நகை போட்டதும் ... தொகை கொடுத்ததும் ... எல்லாம் உங்க புள்ளைக்குத்தானே ... ஏற்கெனவே நாமே பேசி முடிவாக்குன பொறவு ... நான் இப்போ சொல்லத வித்தியாசமா எடுத்துறக் கூடாது ...”

மொய்துசாகிபின் நாக்கு மேலும்மேலும் வறண்டது. மைதீன் சொன்னான்.

“எதுனாலும் ... மாமா ... நேரடியா சொல்லுங்கோ ...”

“மாமா ... என்ன சொல்ல வருதுன்னா ... தோப்பு இருக்கே ...” அழயாண்டத்துக்காரனை அனக்கி நிறுத்தினார். இஞ்சியும், வெள்ளை உள்ளியும் எண்ணெயில் வசக்கும் வாசனை காற்றில் கலந்திருந்தது.

“உங்களுக்கு ஒரு பொட்டபுள்ளே ...”

“ம் ...”

“இப்போ கல்யாணச்செலவுக்குன்னு நல்ல வாய்ப்பான தோப்பை வித்தியன்னா ...?”

வீடு அமைதியாக இருந்தது. கோயாபிள்ளை குழலப்பத்தைக் கடிக்கும் சத்தம் மட்டும்தான்.

“என்ன நான் சொல்லது ...”

“அதுல ஒரு துண்டத்தான் விக்கப்போறோம் ... தோப்ப இல்லை...”

“துண்டோ தோப்போ ... நான் சொல்லத கேளுங்கோ ... கல்யாணச்செலவுக்குள்ள ரூவாய நான் தாறேன் ... தோப்பை உங்க மருமவன் பேர்ல எழுதுங்கோ ... அவனும் உங்க பிள்ளை தானே ...”

“கேட்டியளா . . .”

மொய்துசாகிபு தலையில் கைவைத்துக்கொண்டிருந்தார். “வெளியே இறங்குல தாயழி . . .” வார்த்தை தொண்டைக்கு மேலே வரவில்லை. அவரின் முகபாவனை மாறிக்கொண்டே போனது. அது கோபத்தை உள்வைத்து அமுக்குவதின் அடையாளப் பிரதிபலிப்பாக இருந்தது. சுபைதா உற்றுப்பார்த்தாள். அனுபவம் அவளைப் பயப்படுத்தியது. கதவுக்குப் பின்னாலிருந்து சுபைதா மொய்துசாகிபின் முகம்பார்த்து சைகையால் அழைத்தபோது தன் நம்பிக்கை பொய்க்கும் விதமாக எழுந்து வந்தவரை அடுக்களைக்குக் கூட்டிப்போய் சொன்னாள்.

“என்னமும் . . . சொல்லிராதேங்கோ . . . ஊரெல்லாம் சொல்லியாச்சி . . .”

சுபைதா அழுதுவிடுவாள் போலிருந்தது. ஒரட்டித்தட்டிக் கொண்டிருந்த ஆயிஷாவின் கண்களில் கண்ணீர் திவலை. அவள் கண்ணீரைத் துடைத்த நேர்த்தியை அவர் கவனிக்காமலில்லை.

“நமக்கு ஒரு மொவன் இருக்காம்புள்ளா . . .”

“நமக்குப் படைச்சவன் இருக்கான் . . .” சுபைதா அழுவாள் போலிருந்தது. தளர்ந்து போய் மீண்டும் முன்வீட்டுக்கு வந்தார். ஹமீதுசாகிபு புதிய சிகரெட்டைப் பத்தினார். தலைக்கு மேலே பரவிய அரேபியப் புகையின் கெட்டநாத்தத்தில் அவருக்கு மூச்சு முட்டியது.

“எனக்கு ரொம்பக் கடன் உண்டு பாத்துக்கிடுங்கோ . . . தோப்ப வித்துத்தான் எல்லாஞ்சரியாக்கணும் . . .”

“கேட்டியளா நீங்க வேற நான் வேற கிடையாது . . . அதுக்கு என்ன வெலையோ அதத்தாரேன் . . . இன்னொரு ஆளுட்ட போவண்டாம்தான் சொல்லுதேன் . . . உங்கள்ட்ட இருந்தா என்னா எங்கள்ட்ட இருந்தா என்னா . . . எல்லாம் ஒண்ணுக்குள்ள ஒண்ணுதானே . . . என்ன நான் சொல்லது . . . புரியுதா . . ?”

“ம் . . .”

“கல்யாணச் செலவுக்கு முப்பதாயிரம் இருந்தா ஜாம் ஜாம்னு நடத்தலாம் . . . வேற என்னவேணும் . . .” பேசிக்கொண்டே மடியிலிருந்து அஞ்சாறு கட்டுப்பணத்தை எடுத்துப்போட்டார். நிச்சாம்புலத்தன்று மொய்துசாகிபு ஜின்னாவுக்கு வைத்துக் கொடுத்தபணம் இன்னொரு கம்பீரத்தோடு அவர் முன்னால் கிடந்தது.

“இப்போ வச்சிக்கிடுங்கோ . . . இன்ஷா அல்லா . . . எல்லாம் சரியாவும் . . . நாளைக்கே எழுதிருவோம் . . . பாக்கிய கல்யாணத்

துக்குப் பொறவு பாத்துக்கலாம் ... எழுத்துக் கூத்தெல்லாம் சும்மா ஒரு சம்பிரதாயம்தான் ... எல்லாம் உங்களுக்குள்ளது தான் ... நான் கெளம்பட்டா ..?"

மொய்துசாகிபும், மைதீனும் அமைதியாக இருந்தார்கள். ஒன்றும் ஓடவில்லை. மற்றவர்களைப் பேசவிடாமல் எல்லாம் தானே பேசிக்கொண்டு பட்டென நகர்ந்துவிடும் சாமர்த்தியசாலி யான ஹமீதுசாகிபு எழுந்தபோது சுபைதாதான் சொன்னாள்.

"அண்ணன் இரிங்கோ ... பசியாறிட்டுப் போலாம் ..."

மேசையின் மீது கிடந்த பணத்தை ஹமீதுசாகிபு எடுத்து சுபைதாவிடம் நீட்டிக்கொண்டே,

"தங்கச்சி ... இத உள்ள பத்திரமா வை ..."

சுபைதா மொய்துசாகிபைப் பார்த்தாள். அவர் மௌன மாகத் தலைகுனிந்து அமர்ந்திருந்தார். சுபைதா வேறு வழியில்லா மல் வாங்கிக்கொண்டாள். ஹமீதுசாகிபு கண்சாடை காட்டியதும் கோயாபிள்ளை குழலப்பத்தை வைத்துவிட்டு வாய்திறந்தார்.

"அப்படியே பத்திரத்த எடுத்தாங்கோ ... எழுத்துக்கூத்துக்கு சவுரியமா இருக்கும் ..." தங்கச்சிபேர்ல எழுதப்போறியளா ... மச்சான் பேர்லயா ...?" மைதீன் கேட்டதும் ஹமீதுசாகிபு நிமிர்ந்து பார்த்தார். அந்த முகம் பட்டென நிறம் மாறிமாறிக் கடைசியில் நீயெல்லாம் எங்கிட்ட கேள்வி வைக்குதே இல்லியாலே மயிரே ... என்பதுபோல விசித்திரச் சிரிப்போடு நின்றது.

"இனி நாம எல்லாரும் ஒண்ணுதானே ... ஆயிஷாம்மாக்க பேர்ல எழுதணும்னாலும் எழுதுவோம் ... இல்லே ஒனக்க மச்சானுக்க பேர்ல எழுதணும்னாலும் எழுதுவோம் ... கூடுதல் கொறவுகள பாக்கணும்னா ... அவன் சவுதியில் இருப்பான் ... ஆயிஷாம்மாவ கொண்டு அங்கேயும் இங்கேயும் அலைக்க முடியுமா ... யார் பேர்லனாலும் எழுதலாம் ... இப்படியே கூட இருந்தாலும் பிரச்சனை இல்லை ... இருந்தாலும் சம்பிரதாயம்னு ஒண்ணு இருக்குபாத்தியா ... என்னத்த ஒலகம் ... இருக்கும்போது மொதலாளியாக்கும், அவராக்கும், பெரிய மத்தவராக்கும்னு சொல்லுவானுவோ ... மரிச்சா மையத்த எப்போ எடுப்பானுவோன்னுதான் கேட்பானுவோ ... எவன் என்னத்த கொண்டு போயிர முடியும் ... கபன்துணியும் பனங் கம்பும்தானே ..."

சடசடவென என்னவெல்லாமோ பேசிவிட்டு எதிராளி யைப் பேசாமடந்தையாக ஆக்கிவிடும் வல்லமை பொருந்திய ஹமீதுசாகிபு ஒரட்டியைத் தின்றுவிட்டு வெளியேறியபோது, மொய்துசாகிபின் இடது மார்பில் லேசான வலி பரவியது. ஆட்டோவிலும் அப்படித்தான். ஆட்டோ நொடிகளில் விழும் போதெல்லாம் அந்த வலி கூடிக்கொண்டே இருந்தது.

கணபதிபுரம் ரெஜிஸ்டர் ஆபிஸ் முன்னால் ஆட்டோ நின்றதும் ஹமீதுசாகிபு ஏற்கெனவே சொல்லி வைத்திருந்த பொன்னையா நாடார் ஆட்டோ அருகிலேயே வந்துவிட்டார்.

"என்ன மொதலாளி ... நேரமாயிட்டே ... ஆளபிடிச்சி வச்சிட்டுக் கனம நேரமா இங்கேயே நிக்கேன் ...

சிரித்துக்கொண்டே ஹமீதுசாகிபு இறங்கியதைத் தொடர்ந்து எல்லோரும் வரிசையாக இறங்கினார்கள்.

"ஒரு நிமிசத்துல எல்லாஞ் சரியாக்கிட்டு வாரேன் ..."

பொன்னையா நாடார் மீண்டும் வேகமாக உள்ளே போனார். குச்சித்தம்பி எதிர்த்த கடையில் எல்லோருக்கும் போஞ்சி வாங்கிக்கொண்டு வந்தார். போஞ்சியைக் குடித்துவிட்டு ஹமீதுசாகிபு சிகரெட்டை பத்தப்போகும்போது பொன்னையா நாடார் கைதட்டிக் கூப்பிட்டார்.

"வாங்க ... மச்சான் ..."

மொய்துசாகிபை அன்பொழுக அழைத்துக்கொண்டே ஹமீதுசாகிபு முன்னால் நிமிர்ந்து நடந்தார். குச்சித்தம்பியும் கோயாபிள்ளையும் ஏதோ முனங்கிக் கொண்டே பின்னால் நடந்தார்கள்.

"அகமது மீரான்பிள்ளை சாகிபு மகன் முகம்மது மைதீன் (மொய்து) சாகிபு"

மொய்துசாகிபு முன்னால் போனார்.

"பணம் வாங்கிட்டியரா ..?"

மொய்துசாகிபு ஹமீதுசாகிபைப் பார்த்துக்கொண்டே தலையாட்டினார். பரஸ்பரம் கையெழுத்துப்போட்டுக் கட்டை விரல் ரேகையைப் பதித்துக்கொண்டதன் மூலமாக அகமது மீரான்பிள்ளை சாகிபு மகன் முகம்மது மைதீன் என்ற மொய்து சாகிபுக்குச் சொந்தமான சர்வே எண் 214/4இல் உள்ள மேற்குப் பக்கம் அனந்தன் கால்வாயும், தெற்குப்பக்கம் செல்லயாநாடார் மகன் தங்கராஜுக்குச் சொந்தமான தென்னந்தோப்பு பூமியும், கிழக்குப்பக்கம் ஒன்பது அடி பொதுவழிப்பாதையும், வடக்குப் பக்கம் மலுக்குமுகம்மது சாகிபுமகன் சுலைமானின் மாந்தோப்பு பூமியும் எல்கைகளாகக் கொண்ட எண்பத்து மூணு சென்ட் மனை மண்ணும் மரமடங்க முகமது அப்துல்காதர் சாகிபு மகன் ஐம்பத்தாறு வயது ஷாகுல்ஹமீது என்கிற ஹமீது சாகிபுக்குச் சொந்தமானது.

மோதியார் மக்ரிபுக்குப் பிறகு மதரஸா திண்ணை யில் ரொம்பவும் யோசனையாக அமர்ந்திருந்தார். நேத்து உச்சைக்குக் கோழி அறுக்கத் தேடிவந்த சியன்னா மோதியாரைக் காணாமல் சுக்காப்பி சுல்தான் பிள்ளை யிடம் விசாரித்திருக்கிறார். "அவரு இப்போ காலனி மேஸ்திரிலாப்பா... ஒருநேரமும் பள்ளியில இருப்புக் கிடையாது... பணிக்காரனுவோ சாயாவாண்டிக் கொடுப் பானுவோ... இவரு வாயப்பொழந்துட்டு அவனுவளுக்க கூடத்தான் நடமாட்டம்..." சியன்னா சைக்கிளை எடுத்துத் தேடிப்போய் பழைய ஒத்தப்பனத் தோப்பில் கண்டுபிடித்துக் கொண்டுவந்து கோழி அறுத்துக் கொண்டு போகும்போது சுக்காப்பி சுல்தான் பிள்ளை யின் வசனத்தைப் போட்டுவிட்டுப் போனார். மாலையில் ஊர் முக்கியஸ்தர் மற்றும் சுலைமானும் கேட்டார்கள்.

"என்னா காலனியில பிளாட் வாங்கிட்டியளா... ஒரு நேரம் பள்ளியில இருப்பு இல்ல போலத் தெரியுவு."
"நான் சும்மா அங்கன போவேன்..." ஆனாலும் சுலைமா னின் பரியாசடி கொஞ்சம் கூடுதலாகவே இருந்தது.

"யாராவது ஓதிபாக்க வருவா... பிள்ளை பிறந்த ஊட்டு அவசரம் வரும்... கோழி அறுக்கணும், கிடாய் அறுக்கணும்னா... இவர காலனியில போய்த் தேட முடியுமா...?..."

"வாஸ்தவம்தான்..." சுக்காப்பி சுல்தான் பிள்ளை கூட நின்று சொன்னதை அறிந்தபோது கோபமாத்தான் வந்தது. என்ன செய்யமுடியும் அடக்கிக்கொண்டார். ஆனாலும் அது மனசை என்னமோ செய்தது. யோசித்துக் கொண்டிருந்த மோதியாரின் பார்வை பள்ளி வேம்பி லிருந்தது. மோதியாரைத்தேடி வந்து குச்சித்தம்பி பேசிக் கொண்டே திண்ணையில் உட்கார்ந்தபடி கேட்டார்.

"என்ன பெலமான யோசனை..."

“பள்ளிவேம்புல அஞ்சாறு நாளா திடீர்னு கொஞ்சம் புறாவந்து அடையுது ... அதான் யோசிக்கேன். எங்க இருந்து வந்துன்னு ... பத்து நூறு காணும் பாத்துக்கோ ...”

மோதியாரிடமிருந்து பீடி வாங்கிப்பத்திக்கொண்டே ... “எங்கனயும் இருந்துவரும் ...”

சாதாரணமாகச் சொல்லிவிட்ட குச்சித்தம்பியை எரிச்சலோடு பார்த்துவிட்டு யோசித்தார். மக்ரிபுக்கு முன்னால் கொக்குகளும் நாரைகளும் பள்ளிவேம்புக்கு மேலோடி பறந்து போவதும் அஞ்சாறு நாளாகப் பார்க்க முடியவில்லை. நாரைகள் பிராந்தநேசேரி குளத்துக்குப்போவதை முன்பு மாஸ்டர்தாசன் சொல்லி அறிந்திருந்தார். கொக்குகள் கூட்டம்கூட்டமாகப் போகும் ... புறாக்கள் ... மைனா ... வால்குருவிகளென எக்கச்சக்கமான பறவைகளின் அணிவகுப்பை பயலுவோ பள்ளி முற்றத்தில் நின்று துள்ளிச்சாடிச் சத்தமிட்டுப் பார்ப்பதும் ‘கொக்கே கொக்கே நகத்துல வெள்ளபோடு ...’ எனக் கத்துவதும் அவர் பார்வைக்கு முன்னால் நடைபெறுவதுதான். யோசித்துப் பார்த்தபோது மோதியாருக்கு மிரட்சியாக இருந்தது. இரவும் நீண்டநேரம் யோசித்தார். சுபஹ் பாங்குச் சொல்லிவிட்டு ஹவுளில் நின்று பார்த்தபோது, பள்ளி வேம்பிலிருந்து பறந்த புறாக்களின் எண்ணிக்கை நேற்று மாலையில் பார்த்ததை விடவும் கூடுதலாகத் தோன்றியது. யோசனை தீரவில்லை ... புறாவின் யோசனை சுக்காப்பி சுல்தான் பிள்ளையின் வத்தி வைப்பின் யோசனையைப் பின்னுக்குத்தள்ளித் தூரப்போட்டது. இருபது வருடங்களாக இல்லாத ஒன்று அஞ்சாறு நாளாக ... யோசித்துக்கொண்டே தொழுகைமுடித்து காலனிப் பணிக்காரன்களோடு வழக்கம்போலக் காதர்சாகிபு ஹோட்டலில் சாயா குடித்து வெளியே வந்தபோது “ஆசானே ... போவோம் ...”

பணிக்காரன்மார் அழைத்தபோது போய் எட்டிப் பார்த்துவிட்டு வந்துவிடலாமெனப் புறப்பட்டார். சுக்காப்பி சுல்தான் பிள்ளை தன்னைக் கவனிப்பதைப் பார்த்துவிட்டு ஒரு மயிராண்டியும் என்னைய புடுங்க முடியாது என்பதுபோல முன்னிலும் கெமையாகவே நடந்தார்.

“நேத்து பாதை எவ்வளவு போச்சி.”

“ஆசானே ... குளம் வரைக்கும் போயாச்சு ... இன்னைக்கு போரிங் போடுதவனுவளும் வருவானுவளாம் ... அதுவேற கண்ட்ராக்கு ...” மோதியாருக்கு போரிங் என்றதும் புரியவில்லை மேஸ்திரி மகாலிங்கம் விளக்கிக் கொடுத்தபடிச் சொன்னார்.

“இன்னொரு விசயம் தெரியுமா ... அன்னா தெரியுவுல்லா ... வாழைத்தோப்பு அதையும் வாங்கியாச்சு ...”

"மத்த செட்டியார்க்குள்ளதுல்லா..?"

"செட்டியாரு, சாயிப்பு, நாடாரு எல்லாரையும் வாங்கி யாச்சி... கணபதியா பிள்ளைக்கு வயல் மட்டும் பாக்கி. அதுவும் ஆடுது... வாழைத்தோப்புல எக்கச்சக்கமான நாமத் தவளை கெடக்கு. எதாவது தெரிஞ்ச வைத்தியர் இருந்தா பிடிக்கச் சொல்லுங்கோ... நல்ல வெல உண்டு..."

"தவளைக்கு வெல உண்டாடே..."

"மனுசன தவற எல்லாத்துக்கும் வெல உண்டு..."

மோதியார் சிரித்துக்கொண்டே... "வாழை கொல போடுத பிராயம்லா..."

"கண்ட்ராக் சொல்லியாச்சு. மயிரே மாத்திரம் வெட்டிர வேண்டியதுதால..."

மோதியாரின் ஏக்கமான பார்வை தூரத்தில் தெரிந்த வாழைத்தோப்பின் மீது விழுந்தது.

"ஆசானே... எனக்குப் பயலுக்கு ஒரே பேடி... பள்ளி யாண்டவன் கோயிலு கயிறு இருந்தா தாங்களேன்."

"கயிறு வேண்டாம்டே... தண்ணி ஓதித் தாறேன்... சாயங்காலம் போவத்துல கொண்டு போ..."

பேசிப்பேசி நேரம்போனது. காலி மைதானமாகிப்போன காட்டுப்பூமியில் பாதைகள் பல்வேறு வடிவங்களில் வளைந்து நெளிந்து போய்க்கொண்டிருந்தன. மோதியார் பேசிக்கொண்டே பள்ளிவேம்பில் புறா வந்து அடையும் ரகசியம் கேட்டார்.

"ஆசானே... இதா..." மகாலிங்கம் நிசாரமாகத் தொடங்கி னார்.

"காட்ட அழிச்சாச்சி... அதுவோ எங்கபோவும்... பத்து நூறு நூத்தம்பது மஞ்சணாத்தி மரத்த வெட்டி மாத்துனோம்... கணக்கத்த மைனாக் கூடு... புறாக்குப் பள்ளிவேம்பு தோதா கெடைச்சிட்டு... பாக்கியெல்லாம் எங்க அலையுதுவளோ தெரியலே... பிராந்தநேசரி குளத்துல நேத்துச் சாயங்காலம் எங்க கண்ட்ராக்குக்க மருமவன் நாலு நாரை சுட்டாரு... அனேகமா இனி நாரையும் போயிரும்."

"பாக்கி நாரையோ வராதா..? ..."

"கண்ணுகாண அதுக்க கூடப்பொறப்புவ துடிச்சி செத்தத பாத்துட்டுப் போனது வராதுல்லா ஆசானே..."

மோதியாருக்குக் சங்கடமாயிருந்தது. மகாலிங்கத்திடம் இருந்து பீடி வாங்கிப் பத்திக்கொண்டு பொடிநடையாகத் திரும்பிவரும்போதுதான் சுக்காப்பி சுல்தான் பிள்ளையின் கடையை மூடிக் கெட்டியிருந்த விரிசாக்கில் ஹோட்டல் ஃபைவ் ஸ்டார் என எவனோ எழுதிப் போட்டிருந்தானுவோ என்று சுக்காப்பி சுல்தான் பிள்ளை அறுத்துக்கிழித்துக்கொண்டு கிடந்தார் . . . மோதியாரைக் கண்டதும் அறுப்பின் வேகம் கூடியது. ஐந்தாறு நாட்களுக்கு முன்னாலேயே காலனி பணிக்காரன்மார்களை சாயங்காலம் சுக்காப்பிக் கடைக்கு நைசா கொண்டுவரும்படி சொல்லியிருந்தார். மோதியாருக்குப் பால் சாயாதான் இஷ்டம் என்பதால் அவர் அனங்கவில்லை. இதன்பிறகுதான் சுக்காப்பி சுல்தான் பிள்ளை கோழி அறுக்க வந்த சியன்னாவிடம் வத்திவைத்தது சுக்காப்பி சுல்தான் பிள்ளை சாடைமாடையாக மானதானமில்லாமல் அறுத்துக் கிழித்த ரெண்டொரு நாளுக்குப்பிறகு சுக்காப்பி சுல்தான் பிள்ளைக்கு ஒருகடிதம் வந்தது. அனுப்புனர் விலாசம், ‘அலைகள் ஓய்வதில்லை ராதா, சென்னை’ என்று இருந்தது. பிரித்துப் படித்தபோது,

அன்புள்ள சுக்காப்பி சுல்தான் பிள்ளை மச்சானுக்கு உங்கள் அன்பு காதலி ராதா எழுதுவது. என் காதலை ஏற்றுக் கொண்டு என் கழுத்தில் மாலையிட வேண்டும். உங்கள் நினைப்பாகவே இருக்கிறேன். உடனே சென்னைக்கு வரவும்.

இப்படிக்கு
அன்புக் காதலி
***அலைகள் ஓய்வதில்லை,* ராதா.**

பின்குறிப்பு: என் அக்கா அம்பிகா உங்களுக்கு ஸலாம் சொல்லச் சொன்னாள்.

இதற்கு இரண்டு வருடங்களுக்கு முன்னால் இதுபோல எம்.ஜி.ஆரிடமிருந்து சுக்காப்பி சுல்தான் பிள்ளைக்கு ஒரு கடிதம் வந்திருந்தது. மாண்புமிகு சுக்காப்பி சுல்தான் பிள்ளை சாகிபுக்கு வணக்கம்.

உங்களைச் சுக்காப்பித் துறைமந்திரியாகப் போடலாம் எனத் தீர்மானித்துள்ளேன். உங்கள் பதிலை எழுதவும். அவசரம்.

சென்னை.

அன்புடன்
எம்.ஜியார்.

முன்புபோலவே இப்போதும் அறுத்துக்கிழித்துக்கொண்டு கிடந்தார். கடைவீதி கலகலப்பானது ... கேள்விப்பட்ட எல்லா முகங்களிலும் கோணச் சிரிப்பு. வழக்கம்போலத் தன் பரிவாரங்களுடன் நின்றிருந்த சுலைமான் இன்றைக்கு எடுத்துக்கொண்ட விசயம் சினிமா நடிகை ராதா பற்றியதாக இருந்தது. சுங்கான் கடைக் குளத்துல ... மத்த பாரதிராஜா சினிமா எடுக்க வந்தாம்லா ... ‘ஆயிரந்தாமரை மொட்டுக்ளே’ன்னு ஒரு பாட்டு ... இவரு முன்னபோய் ராதாவப் பாத்துச் சளுவா வடிச்சிட்டு நின்னாரு ... அந்தால போவ வேண்டியதுதானே ... முந்திக்குட்டி சாடிப்போய் அவளுக்க பேரென்னான்னு கேட்ருக்காரு ... இத பயலுவோ கேட்டுட்டானுவோ ... அதோடயாவது முடிஞ்சா ... ராஜேஸ் தியேட்டர்ல படம் வந்த சமயத்துல ... தியேட்டர்ல போய் பாத்துட்டு ... மத்த பூ சீன் இருக்குல்லா ... பூக்குள்ளாடி சீல இல்லாம கெடப்பாவுல்லா ... அதபாத்துட்டு ஒரு மாதிரியா நெளிஞ்சிருக்காரு ... ஊர்ல வந்து ... பாண்டிக்காரன்ட சொல்லியிருக்காரு ... படச்சரப்பே ... அந்தப் பூ காத்துல பறந்து போயிருந்துன்னான்னு ... பாண்டிக்காரன் கக்கிட்டான் ... பயலுவோ உடுவானுவளா ... இப்போபோட்டுப் பறிச்செடுக்கானுவோ ... இப்படியாக நிறுத்திக்கொண்டே ‘ராதா’ பற்றிய அவன் அறிந்த பலசெய்திகளைத் தொகுத்து வழங்கியபோது பரிவாரம் வழக்கத்தைவிடவும் வலுவாக வாய்பிளந்தது.

மொய்துசாகிபு வீட்டுமுன்னால் வெளிப்பக்கப் பந்தலின் முகப்பில் இரண்டு செந்துளுவன் வாழைக் குலையைத் தரம்பார்த்து ஜோடியாகக் கெட்டியிருந்தார்கள் அதுபோலவே இரண்டு பக்கமும் செவ்விளநீர்க் குலைகள். பந்தலைச் சுற்றிலும் ஈச்சை இலைகள் குத்திவைக்கப்பட்டிருந்தன. விளையாடிக்கொண்டிருந்த சின்ன பிள்ளைகளெல்லாம் ஈச்சை இலைகளைக் கொப்பிலிருந்து இணிந்து போட்டு வாள்சண்டை விளையாடினர். வாள்சண்டை விளையாட்டில் நான்தாம்புல எம்.ஜியாரு நான்தாம்புல நம்பியாரு என வாள்சண்டையின் உச்சத்தில் எம்ஜியார் அழுதுகொண்டே போக நம்பியார் விளாசித்தள்ளினார். அழுதுகொண்டே போன எம்ஜியார், இன்னொரு எம்ஜியாரைக் கொண்டுவர நிஜ அடி தொடங்கியது. வேடிக்கை பார்த்து நின்ற மியன்னா எம்ஜியாருக்கும் நம்பியாருக்கும் இரண்டு அடிபோட்டு ஓடுங்கல தாயழியளே ... என வெரட்டித்தள்ளியபோது அங்கிருந்த ஸ்பீக்கர் ‘தென்றல் காற்றே கொஞ்சம் நில்லு’ பாடிக் கொண்டிருந்தது. பெண்கள் வருவதும் போவதுமாக இருந்தார்கள். ஆண்களெல்லாம் பந்தலின் முகப்பில் போட்டிருந்த செயரில் அமர்ந்திருந்தார்கள்.

நேற்றிரவு உறக்கம் முழித்துச் சீட்டுக்களித்தச் சடவு முகத்தோடு பெரிய காசீம்பிள்ளை ஆக்குப்பெரைக்குச் சாதனங்களைச் சுமந்து போய் வந்து கொண்டிருந்தார். நேற்றுள்ள சீட்டுக்களியில் மூன்று குலானில் முப்பது ரூபாய் தட்டியதையும் இரண்டு ஆஸி ஒரு ராஜாவில் சேமொம்மது கவுந்த கதையையும் ரசித்துச் ரசித்து சொல்லிக்கொண்டே இருந்தார். பண்டாரி ம் ... ம் ... ம் ... சொல்லிக்கொண்டே “ம் ... சரி அந்த இஞ்சிய எடுத்துட்டு வாரும் ...” பெரிய காசீம்பிள்ளை இஞ்சி

எடுக்க வந்தபோது வாசலில் சிரிப்புச் சத்தம் கேட்டு எட்டிப் பார்த்தார். குச்சித்தம்பி அரேபிய முழுக்கை பனியனைப் போட்டுக்கொண்டு தெருவில் கைவீசி நடந்து வந்தபோதே சுக்காப்பி சுல்தான் பிள்ளையின் பொண்டாட்டி எட்டிப் பார்த்துச் சொன்னாள்.

“இது யாரு எம்ஜியாரா போறது . . .” வீட்டிற்குள் சிரிப்புப் பலமாகக் கேட்டது. தெருதாண்டி ஆக்குப்பெரைக்குள் வந்த போது,

“ஓய் . . . பனியன் பின்னிட்டே . . . எங்க வாண்டுனியரு . . .”

“புதியாப்புளே தந்தது . . .”

பந்தலைத்தாண்டி ஆக்குப்பெரைக்கு வந்தார் அதற்குள் ஒன்றிரண்டு சின்ன பையன்கள் குச்சித்தம்பி குச்சித்தம்பி . . . எனச் சத்தம் போட்டார்கள். ஆக்குப்பெரையில் குச்சித்தம்பியைக் கண்டதும் பின்னால் நின்று பெரிய காசீம்பிள்ளை கைகாட்ட மாப்பிள்ளை காஜா நைசாகச் சொன்னான்.

“யேய் . . . சட்டி பிடிக்கத்துணி இல்லியன்னு சொன்னிய லாப்பா . . .” எல்லோரும் சிரித்தார்கள். குச்சித்தம்பி புரிந்து கொண்டு வெப்ராளமாக நின்றபடி “மொய்தண்ணே எங்கே . . .” பண்டாரியிடம் கேட்டார். பண்டாரிக்குச் சிரிப்புத் தீரவில்லை. குச்சித்தம்பியின் பனியனில் கிடந்த ஒரு ஆங்கிலப் பாடகனின் மைக் வைத்த படத்தைப் பார்த்து,

“இதுயாரு ஓம்ம மச்சானா . . .”

ஆளுக்கொரு பக்கமாகச் சிதறி விழுந்து சிரித்தார்கள். குச்சித்தம்பிக்கு மனசிலாகிவிட்டது. இனி இவன்களிடம் வாய் கொடுக்க முடியாது அனக்கமில்லாமல் போவதுதான் உத்தமம். ஆனாலும் மாலைக்குள் மாப்பிள்ளை காஜாவுக்கும், பண்டாரிக்கும் நல்ல அறுப்பு வைத்துக் கொடுக்கவேண்டு மெனத் தீர்மானித்துக்கொண்டே நகர்ந்தார். மாப்பிள்ளை பத்துமணிக்குப் புறப்படும் விபரத்தை சுபைதாவிடம் சொல்லி விட்டுத் திரும்பியபோது வியாத்தும்மா பின்னால் நின்று “இது யாரு புதியாப்புளேக்குத் தம்பியா . . ?” என்றபோது சுபைதாவும் திரும்பி நின்று சிரித்துக்கொண்டாள். பொண்ணுக்கு முகம் மினுக்க வந்திருந்த ஒசாத்தியின் சிரிப்புக் குச்சித்தம்பியைக் குறிவைத்து அடித்தபோது,

“ரொம்பக் கொணட்டாதளா . . ? . . .”

திரும்பிவரும்போதும் சுக்காப்பி சுல்தான் பிள்ளையின் பொண்டாட்டி கொமைத்தபோது மாப்பிள்ளைக்கு ஏத்த பொண்டாட்டி என நினைத்துக்கொண்டே ஒரே ஓட்டமாக முதல்தெருவுக்கு வந்தபோது மாப்பிள்ளை புறப்படத் தயாராகி நின்றான்.

முன் அறையில் ஜின்னா கோட்டு சூட்டில் பெரிய பூமாலையைக் கழுத்தில் சுமந்தபடி செயரில் இருந்தான். அவனைச் சுற்றிலும் உறவினர்கள் சூழ்ந்துகொண்டிருக்க போட்டோ எடுத்தார்கள். இடைஇடையே ஜின்னாவின் கைகளுக்குள் கைமடக்கு கவரைச் சிலர் திணித்தனர். ஜின்னாவின் கை கைமடக்கு கவரால் நிரம்ப நிரம்ப ஹமீதுசாகிபு கையில் வைத்திருந்த அலி ஜுவல்லர்ஸ் பேக்கில் வாங்கி வாங்கி நிறைத்தார். மோதிரம் போட்ட ஒன்றிரண்டு உறவினர்கள் கையைப்பிடித்து மோதிரம் போடும் போஸில் போட்டோ எடுத்துக்கொண்டபோது வெளியில் ஒன்றிரண்டு பேர்கள் தமாஷாகச் சிரித்தார்கள்.

தாஸீம்பியின் தம்பிமகள், தங்கச்சிமகள்கள் தலைமையில் பெண்கள் கோஷ்டி புதுப்பட்டுக்கட்டிப் பளபளப்பாய்க் கலப்பரப்புப் பண்டத்தை எடுத்துக்கொண்டு முதலில் தெருவிறங்கினார்கள். ஜின்னாவின் சகோதரி முறைக்காரிகளுக்கெல்லாம் ஜவுளிக்கடையில் உம்மா எடுத்த பட்டுக்கு மொய்துசாகிபு நிச்சாம்புலத்துக்குக் கொடுத்த பணத்தை வாரி வாரிக் கொடுத்தபோது அது தனக்கான விலையாக உம்மா பெற்றுக்கொண்டதாகவே தோன்றியது. தாஸிம்பி "பட்டுக்க மணம் கொள்ளலாம்லா." என்றபோது ஜின்னா மணத்திப் பார்த்தான். நிச்சாம்புலத்துக்குப் பணம் தரும்போது நெருங்கிநின்ற மொய்துசாகிபின் சரீர வியர்வை இப்படித்தான் மணத்ததாக ஓர்மை வந்தது. தாம்பாளத்தட்டில் ஆப்பிளும் ஆரஞ்சும் மாதுளையுமாகச் சுமந்து சொக்காரிமார்கள் முன்னால் நடக்க ஹைதர் ஆள்உயரச் செந்துளுவன் குலையைச் சுமக்கமுடியாமல் தோளில் சுமந்து போனதைக் கவனித்த பயலுவோ,

"பணியடிமை போறத பாரு . . ." பரிகாசித்தபோது உசேன் சிரிப்புடன் சொன்னான்.

"பணியடிமை இல்லே . . . விசா அடிமை . . ."

ஒரு கூட்டச் சிரிப்பு ஹே . . .வெனப் பள்ளிமுற்றத்தில் சிதறியது.

"யாநபி ஸலாம் அலைக்கும் . . . யாரசூல் ஸலாம் அலைக்கும் . . ." லெப்பையின் தலைமையில் பைத் ரோஜா மலரே . . . ராஜகுமாரி . . . பழைய சினிமாப்பாட்டின் சாயலில்

ராகமாக வெளிவந்தபோது ஜன்னல் சீலைகளுக்குப் பின்னால் குமரிப்பிள்ளைகள் முண்டியடித்துப் பார்த்தார்கள். ஜின்னாவின் கையைத் தாஸீம்பியின் தங்கச்சி மருமகன் பிடித்திருந்தான். அவன்தான் ஜின்னாவுக்கு மச்சான்முறை. ரொம்பவும் சல்லியம் காட்டினான். நேதாஜியில் எடுத்த கசவு வச்ச பட்டுவேட்டியும் சட்டையும் பெட்டிப்பாம்பாய் அடக்கிப்போட்டது. பள்ளிக்கு வந்து பாத்திஹா ஓதும்போதே பள்ளி வேம்போடு சேர்த்து போட்டோக்காரன் படம் எடுத்துக்கொண்டே பள்ளிவேம்பை ரொம்பவும் அதிசயமாகப் பார்த்தான். குச்சித்தம்பி எல்லா இடங்களிலும் சுறுசுறுப்பாக நின்றார். ஹமீதுசாகிபை ஒட்டியே நடந்தார். பள்ளியில் துவா கேட்கும்போது கூட அவரின் ‘ஆமீன்’ சத்தம்தான் பலமாக இருந்தது. அவரின் பனியனைக் குறித்த பரிகாசங்கள் ஒருபுறம் தொடர்ந்துகொண்டே இருந்த போதும் கவலைப்படாமல் தன்னை முன்னிலைப்படுத்திக் கொண்டே வந்தார்.

பெண்வீட்டுத் தெருவுக்குள் வந்தபோது ஜின்னாவை மைதீன் எதிர்மாலை சந்தனத்தோடு எதிர்கொண்டு வரவேற்றுத் தாம்பாளத்தட்டிலிருந்த பூமாலையை ஜின்னாவின் கழுத்தில் போட்டுவிட்டு ஜின்னா கழுத்தில் கிடந்த மாலையை எடுத்துத் தட்டில் வைத்தான். அது மணப்பெண்ணுக்குப் போடுவதற்காக வேகமாக உள்ளே போனது. ஜின்னா காலில் பூட்ஸ் போட்டிருந்த தால் கால்கழுவும் சம்பிரதாயத்துக்குப் பதிலாக மைதீன் ஸ்பிரே பாட்டிலால் குனிந்து பூட்ஸில் ஸ்பிரே அடித்துவிட்டு நிமிர்ந்த போது ஜின்னா மைதீனின் கையைப்பிடித்து விரலில் மச்சினன் மோதிரம் போட்டான். மைதீன் ஜின்னாவின் கையைப் பிடித்துக் கொள்ள ஏற்கெனவே கைப்பிடித்திருந்த மச்சான் விலகிக் கொண்டார்.

பந்தலில் ஐஸ்சர்பத் விளப்பம் வேகமாக நடந்துகொண் டிருந்தது. கோயாபிள்ளை மூன்றுகிளாஸ் சர்பத்தை மூன்று வெவ்வேறு விளப்பக்காரனிடம் தனித்தனியாக வாங்கிக் குடித்து விட்டுச் சொன்னார்.

“முன்னமாதிரி தணுப்புக் குடிக்கமுடியலே . . .”

சிலோன் காஜா பந்தியைக் கணக்குப்பண்ணி அமர்ந் திருந்தார். மணமேடையில் ஜின்னாவுக்குப் பக்கத்திலிருந்த மைதீனிடம் “மச்சானுக்க வீசிக் கொடுடே . . .” மலுக்குச் சொன்னது. மைதீன் வெட்கமாய்ப் பனைஓலை விசிறியால் ஜின்னாவுக்கு வீசத் தொடங்கியபோது ஆலிமும் ஊர்ச் செயலாளரும் நிக்காஹ் புத்தகத்தில் விபரங்களை எழுதிக் கொண்டே ஆலிம் ஜின்னாவிடம் கேட்டார்.

“மஹர் எவ்வளவு ...”

“ஏழு பவுன் தங்கம் ...” ஜின்னா கம்பீரமாகச் சொன்ன போது ஆலிம் ஐம்பத்தாறு கிராம் தங்கம் என எழுதிய நிக்காஹ் புத்தகத்தில் ஜின்னா கையெழுத்துப் போட்டான். தொடர்ந்து சாட்சிகளாகத் தாஸீம்பியின் தங்கச்சிமருமகனும் கொழும்பு குட்டியாப்பாவும் கையெழுத்துப் போட்டு நிமிர்ந்த போது தங்கமோதிரம் நிரம்பிக்கிடந்த ஜின்னாவின் கையைப் பிடித்துக்கொண்டே ஆலிம் ஒலிசொல்லத் தொடங்கினார். மொய்துசாகிபு ஜின்னாவின் கையைப் பிடித்துக்கொள்ள ஆலிம் முதலில் ஜின்னாவுக்குச் சொல்லிக்கொடுத்ததை ஒவ்வொரு வார்த்தையாக திருப்பிச் சொல்லும்போது நான் உங்கள் மகளை என ஆலிம் சொல்லி பின்பு அவன் சொல்லும்போது ஜின்னா வுக்குக் கொஞ்சம் கொமட்டத்தான் செய்தது. கொமட்டலை அடக்கி நிமிர்ந்தபோது மொய்துசாகிபும் ஆலிம் சொன்னதை திருப்பிச்சொன்னார். கண்ணாடி தம்ளரில் கர்ச்சீப் போட்டு மூடிப் பால் கொண்டு வந்தார்கள். ஜின்னா மூன்றுமடக்குக் குடித்துவிட்டு மிச்சத்தை மணப்பெண் ஆயிஷாவுக்குக் கொண்டு போனார்கள்.

“அல்பாத்திஹா ...”

துவா ஓதத் தொடங்கியதுமே எல்லோரும் வேகவேகமாக எழுந்து பந்தியில் அமர்ந்தார்கள் சிலோன்காஜா பளிச்சென இடம் பிடித்துக்கொண்டான்.

“மைக்கேல் ஜாக்ஸன் ... மைக்கேல் ஜாக்ஸன் ...” குச்சித்தம்பி கோபத்தை அடக்கமுடியாமல் பந்தியிலிருந்த பயலுவளைப் பார்த்து,

“உங்க வாப்பாய போய்க் கூப்பிடுலே ... பண்ணிக்குப் பொறந்தவனுவோ ...” மோதியார் சமாதானப்படுத்திக் கொண்டே ... பனியனைப் பார்த்துக்கேட்டார் ... “ஒனக்க பனியன்ல கெடக்கவனா ... மைக் சாண்டு ...”

“எந்தப் பொல்லாப்பு வருமோ ... எனக்கெங்கே தெரியும். தந்தானுவோ போட்டேன் ...”

ஒன்றிரண்டு பெரியவர்கள் விலக்குவதுபோலப் பயலுவளை விலக்கவிட்டுக் கண்சாடை காட்டினார்கள். பயலுவளும் குஷி கிளம்பிக் குச்சித்தம்பியைக் கொமைத்தெடுத்தபோது சுக்காப்பி சுல்தான் பிள்ளை,

“சும்மா இரிங்களாம்புலே ...” எனச் சொன்னபோது,

“அலைகள் ஓய்வதில்லை ராதாட்ட போய்ச்சொல்லும் ...” சத்தம் வந்ததுதான் தாமதம் ... அவர் அறுத்துக் கிழித்தகிழிப்பின் உச்சம் இப்படியாக இருந்தது. “அலைகள் ஓய்வதில்லை ராதாவை

யும் கெட்டுவேன் ... வேண்டிவந்த அவ அக்கா அம்பிகாவையும் கெட்டுவேன் ... ரொம்பக் கொமைச்சியன்னா ... பண்ணிக்கு பொறந்தவனுவளே ... உங்க ம்மாவையும் கெட்டுவேன் ...” கைகலப்பு வராமல் ஒன்றிரண்டுபேர் புகுந்து தடுத்தார்கள்.

மைதீன் ஜின்னாவின் கைப்பிடித்து மணமேடையிலிருந்து தாலி கட்டும் இடத்துக்குக் கூட்டிப்போய் அமரவைத்தான். ஜின்னாவுக்கு முன்னால் செயரில் பட்டுச்சேலை விரித்து ஆயிஷாவை இரண்டு மூன்று மைனிமுறைக்காரிகள் கொண்டு வந்து உட்காரவைத்தபோது தலைகுனிந்திருந்தாள்.

காலையில் ஒசாத்தி முகம் மினுக்கி முடித்தபோது வளவுக்கு முகம் கழுவ வந்தவள் ஆகாயத்தை நிமிர்ந்து பார்த்தாள் ... ஆகாயம் பார்த்து ரொம்ப நாட்களாகி விட்டதுபோல இருந்தது ... மினுக்கிய முகத்தில் காற்றுக்கூடப் புதிதாகப்பட்டது போலவே தோன்றியது. தேகம் முழுவதுமான சிலிர்ப்பைத்தாண்டி ... எங்கோ மனதில் லேசாக வலித்தது ... வலி புரிந்ததுபோலவும் புரியாதது போலவும் இருந்தது... ஆகாயத்தின் வடக்கு மூலை யில் பெண் அது பெண்ணாகத்தான் இருக்கவேண்டும் ... தலைகுனிந்து உட்கார்ந்திருப்பதாகவும் தோன்றியது... தலை கீழாக இருப்பதைப் போலவும் தோன்றியது... கிரகிக்க முடியாத சூழல் ஆயிஷாவைக் குழப்பிப் போட்டது ... தன்னைச் சுற்றிலும் தாஸீம்பியின் வகையாறாக்கள் வட்டமிட்டிருந்ததும் அப்படித் தான் இருந்தது. தாலிச் செயினைத் தூக்கிச் சுற்றிலும் எல்லோ ரிடமும் காட்டிவிட்டு ஜின்னாவிடம் தாஸீம்பி கொடுத்தாள். அவன் வாங்கிக்கொண்டு குனிந்திருந்த ஆயிஷாவின் கழுத்துக்குத் தாலிச் செயினைக் கொண்டு போனான். தாஸீம்பியின் தங்கச்சி மகள் ஆயிஷாவின் பின்னால் நின்று செயினின் கொக்கியை மாட்டின கூலிக்காக சுபைதா அவள் கையில் காப்புப் போட் டாள். ஆயிஷாவும் ஜின்னாவும் இரட்டைச் செயரில் ஒன்றாக ஒட்டி உட்கார்ந்தபோது கைப்பிடித்துக் கொடுக்க மொய்து சாகிபைத் தேடினார்கள்.

பந்தியில் தாள்சா வாளியைத் தூக்கி நடந்த மொய்து சாகிபை குச்சித்தம்பி வந்து அழைத்துப்போனார். மொய்து சாகிபு ஆயிஷாம்மாவின் கையைப்பிடித்து ஜின்னாவின் கையில் இணைத்துத் தலையில் கிடந்த கைத்துண்டை எடுத்து மூடினார். இனம்தெரியாத சிலிர்ப்பு அவளின் இதயத்தை வருடியது.

இரண்டாவது பந்தியில் ஹமீதுசாகிபு தன் பரிவாரங் களுடன் இறங்கினார். “அங்க வைப்பா ... இங்கே எஸ்ட்ரா ... போடுப்பா ...” மாப்பிள்ளையின் வாப்பா என்ற மதப்பில் சொல்லிக்கொண்டே நின்றார். தாஸீம்பியின் தங்கச்சி மருமவன் பண்டாரியிடம் வந்து,

“எனக்கக் கூட்டாளிமாரு இருக்கானுவோ . . . பிரத்தியமா கொஞ்சம் கறி அனுப்புங்கோ . . .”

“ம் . . . ம் . . .” தலையாட்டிக் கொண்டே பண்டாரி அவன் போனதும் காசீம் பிள்ளையிடம் கேட்டார்

“யாருலே இவன் . . .”

“அவன் மாப்பிள்ளைக்கு மச்சான் . . .”

“அதான பார்த்தேன் . . . மாப்பிள்ளை வீட்டுக்காரன்னா பெரிய மத்தவனா அந்த முள்ள எடுத்துப் போட்டுக்குடு. பிரத்தியமாலா கறி வேணுமாம் . . . கண்டவனுக்க மொதல்னா கண்டிமறஞ்சி நடக்கானுவோ . . .”

சாப்பிட்டுவிட்டு வந்த உசேன், ஹமீதுசாகிபின் கையைப் பிடித்து கவரைக் கொடுத்தார்.

“சாப்பாடு . . . எப்புடி . . .”

“ம் . . . கொள்ளாம் . . .” உசேனின் மூஞ்சி கொஞ்சம் கோணலாகத்தான் இருந்தது. ஹமீதுசாகிபு அரேபியா சிகரெட்டைப் பத்திக்கொண்டே சொன்னார்.

“நம்ம தகுதிக்குள்ள எடமில்லே . . . ம் . . . நடந்தாச்சி . . .” இருவரும் அர்த்தபாவனையோடு சிரித்துக்கொண்டார்கள்.

மூன்றாவது பந்தி பெண்களுக்கு வைத்து முடிந்ததும் உறவினர்கள் எல்லாம் சாப்பிட அழைத்தபோது ஹமீதுசாகிபு அவ்வளவு சீக்கிரமாக வரவில்லை. தாஸீம்பியின் தங்கச்சி மருமகன் மைதீனிடம் சொன்னான். “மாப்பிள்ளை வீடுன்னா மரியாதை வேணாமாடே . . . நாங்க என்னா சோத்துக்கு அலந்தவனுவளா . . .” மைதீன் பதில் தெரியாமல் நின்றபோது மொய்துசாகிபு வந்து தாங்கித் தடுக்குப்போட்டு அழைத்தபிறகு தான் சாப்பிட உட்கார்ந்தார்கள். பேச்சுக்குக்கூட ஹமீதுசாகிபு ‘இரிங்கோ சேந்து சாப்பிடுவோம் . . . எனச் சொல்லவே இல்லை. மொய்துசாகிபின் கவலையெல்லாம் அன்பு மகள் ஆயிஷாவைப் பற்றித்தான். உருப்படி குறைவு என தாஸீம்பியின் ஆட்களெல்லாம் மணப்பந்தலில் முணுமுணுத்ததும் வெட்டிக்கோணிய முகச்சுளிப்புகளெல்லாம் அவரின் மனசைப் பிய்த்துப்போட்டது.

ஆயிஷா மதியம் ஒன்றரை மணிக்குப் புறப்படுவதற்கு தயாராகி நின்றாள். தாஸீம்பி அவசரப்படுத்தியபோது சுபைதா ஒதுங்கியே நின்றாள். சம்பிரதாயம் சவுக்கை வைத்துக்கொண்டு

ஆயிஷாவின் உறவுகளையெல்லாம் விளாசித்தள்ளியது. சுபைதா மனவலியின் உச்சத்தில் பொறுக்கமுடியாமல் அழுதபோது "இது கொள்ளாமே... ம்க்கும்... ம்..." சுபைதாவின் மூஞ்சியை வலிச்சம்காட்டி ஒருத்தி சொன்னாள்.

சுருள் கொடுத்தார்கள், மோதிரம் போட்டார்கள், காப்புப் போட்டார்கள், ஆயிஷா அழுதுகொண்டே விடைபெற்றாள். குட்டியாப்பா சொன்னார்.

"அடுத்த தெருதானே மக்ளே... அங்க நின்னா இங்கே தெரியும்... சின்னபிள்ளை மாதிரி..."

ஆயிஷா வாப்பாவிடம் வந்தாள். பளிச்சென மார்பில் தலைசாய்த்து ஒரு குழந்தையைப்போலக் கேவிக்கேவி அழுதாள். வாசலில் நின்ற ஹமீதுசாகிபின் கனத்த சத்தம்,

"பொறவு செல்லம் கொஞ்சலாம்... நேரமாச்சி..." புறப்பட்டார்கள்.

"படச்சவனே... எம்புள்ளைக்கு நீதான்..."

மொய்துசாகிபு வாசலில் நின்று மேலே கைதூக்கியபோது அவர்கள் பாதித்தெரு தாண்டிப்போயிருந்தார்கள். மேகங்களற்று ஆகாயம் வெளுத்துக் கிடந்தது.

☯

சுலைமானின் உப்பாவும், உப்பாவின் வாப்பா மலுக்கு முஹம்மது சாயிபும் சம்பாதித்த சொத்து. அந்த தலைமுறையில் அதன்பிறகு யாரும் சம்பாதிக்கவில்லை. உப்பா அண்டி வியாபாரத்தில் நல்ல சம்பாத்தியம் இருந்ததால் ஒருமாதிரிப்பட்ட சொத்துகளையெல்லாம் வளைத்துப்போட்டார். போறாத குறைக்குப் புறம்போக்குச் சொத்துகளைத் தட்டி எடுப்பதிலும் கில்லாடியாக இருந்தார். "எனக்க ... மூள வேலசெய்ய ஆரம்பிச்சன்னா ஒரு பண்ணிக்க பொறந்தவனும் கிட்ட நின்னுக்கிட மாட்டான்" எனப் பீத்துவார். புறம்போக்கு நிலங்களில் முதலில் இரண்டு மூன்று மரங்களை நடுவார் ... தண்ணி ஊத்துவார் கொஞ்சநாள் போனதும் ஆடுகளின் தொல்லை என்று கள்ளிச்செடி நட்டு வேலிபோடுவார்.

ரெஜிஸ்தர் கச்சேரி எடவாடெல்லாம் உப்பாக்கு அத்துப்படியாகையால் எவனைப் பிடித்தாவது பிடித்த இடத்தை அவர் பெயரில் பதிந்துக்கொள்வார்.

உப்பாவின் பேரன் சுலைமான் பெரிய சொத்துக்காரன். சுலைமானுக்கு நாப்பத்தஞ்சு வயசுதான் என்றாலும் அவனின் பானைவயிறும் கசண்டித்தலையும் அறுபதுவயது மதிக்கவைக்கும். காலை எட்டுமணிக்கு முன்னால் சுலைமான் எல்லா தினசரிகளையும் ஒவ்வொரு கடையிலாக இலவசமாகப் படித்துவிடுவான். முதலில் காங்கிரஸ் பிரமுகராக இருந்தான். திடீரெனத் தி.மு.கவுக்குப் போய் பிறகு அ.தி.மு.கவுக்குப் போய் அங்கிருந்து தி.மு.கவுக்கு வந்து இடையில் இரண்டோ மூன்றோ மாதம் "நான் இப்போ கம்யுனிஸ்ட் ஆயிட்டேன் ..." எனப் பீத்திக்கொண்டும் திரிந்தவன். பிறகு குமரிஅனந்தன் தொடங்கிய கட்சியிலுமாக இருந்தவன். சர்வகட்சிச் செல்ல பிள்ளை என்ற அடைமொழி வேறு. சுலைமானுக்கு உண்டு.

சுலைமானின் உப்பாவின் வாப்பா பற்றிய ஒரு கதை ஊரில் ரொம்பப் பிரசித்தம். எல்லோரின் உப்பாவின் வாப்பாக் களைப்பற்றியும் ஒவ்வொரு கதை உண்டு என்றாலும் சுலைமா னின் உப்பாவின் வாப்பா கதை ரொம்பவும் ரசமானது. பத்துநாளைக்கு ஒருமுறையாவது சந்தர்ப்பம் வாய்க்கும்போதோ அல்லது சந்தர்ப்பத்தை உருவாக்கியோ சுலைமான் தன் பரிவாரங் களுடன் பெருமையடித்துக்கொள்வான்.

பண்டு தோப்பில் தேங்காய் வெட்டும்போது வெட்டுக் காரன் நீலசாமி ஊத்துக்கரையின் மறைவில் ரகசியமா ஒரு குலை தேங்காயை வெட்டிப் போட்டு விட்டு ராத்திரி எடுக்கப் போகும்போது காத்திருந்து அவனைக் கையும் களவுமாகப் பிடித்துக்கொண்டுவந்து முச்சந்தித் தூணில் கெட்டிவைத்து சுலைமானின் வாப்பா மலுக்குமுஹம்மது சாயிபு சொன்னார்.

"ஆரு . . . பரம்பரையிலலே வெளயாடுதே . . . பேய் களவாண்ட உருப்படிய பேய்ட்ட போயே பறிச்சிட்டு வந்தவ ராக்கும் எங்க உப்பா . . . பொலையாடி மவனே . . . நீ எங்கிட்டே வேலைய காட்டுதே இல்லியா . . ? . . ."

வெட்டுக்காரன் ஒப்பாரி வைத்து அழுதான். சாட்டைக் கம்பு அடியைப் பொறுக்க முடியாமல் துடித்தவனை அப்படியே போட்டுவிட்டுப் போய் விடிந்தபிறகு ஆள்விட்டு அவன் கெட்டை அவிழ்த்துத் தேங்காய்த் தொண்டிகளை அவன் தலையில் கெட்டி ஏழுதெருவும் சுத்தினார். சின்னபையன் களெல்லாம் கூவிக்கொண்டே பின்னால் போனார்கள். ஊர்வலம் வெட்டுக்காரனின் வீட்டு முன்னால் வந்ததும் சுலைமானின் வாப்பா சத்தம் போட்டார்.

"பிள்ளே . . . தேங்கா களவாண்டு தின்னு கொழுத்த உனக்க மத்தவன பாருளா . . ."

இரண்டு முறை கத்தியும் வாசல் கதவு திறக்கவே இல்லை. காறித்துப்பிக்கொண்டே வெட்டுக்காரன் நீலசாமியின் பிடரியைப் பிடித்துத் தள்ள அவன் விழுந்து எழுந்து நொண்டி நொண்டி நடந்தான். கடை முக்கு வந்ததும் தலையிலுள்ள தொண்டிகளைப் போடச்சொன்னார். போட்டுவிட்டு அவன் கல்லுளி மங்கனாகவே நின்றான்.

"போடுலே நூத்தியொரு தோப்புக்கரணம் . . . தேவுடியா மவனே . . ."

சுலைமானின் வாப்பா வெட்டுக்காரனின் செவிட்டில் படாரென அடித்ததும் அவன் தோப்புக்கரணம் போடத் துவங்கினான். ஐம்பத்து நாலாவது தோப்புக்கரணம் போடும்

போது அவனின் கோவணத்திலிருந்து மூத்திரம் கொட்டியது. ஊளைச்சத்தம் உயர்ந்து ஒலித்தது. சரிந்து விழுந்தவனை சுலைமானின் வாப்பா காலால் இடறிவிட்டு நகர்ந்து போனார். தள்ளாடி விழுந்து கிடந்த வெட்டுக்காரனை அவனின் மகன் சுயம்பு அழுதுகொண்டே உசுப்பினான். மறுநாள் விடியலில் வெட்டுக்காரன் நீலசாமியின் குடும்பம் ஊரைக் காலி செய்திருந்தது.

சுலைமானின் உப்பாவின் உம்மாதான் பெரிய தரவாட்டுக் காரி. ஐந்து கிலோக்கு மேலாகவே அவளிடம் தங்க உருப்படிகள் உண்டு. இடுப்பில் ஒட்டியாணம் மட்டும் ஒரு கிலோவில் போட்டிருந்தாளாம். அவளின் இரண்டு காதுகளிலுமாக இருபத்திரண்டு வாளிகள் உண்டு. மகாராஜா குடும்பத்துக்கு நெருக்கமான ஆசாரியை வைத்துச் செய்த உருப்படிகள். கண் பேறுக்குப் பயந்தும், தூக்கிச் செமக்கக் கழியாமலும் எல்லா உருப்படிகளையும் மொத்தமாகப் போடமாட்டாள்.

இஷாவுக்குப் பிறகு ஒரு பேய் பழைய மோதியாரிடம் பீடி கேட்டிருக்கிறது... அவர் திட்டி அனுப்பிவிட்டார். சிலநாள் கழித்துப் பள்ளிக்குப் பின்னால் வவமரத்தில் கொள்ளிவாய்ப் பேய் தலைகீழாகத் தொங்கிக் கிடந்து சல்லியம் பண்ணியது. விசயம் கேள்விப்பட்டு மேக்க உள்ள ஒரு ஆலிம் வந்து சூரா ஓதிக் கல்லை எடுத்து எறிந்தார். மறுநிமிடம் அந்தக் கொப்புப் படாரென முறிந்து விழுந்தது.

“மைதீன் சேகுக்க எடத்துலயா மல்லுகெட்டுதே... மண்ணாபோ...” ஓதிவிட்டார். பழைய மோதியாருக்கு அதன் பிறகுதான் நிம்மதி. விசயம் கேள்விப்பட்டு சுலைமானின் உப்பாவின் வாப்பா ஊரில் பேய் நடமாட்டத்தைச் சொல்லி அவர் பொண்டாட்டி உருப்படிகளையெல்லாம் கழற்றிக் குத்தாலம் துண்டில் பந்தாக உருட்டிக்கட்டிப் புளிப்பானையில் வைத்து மேலே இன்னொரு பானையை வைத்து உமியைத் தட்டி மூடினார். ஒருதுண்டு இரும்பையும் மூலையில் வைத்தார். “மோந்தியானதும் சத்தம்போட்டு ஓதணும் என்னா...” அவள் பயந்து தலையாட்டிக்கொண்டே ஓதத் தொடங்கினாள்.

வீட்டிலுள்ள சின்னபையன் இடியாண்டோ விளையாடும் போது இரும்புத்துண்டைத் தூக்கிப்போன அந்த இரவு சாமத்தில் பானை உருண்டு சத்தம் கேட்டது. “முஹைதீன் அப்துல்காதர் ஜீலானி...” கத்தியபடி பதறி எழுந்து மாடக்குழியில் விளக்கின் திரியை விரலால் நீட்டினார். புளிப்பானையில் நகைப்பந்தைக் காணவில்லை. பொண்டாட்டிக்காரி நெஞ்சில் படார் படார் என அடித்தாள். மயங்கி சரிந்து விழப்போனவளைத் தாங்கிப் பிடித்து உலைமூடியில் தண்ணி எடுத்துக்கொண்டு வந்து

மூஞ்சியில் தொளித்து "மம்மதியா ... மம்மதியா ..." கண் திறந்து பார்த்ததும் தைரியமாக இருக்கச் சொல்லிவிட்டுப் "பிள்ளே ... நான் உருப்படிய கொண்டு வருவேன் ... பேடிக்காண்டாம் ... நான் வெளியப்போறேன் ... நீ கதவப் பூட்டிக்கோ ... விடியதுக்கு முன்னால யாரு கதவத்தட்டு னாலும் தொறக்காண்டாம் ... நான்தான்னு சத்தம் வரும் ... எனக்க சத்தம்போல இருந்தாலும் தொறக்கப்புடாது ... சுபஹுக்கு வாங்கு விளிச்சபொறவுதான் தொறக்கணும் ... அந்தக் கத்தியை யும் சுண்ணாம்பையும் எடு ..."

"விடிஞ்சு போலாமே ..."

"அது சரிப்படாது ... கைமாறிப்போயிரும்."

அவள் கண்களைத் துடைத்துக்கொண்டு தப்பித்தடவிக் கத்தியையும் சுண்ணாம்பையும் எடுத்துக் கொண்டு வந்ததை வாங்கிக்கொண்டே கொக்காமடியில் சொருகியபடி கிளம்பி னார்.

சுலைமான் மூச்சுவிடாமல் சொல்லுவான் "பயங்கர இருட்டுடே ... மனுசன் போவ முடியாது ... ஆந்தையும் கூவையும் ஒருமாதிரியா மோங்கிட்டே கெடந்ததுவளாம் ... ஆனைப்பாலம் இருக்கே ... அதுகிட்டதான் நரிக்க ஊளச் சத்தத்த கேட்டுட்டு நடந்துபோயிருக்காரு ... ஒத்தையடிப் பாதை ... கையில கத்தியும் சுண்ணாம்பும்வேற ... மயிரா பேய் நெருங்கும் ... எரயாளம் தாண்டி ஆத்தங்கரைப் பக்கத்துல மத்தவனுவளுக்க சுடுகாடு ... ஒரு கணக்குல நடந்து கரெக்டா போயிட்டாரு ... ஏழுபேய்"

"உள்ளதா ..?"

"பின்னே ... சீலையும் உடுக்காம கருகருன்னு முண்டம் கணக்க கெடந்து அவாளுக்க ஆட்டமும் பாட்டமும் படச்சரப்பே ..."

"பேய் இவர பாக்கலியா ..."

"நாவமரத்து மூட்ல ஒளிச்சிட்டாரு ... பொறவு லேசா உத்துப்பாத்திருக்காரு ... அவ்வாம்மாக்க உருப்படி எங்கையில ... அவ்வாம்மாக்க உருப்படி எங்கையிலன்னு கொலை கொலையா முந்திரிக்கா மாதிரி எழுந்து ரவுண்டுகட்டி வெளையாட்டு ... நகைப்பந்து ஒளிச்சிப்போடதும் பொறவு தூக்கிக்கிட்டு ஓடதும் ... ஹவ்வாத்து மறிதான் போங்கோ ... ஐடியா போட்டுட்டுப் பையச் சீலை உரிஞ்சிரிக்காரு ... கத்தியையும் சுண்ணாம்பையும் மரத்துமூட்ல தோதாவச்சிட்டுப் பளிச்சின்னு பம்மிப்போய்ப் பேய்க்க பக்கத்துல இருந்துட்டாரு ...

ஒரு பேய் எழும்பி எல்லாப் பேயளவும் சுத்தி ஓடிட்டே ஒரு பேய்க்க முதுவுக்க பின்னால போட்ருக்கு ஒடனே அந்தப் பேய் துரத்திட்டுக் கொல்லாண்டோ குட்டிப்பான்னு அவாம்மாக்க உருப்படி என்கையில அவாம்மாக்கு உருப்படி எங்கையிலேன்னு சாட்டமும் மறியும்... தள்ளயத்தின்ன தேவுடியா மக்களே இரிங்கோ... சோலிய முடிச்சித் தாரேன்னு... அனங்காது இரிந்திருக்காரு... சடார்னு ஒரு பேய் இவருக்க முதுவுக்குப் பின்னால கொண்டு நகைப்பந்த போட்ருக்கு... அவ்வளவுதான் எடுத்துட்டு இவரும் அது போல ஒரு ஆட்டம்... அவாம்மாக்க உருப்படி எங்கையில அவாம்மாக்க உருப்படி எங்கையிலேண்ணு ஆடிமறிஞ்சிருக்காரு. பேயளுக்குச் சம்சியம் வந்துடக்கூடாதுன்னு சடார்னு இன்னொரு பேய்க்க முதுகுக்குப் பின்னாடி போட்டுட்டுப் பழய இடத்துல பொன்னுபோல இருந்துட்டாரு... இப்படியே... மகனே காத்தவராயா ஸ்டெயிலுல ஆட்டம் நடந்திருக்கு... படச்சவன் பெரியவன்... மூணாமத்த ரவுண்டுல இவரு முதுகுக்குப் பின்னாடி நகைப்பந்து விழவும்... இவருதூக்கிட்டு எழுந்துருக்காரு... பள்ளியில சுபஹ்க்கு பாங்கு சொன்னாவோ... படச்சவனே பேய காணல இவரு மட்டும் நிக்கிதாரு"... சுலைமான் மூச்சி வாங்கியபடி கூட்டத்தைப் பார்த்தான்.

மின்னா கேட்டார்.

"ஒருவேளை பேய் உருப்படியக் கொண்டு போயிருந்துன்னா... என்ன செய்யும்"

"அதுவோ உருப்படிய திங்கயா செய்யும்... கொண்டு பூமியள்ளல பொதைச்சிப்போடும்... புதையல் எடுக்கானு வல்லா... அதெல்லாம் ஏது... பேய் களவாண்டு கொண்டு போய்ப் பொதச்ச நகையளுவதான்... நல்ல பேயளுவன்னா கனவுலவந்து சொல்லும்..."

இதைச் சொல்லும் போதெல்லாம் நடித்துக் காட்டிவிடும் சுலைமான், ஹமீதுசாகிபு பேய்களுக்கும் அவர் குடுபத்துக்குமான விசித்திரச்செயல்களைச் சொல்லும்போது, அது சுலைமான் காதுக்கு வந்தால் அவன் உப்பாவின் கதைகளை எடுத்துவிடுவான். பரமனின் வீட்டு மாடத்து வெளிமுகப்பில் பேயைச் சின்னபிள்ளையில் கண்ணால் பார்த்ததாகவும் சொல்லியிருக்கிறான். கடைப்பக்கம் வரும் போதெல்லாம் புதுப்புது விசயங்களைத்தான் பேசுவான். சுலைமான் பேசுவதைப் பலரும் சூழ்ந்து நின்று கேட்பார்கள் என்றாலும் அவன் போனதும் சொல்லி அபிநயித்துச் சிரிப்பதற்கான பல விசயங்களை விதைத்துவிட்டுப் போவான்.

இன்றைக்கு சுலைமான் எடுத்துக்கொண்ட விசயம் பணம் பற்றியதாக இருந்தது. சக்கரம்தான் வாப்பா... "சக்கரம்தான் உம்மா... பைசா இல்லேன்னா பொண்டாட்டிகூடப் போல தொட்டிப் பயலேன்னு சொல்லிடுவா... சின்ன புள்ளையில மிட்டாசி வோங்க பைசா தந்தாதான் வாப்பாய பிடிக்கும்... வயசாகும்போது பைசா உள்ள மொவனத்தான் வாப்பாக்குப் பிடிக்கும்... சதை உள்ள இடத்துலதான் கத்தி ஆடும் சக்கரம் உள்ளவனுக்குத்தான் மதிப்புக் கூடும்... துபாய் சாயிப்பு அறுபது வயசில இரண்டாவதா ஒரு வெளுத்த சிறுக்கிய கெட்டுனாரே... அதுவும் சக்கரத்துக்க வேலைதான்... எல்லாமே பைசாண்டே..."

சுலைமான் நிறுத்திவிட்டுப் பார்த்தான் யாரும் அவனுக்கு எதிராக ஒன்றும் சொல்லவில்லை... எதாவது சொல்லலாம் தான். சொன்னாலும் சுலைமான் சம்மதிக்க மாட்டான். புரியாத பல விசயங்களைப் போட்டுக் குழப்புவான்.

"அமெரிக்காவுல ஒரு ஊரு இருக்கு... அந்த ஊருக்கு என்ன எழவோ ஒரு பேரு உண்டே... சவம் இப்போபாத்து மறந்து தொலைச்சிட்டு... சரி, அத உடு... அங்க ஒரு பெரிய ஞானி இருக்கான்... அவன் சக்கரம்தான் உலகம்னு சொல்லிட்டான்... டென்மார்க் தெரியுமா? அங்க ஒரு..."

"படச்சவனே, இவன் தொல்லையில இருந்து ஒருவிடிவுக் காலம் வராதா" மோதியார் மனசில் வேண்டிக்கொள்வார்.

சுலைமான் வழக்கத்துக்கு மாறாகக் கடைப்பக்கம் ரொம்ப நேரம் நின்றான். சுலைமானின் தென்னந்தோப்பு ரொம்ப நாட்களாகவே வெலையாடிக் கொண்டிருக்கிறது. ஹமீதுசாகிபு மொய்துசாகிபுவிடமிருந்து ஜின்னா கல்யாணத்துக்கு வாங்கிய சீதனப்பணத்தில் அந்தத் தோப்பை வாங்கிவிடலாம் எனப் பேசி வைத்திருந்தார். சுலைமானோடு ஹமீதுசாகிபுக்கு நெருக்கம் கிடையாது. மாந்தோப்பின் மீதான ஆசையில் கொஞ்சம் நெருங்கினால் கொள்ளாம் என்ற தோணுதலோடு பல தந்திரங்களைப் போட்டுப் பார்த்தார். கோயாபிள்ளை முடித்துவிடுவதாகச் சொன்னபோதும் சுலைமானுக்கு விருப்பம் இல்லை.

"அவனுக்குக் கொடுக்காண்டாம்... புதுசா சக்கரம் பாத்தவன்... அவனுக்குனு இல்லை துலுக்கமாருக்குக் கொடுக்காண்டாம்..."

இதைக் கேள்விப்பட்டு ஹமீதுசாகிபு சொன்னார். "நான் எனக்கச் சாமர்த்தியத்துல சொத்துச் சேக்குதேன். அவனப்

ஓதி எறியப்படாத முட்டைகள்

போல உப்பாமாரு சேத்து வச்ச சொத்த வித்துத் தின்னுட்டு அலையல ... தாயழி அவனப் பாக்கத்தான போறேன் ... கடைசியில தெண்டுவான் பாரு ...” இதையும் சுலைமான் காதுக்கு நலவிரும்பிகள் கொண்டு போனார்கள்.

அவன் பேசினான். பிறகு இவர் பேசினார். ஆனாலும் இருவருக்குள்ளும் நேரடிமோதல் இல்லை. பரிவாரங்களுடன் சுலைமான் நிற்கும்போது ஹமீதுசாகிபைக் கண்டால் வேண்டு மென்றே பலமாகச் சிரிப்பான். ஹமீதுசாகிபு காறித் துப்புவார். அவர்களுக்குள்ளான புகைச்சல் எல்லா இடங்களிலும் தொடர்ந்துகொண்டே இருந்தது. மொய்துசாகிபிடமிருந்து தட்டி எடுத்த தென்னந்தோப்பின் வடக்குப்பக்கம் கிடந்த சொத்துதான் சுலைமானின் மாந்தோப்பு. அறுபத்தேழு சென்ட் பூமி வாங்கிப்போட்டால் இணைத்துக்கொள்ளலாம் என்ற அவரின் ஆசை மண்ணாகப் போனதில் ஹமீதுசாகிபுக்கு வருத்தம் உண்டு.

சுலைமானுக்குப் பணநெருக்கடி. அவனின் வாப்பாவுக்கு டவுண் ஆஸ்பத்திரியில் ஆப்பரேஷன் செய்யவேண்டிய உடல் நிலை. கோயா பிள்ளைதான் ஆள்கொண்டு வருவதாகப் போனார். பாதையில் பார்வையை வைத்துப் பம்மாத்தாக நின்ற சுலைமானிடம் ஒசன் கேட்டான்.

“கேட்டியளா ... எம்ஜியாரு அமெரிக்காயில எப்படி இருக்காராம் ... ஒவ்வொரு ஆளுவளும் ஒவ்வொரு மாதிரி சொல்லாவுளே ...”

சுலைமான் யோசித்தபடி,

“எம்ஜியாருக்கு என்னா ... நல்லாத்தான் இருக்காரு ... பின்னே ஆப்பரேசன வெள்ளிக்கிழம வச்சானுவன்னா நல்லது ... எனக்கு இன்னைக்குனால இருக்கு ... அண்ணா திமுக தொடங்கி மதுரை மாநகராட்சி எலக்சன் சமயம் ... எனக்குப் பதினெட்டுப் பத்தொன்பது வயசிருக்கும் ... நான் மதுரையில நிக்கேன் ... எம்ஜியாரு ஜீப்ல போனாரு ... என்னைய கண்டதும் வணக்கம் போட்டாரு ... நானும் போட்டேன். பள்ளியாண என்ன நெனச்சாரோ தெரியலே ... துள்ளிச்சாடி எறங்கி எனக்க கையப்புடிச்சி ஒரு குலுக்குக் குலுக்கினார்... எனக்கு வெசறுத்துட்டு அந்தாக்குல ஏடிஎம்கேல சேந்தேன்”.

“பொறவு டிஎம்கேவுக்கு எப்பம் வந்தியோ?”

“அது பெரிய கத ... நா ஏடிஎம்கேக்குப் போனபொறவும் கலைஞருக்கு மேல ஒரு இதுவுண்டு ... பிரம்மாதமான

பேச்சுக்காரம்ல்ல ... ஒரு முறையில எனக்குக் கூடப்பொறந் தவன் ... டிஎம்கேக்குப் போயிரலாம்னு நெனப்பேன் ... எம்ஜியாருக்க மொகத்துக்கு வேண்டிப் பொறுப்பேன் ... கடைசி யில மெட்ராசில இருந்து திருச்செந்தூருக்கு மத்த உண்டியலு களவு கேசுல கலைஞரு நீதி கேட்டு நடந்து வந்தாரே ... எனக்கு மறுக்கடியா போச்சு ... பொறவு ஒருக்க நாரோவிலு கூட்டத்துல என்ன மயிரும் ஆயிட்டுப் போட்டுன்னு அவருக்குத் துண்டு போடப் போனேன்... செறுத்துட்டானுவோ ... என்னய மேலநின்னு அவரு பாத்துட்டுக் கை காட்டுனாரு ... படச்சவனே என்னச் செறுத்தவனுக்க மூஞ்சி வெளங்காம போயிட்டு ... இவ்வளவு என்னப்பா ... பண்டொருக்க நேமத்துல வச்சி இ.கே. நாயனாருக்க செலவுல சாயா குடிச்சிருக்கன் ... நம்பியளா ...”

“நீங்க சொன்னா நம்பாமலா இருப்போம்.”

சுலைமானுக்குக் கொஞ்சம் ஆசுவாசமாக இருந்தது.

“பண்டு இந்திராகாந்தி பாரேரம் பள்ளிக்கூடத்துக்கு முன்னால வந்தாவுல்லா ... அப்ப நீங்க சந்திச்சியளா ..?”

சுலைமான் சிரித்தான்.

“அது பெரிய கதடே ... கேளு ...” என்றபோது அந்த வெள்ளை அம்பாஸிடர் கார் கடைப்பக்கம் வந்து நின்றதும் எல்லோர் பார்வையும் அதில் போனது. பின்பக்கக் கதவைத் திறந்துகொண்டு கோயாபிள்ளை இறங்கியதும் சிலருக்கு வயிறு எரிந்தது. சுலைமானைச் சாடைகாட்டிக் கூப்பிட்டார்.

“கார்ல ஏறுங்கோ ... ஊட்டுக்குப் போவோம் ...” கோயா பிள்ளையோடு காரில் சரிக்குச் சமமாக உட்கார சுலைமான் தயங்கினான்.

“நான் நடக்கேன் ... நீங்கோ வாங்கோ ...” சொல்லிக் கொண்டே பரிவாரங்களோடுள்ள ரசனையான பேச்சைத் துண்டிக்க மனமில்லாதவனைப்போலப் போனான். அவன் தாண்டிப்போனதும் பரிவாரங்கள் சிரித்தன.

“தள்ளயத்தின்ன பேச்சு ... வாய் மட்டும் இல்லேன்னா நாய்கூடக் கிட்டப் போவாது” கார் தெருவில்போய் சுலைமான் வீட்டுமுன்னால் நிற்கும் வரை பரிவாரங்கள் பள்ளிப் பக்கமே நின்றன.

காரிலிருந்து இறங்கிய நடுத்தர வயதுக்காரன் எளிமை யான ஆடையில் கச்சிதமாக இருந்தான். வாசலின் வெளியே செருப்பைக் கழற்றிப் போட்டுவிட்டு உள்ளே வந்து முன்வீட்டுச்

சுவரில் சுலைமான் எம்.ஜியார் கட்அவுட் அருகில் நின்று பொருட்காட்சியில் எடுத்த போட்டோவும் குட்டப்பகோனார் கடையிலுள்ள திருவாங்கூர் மகாராஜா போட்டோ சாயலில் சுலைமான் வேசங்கட்டி கம்பீரமாக நிற்கும் போட்டோவும் பெரிய அளவில் இருந்ததைப் பார்த்துக்கொண்டே நின்றான். மகாராஜா சாயலில் சுலைமான் நிற்கும் போட்டோவைக் கறையான் அரிக்கத் துவங்கிய சுவடுகள் தெரிந்தன.

ஒன்பது நூறுரூபாய்க் கட்டுகளைத் தூக்கி மேசைமீது வைத்துவிட்டு சுலைமானைப் பார்த்தபோது அவன் வழக்க மான சிரிப்போடு உள்ளே பார்த்துச் சத்தம் போட்டதும் அவனின் வாப்பா ஈஸிச்செயரிலிருந்து மெல்ல எழுந்து ஊனிக்கம்பை ஊன்றி நடந்து வந்ததைப் பார்த்துக்கொண்டே சுலைமான் கைத்தாங்கலாகப் பிடித்துக்கொண்டான். மூவரு மாகப் புறப்பட கார் கணபதிபுரம் ரெஸிஸ்தர் ஆபிசை நோக்கிப் போனது. சுலைமான் கைத் தாங்கலாக வாப்பாவைப் பிடித்து இறங்கினான். அதிகாரியாக இருந்த வாலிபன் மலுக்கு முகம்மது சாகிபையும் சுலைமானையும் கூர்மையாகப் பார்த்துக்கொண்டே பளிச்சென இருக்கையைவிட்டு எழுந்து சுலைமானின் வாப்பா வைக் கையைப் பிடித்து இருக்கையில் அமர்த்தியது சுலைமா னுக்கு மலைப்பாகவே இருந்தது. அதிகாரி சுலைமானின் வாப்பாவிடம் “தண்ணி ஏதாவது குடிக்கியளா . . .”

“வென்னி வேணும் இருக்கா . . .”

“ம் . . . இருக்கு . . . சுந்தரம் என் பிளாஸ்க்குல இருந்து வென்னிய எடு . . .” அதிகாரியைக் குறித்த மலைப்பு சுலைமா னுக்குத் தீராமலேயே பத்திரத்தில் கையெழுத்துப் போட்டான்.

“நல்ல ஆத்திக்கொண்டா . . .” சுந்தரம் நீட்டிய கப்பை வாங்கி வென்னியைக் குடித்துவிட்டு சுலைமானின் வாப்பா அதிகாரியை உற்றுப்பார்த்தார். எப்போதோ பார்த்த முகம் போல இருந்தது.

“என்ன தெரியுதா . . .”

அதிகாரியின் முகத்திலிருந்து பார்வையை விலக்காமலே உட்கார்ந்திருந்தார்.

“நான் வெட்டுக்காரன் நீலசாமிக்க மகன் . . .”

மௌனமாக இருந்தவரை சுலைமான் கைத்தாங்கலாக அழைத்துக்கொண்டு கார் அருகில் வரும்வரை அதிகாரியும் கூடவே வந்தார். மலுக்குமுகம்மது சாகிபு எதுவும் பேசவில்லை.

ஆயிஷாவின் அழகில் ஒரு ஜொலிப்புக் கூடிப் போயிருந்தது. சரீரமும் ஒரு சுற்றுக் கனத்திருப்பது போலத் தோன்றியது. ஆனாலும் ஒரு வருத்தத்தின் சாயலும் அவளுக்குள் இருக்கத்தான் செய்தது. இன்று மதியத்துக்குப்பிறகு அவளைக்கூட்டிப்போக ஹமீதுசாகிபு வீட்டிலிருந்து ஆட்கள் வருவார்கள்.

இருபது இருபத்தைந்துபேர் வருவதாகக் குச்சித் தம்பியிடம் ஹமீதுசாகிபு சொல்லிவிட்டிருந்தார். அதி காலையிலேயே திட்டுவிளை மாஸ்டர் வந்து உள்ளி வெட்டுவதும் இஞ்சி தள்ளுவதுமாக ஒன்றிரண்டு உறவினர்களோடு வீடு மீண்டும் குதூகலம் அடைந்திருந் தது. கல்யாணத்தன்று கைமடக்கில் வந்த ரூபாய் நேற்றுக் கோட்டாரில் அடுக்குப் பிரியாணிக்குச் சாதனம் வாங்கும் போதே காலியாகிப் போனது. பத்துக் கிலோ ஆட்டிறச்சிக்கு அனிபாக்குச் சாயங்காலம் பணம் கொடுக்கவேண்டும். மொய்துசாகிபு பம்பரமாகச் சுற்றிவந்தாலும் பணத்தைக் குறித்த பரிதவிப்பு மனதை வாட்டி எடுத்தது.

கல்யாணத்தன்று ஆயிஷாவை மாப்பிள்ளை வீட்டுக்கு அனுப்பி வைத்த பிறகு உடம்பு பதட்டமாக மனம் ஒருநிலையில் இல்லாமல் தள்ளாடியது. வேகமாகப் பெரைக்குள் புகுந்து கட்டிலில் சாய்ந்து ஒரு குழந்தையைப் போலக் குலுங்கிக் குலுங்கி அழுதார் "எனக்க செல்ல மோளே ..." வார்த்தைகள் தொண்டைக்குள் முட்டி உடம்பு உஷ்ண மாகித் துடித்தது. சுபைதா தேடிக் கொண்டே பெரைக்குள் வந்து பார்த்தவள் மொய்து சாகிபின் அந்த முகம்கண்டு மூச்சிமுட்டிப் போனாள்.

ஆயிஷாவை சுபைதா பெத்துப்போட்டபோது வாசலில் நின்று குழந்தையைக் கைநீட்டி வாங்கி முகம் பார்த்த நேரத்தில் அந்தச் சின்னகண்கள்,

"நீதான் எனக்க செல்லவாப்பாயா ..." எனப் பேசிய போது ஆகாயத்தில் பறந்துபோன சிலிர்ப்பு அகம் முழுவ தும் பரவியது. தன் மார்பில் மூத்திரம் பெய்த மகளை ஆனந்தத்தால் அள்ளி அணைத்துக் கொஞ்சிக் குலாவி

அவள் நவுழப்பபடித்தபோது தானும் நவுண்டு அவள் நடக்கப் படித்தபோது தானும் புதிதாக நடைபழகி அவளின் ஒவ்வொரு வளர்ச்சியையும் உற்றுநோக்கி அவள் அழுதால் அழுது அவள் சிரித்தால் சிரித்து ஆனந்தக் கூத்தாடிய அவரின் மனம்தான் இப்போது குழந்தையைப்போல அழுகிறது. "படச்சவனே ..." இரண்டு கைகளாலும் முகத்தைப் பொத்தினார். கண்ணீரின் ஈரம் சேனைத்தண்ணி தொட்டு வைத்த விரல்களில் ஊர்ந்தது.

கல்யாணம் முடிந்து பொண்ணும், மாப்பிள்ளையும் மாப்பிள்ளை வீட்டுக்குப் புறப்பட்டுப்போனதும் மக்ரிபுக்குப் பிறகு மொய்துசாகிபின் குடும்பத்தில் பத்து இருபதுபேர் பொண்ணையும் மாப்பிள்ளையையும் கூப்பிடப் புறப்பட்டுப் போனார்கள். முதல் மூன்று நான்கு நாட்கள் மாப்பிள்ளை பெண்வீட்டிலிருப்பது சம்பிரதாயம். கூப்பிடப் போனவர்களிடம் வாசலில் நின்றவர்கள் "வாங்கோ ..." என ஒரு வார்த்தைகூடச் சொல்லவில்லை. புரோட்டா பாத்திரத்திலேயே இறைச்சியைக் கொட்டிக் கொண்டு வைத்தார்கள். தாஸீம்பி மகாராணி போல நடு வீட்டில் உட்கார்ந்து இருந்தாள். ஹமீதுசாகிபு அரேபியா புகையின் வளையத்தில் வலம்வந்துகொண்டே "ம் ... அங்கே வை ... இங்கே வை ..." எனக் குச்சித்தம்பியிடம் சொன்னார். விசாக் கனவோடு ஹைதர்தான் விளம்பினான். அடுக்களையில் வேலையாக நின்ற குச்சித்தம்பியின் மகள் ஜலீலாவைத் தாஸீம்பியின் சொந்தக்காரன் அடிக்கொருதடவை பார்வையால் அளந்துகொண்டே இருந்தான்.

ஜின்னாவும் ஆயிஷாவும் சேர்ந்திருந்து சாப்பிட்டார்கள். ஆயிஷாவுக்கு அவன் தோளில் அப்படியே சாய்ந்து கொண்டால் கொள்ளாம்போலத் தோன்றியது. சாப்பிட்டுவிட்டுப் புறப்படும் போது ஒவ்வொரு உறவுமுறையையும் ஜின்னா சொல்லிக் கொடுத்தான். பலரும் ஆயிஷாவிடம் கைமடக்குக் கொடுத் தார்கள். தாஸீம்பி காப்புர் போட்டாள். வாசலில் இறங்கும் போது தாஸீம்பியின் தங்கச்சி ஆயிஷாவின் காதில் மெதுவாகச் சொன்னாள்.

"அவன கொண்டு போயிராதம்ம ..."

அந்த வார்த்தை முள்ளாக நெஞ்சில் குத்தித் தைத்தது. பழைய சாயாக்கடைக்காரன் அரேபியாவில் போய்க் களவாண்டு சம்பாதித்துக் கொஞ்சம் சொத்தும் வாங்கிப் போட்டுவிட்டுப் பணக்காரப் பவிசில் தலைகால் தெரியாமல் பட்டப்பகலில் வேனாவெயிலில் ஊரில் கோட்டுப்போட்டு அலையும் பந்தா அப்துல்லாவின் தங்கச்சி ஆயிஷா தலைகுனிந்து நிற்பதைப் பார்த்துச் சொன்னாள்.

“இப்போ இப்படித்தான் கமுந்தால போவாளுவோ ... பொறவு தூக்கி முழுங்குவாளுவோ ...” ஒன்றிரண்டு பேர் நமுட்டுச்சிரிப்புச் சிரித்தார்கள்.

சுபைதா வரவில்லை ... சுபைதா வரமுடியாது. மாமியார் வீடுகாணும் நிகழ்ச்சி முடிந்த பிறகுதான் பெண்ணைப் பெத்தவள் மகள் வீட்டுக்குள் வரமுடியும். பொண்ணும், மாப்ளயும் மொய்து வீட்டுக்கு வரும்போது இரவு ஒன்பது மணிக்கு மேலாகிவிட்டது. பொண்ணையும் மாப்பிளையையும் வாசலில் நிறுத்தி சாயிப்பு முட்டை சுத்தி முற்றத்தில் எறிந்த பிறகு ஜின்னாவும் ஆயிஷாவும் நடுவீட்டில் வந்து உட்கார்ந்து ஆளுக்கொரு கப் பால் குடித்தார்கள்.

மறுநாள் காலை பதினோரு மணிக்கு வீட்டுக்குப் புறப்பட்ட ஜின்னாவிடம் “உச்சைக்கு சாப்பிட வந்துடுங்கோ ...” ஆயிஷா சொன்னபோது அவன் கணகளால் பேசிக்கொண்டான். மைதீனையும் அழைத்துக்கொண்டு மச்சானும் மச்சினனுமாகப் படி இறங்கினார்கள். மொய்துசாகிபைப் பார்த்து அவன் மாமா என அழுத்திச்சொன்ன அந்த அன்பு அவருக்கு ஆறுதலாய் இருந்தது.

ஜின்னா போன கொஞ்சநேரத்திலேயே ஆயிஷாவின் மனம் அவனைத் தேடியது. அவனைத் தேடுகிற மலைப்பும் ஆச்சரியமும் மனசுக்குள் ஏதேதோ காட்சிகளாக ஓடிக் கொண்டே இருந்தன. நேற்று ஜின்னா பேசிய முதல்வார்த்தை “ஒனக்க பேரென்னா ..? ...”

“தெரியாதா ...”

கள்ளச்சிரிப்புடன் “தெரியும் ...” ஆயிஷாவிடமும் அதே சிரிப்பு. அவனின் முதல் தொடுதல் ... காலில் கிடந்த தங்கக் கொலுசை ஆச்சரியப்பட்டுப் பார்த்தவனைப் போல அவன் தொட்டுப் பார்த்தது ... விரல்கள் ஊர்ந்துபோனது. கொஞ்சம் கொஞ்சமாகச் சகஜமாகியபோது அவன் சொன்ன அரேபியக் கதைகள் இன்னும் ... இன்னும் ... அவள் மனம் சலங்கை கட்டி இருந்தது. காலையில் வீட்டுக்குப் போகும்போதும் “ஒனக்கப் பேரென்னா ...” கேட்டுவிட்டு நேற்று அறையில் சிரித்த கள்ளச்சிரிப்போடுதான் போனான்.

ஆயிஷா வீட்டில் மருமகனைத் தூக்கித் தலையில் வைத்துக் கொஞ்சாத குறைதான். காலையில் உறக்கம் முழித்த கண்ணுக்கு முட்டை புல்ஸையும் பாலும் ரெடியாக இருக்கும். குளிப்பதற்குச் சுடுதண்ணீர் உடுப்பதற்குப் புத்தாடை, பதினொரு மணிக்கு ஆட்டுக்கால் சூப் மதியம் நெச்சோறுடன் ஆட்டுஈரல் வறுவல், சாயங்காலம் சாயாவோடு கிண்ணத்தப்பம், ராத்திரி இடியப்ப மும், கோழிக்கறியும் செந்துளுவன் பழமும், வாழைக்குலை வெட்டிக் கொண்டுவந்த லிங்கம் தமாஷாகச் சொன்னார்.

“சாயிப்புமாரு தின்னே அழிச்சிருவானுவோ . . .”

“பின்னே ஒங்களபோல பூட்டிவச்சி சாம்பாரும் பருப்பும் தின்னு என்னத்துக்குடே . . . சக்கரம் உண்டாக்கணும் . . . நல்லதுபோலச் சாப்பிடணும் . . .” லிங்கம் சிரித்துக்கொண்டே போனார்.

ஆயிஷாவை அவள் வீட்டுக்கு வழியனுப்பி வைக்க ஒன்றிரண்டு உறவினர்கள் புதிதாக வீட்டுக்கு வந்தார்கள். பேசிக்கொண்டிருக்கும்போது மைதீன் கோட்டாத்தில் வாங்கிய அறுநூறு மடக்சானை ஒரு கடவத்தில் வைத்துக் கொண்டு வந்தான். கூடவே முந்நூறு சுத்து முறுக்கை மைதீனின் கூட்டாளி இன்னொரு கடவத்தில் தூக்கிக் கொண்டு வந்தான். இது மாமியார் பலகாரம். பெண் போகும்போது கூடவே கொடுத்தனுப்ப சுபைதாவின் குட்டியாப்பா மகன் மொய்துசாகிபிடம் மெதுவாகச் சொன்னார்.

“மச்சான் பொண்ணுவீட்டுக்காரனுவளே ஒரு உரல்ல போட்டு இடிச்சி சாறாப் பிழிஞ்சி மாப்பிளை வீட்டுக் காரனுவளுக்கு . . . குடிங்கோன்னு கொடுத்தாலும் . . . இனிப்புக் காணாதுன்னுதான் சொல்லுவானுவோ . . . என்ன எழவு சம்பிரதாயம் . . . ம் . . .”

“பையப் பேசுடே . . . மருமவன் காதுல உழுந்துராமே . . .” இருவரும் பயங்கரமாகச் சிரித்துக்கொண்டனர்.

மாஹீன் கொஞ்சம் வாட்டமாக வந்தான். வீட்டுக்குள் வந்ததுமே அவனைப்பார்த்துக் கொண்டே கேட்டார்.

“என்னடே நீ மட்டுந்தான் வாறியா . . ? . . . அவாளெல்லாம் வரலியா . . ? . . .”

“அந்த வயித்தெரிச்சலே ஏன் கேக்குதியோ . . . தெரியாத் தனமா ஒரு பொண்ண கெட்டிட்டேன் . . . எனக்க ம்மாக்கும் அவளுக்கும் ஒரே எழவுதான் . . .”

முஸ்தபா லேசாகச் சிரித்துக்கொண்டே,

“எல்லாக் குடும்பத்துலயும் இதே எழவுதாண்டே . . . உடு. இதெல்லாம் கண்டுக்கப்புடாது . . .”

“ஒரு கணக்கு வேண்டாமா குட்டியாப்பா . . . எங்கனயும் போயிரலாமானு தோணுது . . . எங்க ம்மா நீக்கம்பத்துட்டு நிக்கான்னா எனக்க ஊட்டுக்காரி அதுக்கு மேல . . . உப்புப் பெறாத காரியத்துக்கெல்லாம் எழவு கொண்டாடுதாளுவோ . . . எனக்க தம்பி இளையவன் . . . அரேபியாவுல இருந்து ரெண்டு பாட்டிலு செண்டு கொடுத்து உட்ருக்கான். எனக்க ம்மா ரெண்டையும் கொண்டு அவ மொவ வீட்ல கொடுத்திருக்கா. மருமவளும் மொவ மாதிரிதான் . . . இன்னா . . . நீ ஒண்ண

வச்சிக்கோன்னு கொடுக்கலாம்லா ... இந்த எழவாவது பொறுப்போம்னு பாக்க ... எனக்க ஊட்டுக்காரி நாலுமாசமா அவ ஊட்ல போய் இருந்தா ... ஒரு நாளு மருந்துக்காவது விசாரிச்சிருப்பாளா ... அவ மொவள பாக்க நாலு நாளுக் கொருக்க ஒத்தையில பஸ் ஏறிப் பட்டணத்துக்குப் போறவளுக்கு இன்னா கெடக்க திருவாங்கோடு ... எட்டிப்பாப்போம்னு தோணிச்சா ... என்னத்த பொம்பளையோ ... சே ... சே ... நம்ம தலையப் போட்டு உருட்டுதுவோ ...”

மாஹீன் பொரிந்து தட்டிய வேகத்தில் அடுக்களையி லிருந்து சுபைதா வந்துவிட்டாள். கூடவே ஒன்றிரண்டு பொம்பளைகள் ம் ... ம் ... என ... ம் ... கொட்டிக் கேட்கத் துவங்கினார்கள். “என்னளா ... ம் ... ன்னு இங்கே என்னா பறக்கை வில்லுப்பாட்டா நடக்குது ... போய் வேலைய பாப்பியளா ...” முஸ்தபா சத்தம் போட “இவரு ஒருத்தரு ... பாடு கேக்கலாம்னா உடமாட்டாரு ... கொழுந்தன் அடுக்களைக்கு வாங்கோ ...” சுலேகா சொல்லிவிட்டு உள்ளே போனாள். கொஞ்சநேரத்தில் மாஹீன் அடுக்களைக்குப் போய் அவர்கள் வலையில் சிக்கிக்கொள்ளக் “கொல்லாளுவோ குட்டியாப்பா ...” எனச் சத்தம் வந்தது.

ஒரு மணிக்குப்பிறகு தாஸீம்பி ஹமீதுசாகிபு தலைமையில் ஒரு பரிவாரம் வீட்டுக்குள் நுழைந்தது. பின்னாலேயே குச்சித் தம்பி ஜிலேபி வாளியும் ஹைதர் ஏத்தன் குலையும் சுமந்து வந்தார்கள். வழக்கம்போல ஹமீதுசாகிபு மாப்பிள்ளையின் வாப்பா என்ற அதிகார மமதையில் அரேபியா சிகரெட்டைப் பத்தி புகைவிட்டபடி முன்னறையில் இருந்தார். தாஸீம்பியோடு வந்த பொம்பளைகளெல்லாம் நேராக மரவணை பெரைக்குள் புகுந்து புசுபுசுத்தார்கள்.

“ஐயோ ... காத்து வருமா ... இடுமுடுக்கு மாதிரி இருக்கு ...”

“ஒரு நல்ல பேனு கெடைக்கலியாக்கும் ...” பீத்திக் கொண்டே ஆயிஷாவின் உருப்படிகளை உருட்டி உருட்டிப் பார்த்தார்கள். எடை ... செய்கூலி ... சேதாரமென அனைத்து விபரங்களையும் நசுக்கி நசுக்கிக் கேட்டுக்கொண்டே ஒருத்தி மெத்தை விரிப்பை பார்த்து மூஞ்சியைத் தினுசாக வைத்துக் கொண்டே புலம்பினாள்.

“என்ன இது ... படச்சவனே ... இதுல எப்படித்தான் கெடக்குதுவளோ ... அரேபியாவுல உள்ளது பஞ்சுமாதிரி எங்க ஊட்ல கெடக்குது ... கார்கோவில போட்டு எனக்க மாப்பிளை கொண்டு வந்தது .. ம் ...”

“ஆமா இவ பொறக்கும்போதே அரேபியா மெத்தைவிரிப் போடத்தான் வெளியே வந்தா ... மாட்டுத் தொழுவுல சாணி

வாரிட்டுக் கெடந்த துக்கைக்கு வந்திருக்க வரிசை ...” வள்ள விளை மாமி மனதிற்குள் சொல்லிக்கொண்டபோதே அவளின் தினுசான முகத்தைப் பார்த்துக்கொண்டே ஆயிஷா எதுவும் பேசாமல் மௌனமாகவே அடுத்தடுத்த முகங்களை உற்று நோக்கியபோது சாப்பாட்டைப் பற்றி வழக்கம்போல ஹமீது சாகிபு கெப்பர் காட்டினார் ...” சாப்பாடு கொள்ளாம் ... வேக்காடு ... காணாது ... அரிசி கூடுனது வாங்கியிருக்கலாம் ... கிடாய் முத்திட்டு ... மொச்ச வருது ...” அவர் பேசிக்கொண்டே இருந்தபோது மொய்துசாகிபு கேட்டுக்கொண்டே இருந்தார். அடுக்களையில் தாஸீம்பி சுபைதாவிடம் மெல்லக் கேட்டாள்.

“வீடு காண எப்போ வருவியோ ..? ...”

“அவங்கள்ட்ட கேட்டுட்டுத்தான் ... முடிவு பண்ணணும் ...” சுபைதா பேசிமுடிக்கும் முன்னால் தாஸீம்பியின் தங்கச்சி மகள் சொன்னாள்.

“ஐஸ்பெட்டியெல்லாம் ... கொண்டு வரணும் ...” சுபைதா சிரித்துக்கொண்டே “எங்களால முடிஞ்சத ... செய்வோம் ...”

“சீக்கிரம் வச்சிரணும் ... இன்னும் ஒரு மாசத்துல அவன் போயிவருவான் ...”

“நாலுமாச லீவுன்னு சொன்னாவுளே ...”

“வந்து ஒரு மாசமாச்சி ... இன்னும் ஒரு மாசத்துல போவவேண்டியதுதானே ... இங்க நின்னா போதுமா ...”

“ரெண்டுமாசங்கூட நிக்கட்டேன் ...”

தாஸீம்பி முகம் மாற்றி இறுக்கத்தோடு சொன்னாள் “ம் ... நீங்கோ ... சீக்கிரம் வீடுகாண வாங்கோ ...” பேசிவிட்டு சுபைதாவின் முகம் பார்க்காமல் இன்னொரு பொம்பளை யிடம் பேச்சுக்கொடுத்தபோது சுபைதாவின் நெஞ்சில் தாங்க முடியாத பாரமாகத் தாஸீம்பியின் வலிச்சம் காட்டிய முக பாவனை விழுந்து புரண்டு உடல் வியர்த்துக் கொமட்டிக் கொண்டுவந்தது. வேகமாய் வளவுக்குப்போய்க் கசப்பான உமிழ்நீரைக் காறித்துப்பினாள்.

சாயாவும் கிண்ணத்தப்பமும் செம்பலுவாயும் தின்று நாலுமணிக்கு மேலே புறப்பட்டார்கள். ஆயிஷாம்மா கவலை யோடுதான் விடைபெற்றாள். விடைபெறும் முன்னால் வளவுக்கு வந்தவள் மேற்கு மூலையில் ஆகாயம் பாத்தபோது ஒரு பெரிய ஓட்ட உருவம் கம்பீரமாக நிமிர்ந்து நின்றது. துறுத்தி நின்ற பெரிய முலைகளுக்கு மேலே அந்த உருவத்தின் முகம் கடா மீசை முளைத்த ஆண் முகமாகத் தெரிந்தது. அகலக்கண் விரித்து வியப்போடு பார்த்தபோது அந்த உருவம் நடக்கத் துவங்கியது. ஆயிஷா இதற்குமுன் எப்போதும் இப்படி

யான உருவத்தைப் பார்த்ததில்லை. ஆண் முகம் பெண் உடல்... தன் சிந்தனைகளைக் கலைத்துப் போட்டுவிட்டு மீண்டும் பார்த்தாள்... அது அப்படித்தான் தெரிந்தது. "புறப்படலாமா..." சப்தம் கேட்டுத் திரும்பிய ஆயிஷாம்மா வின் விழியில் திரண்ட நீர்த்துளி கன்னத்தில் உருண்டதைக் காணப்பொறுக்காமல் சுபைதாவுக்கு வெப்ராளம் வெப்ராள மாக வந்தது. ஆனாலும் மனதை சாந்தப்படுத்திக்கொண்டே ஜின்னா வழிசொல்லும்போது,

"பிள்ளைய கூட்டிட்டு அடிக்கடி வரணும்..." ஜின்னா சிரித்துக்கொண்டே தலையாட்டினான். எல்லோரும் இறங்கி னார்கள்... கொஞ்சநேரத்தில் சுபைதாவின் உறவுகளும் மொய்து சாகிபின் உறவுகளும் போனதும் வீடு வெறிச்சோடியது.

வீடுமுழுவதும் ஆயிஷாவின் ஞாபகங்கள். காலண்டரில் தினமும் தாள் கிழிப்பது ஆயிஷாதான். வீட்டில் ஒவ்வொரு பொருளோடும் ஆயிஷாவின் நினைவுகள். ஈசிச்செயரில் சாய்ந்திருந்த மொய்துசாகிபு எதிரே சுவரில் சாய்ந்தபடி சுபைதா சொன்னாள்.

"துக்கயோ நெறவு கெட்டதுவோ... பாத்துக்கிடுங்கோ... கூட வந்தாளுவளே... அவளவளுக்கு வந்திருக்க வரிசை... படச்சவன மறந்து நடக்குதுவோ... ஐஸ்பெட்டி வேணுமாம் நைசா சொல்லுதா... இப்போ என்னா அடுப்புலயா இருக்காளுவோ..."

சுபைதா பேசிக்கொண்டே இருக்க எந்தச் சலனமுமில் லாமல் மொய்துசாகிபு சாய்ந்திருந்தார்.

"என்ன இப்புடிக் கெடக்குதியோ..." சுபைதா உசுப்பினாள்.

"அந்தப் பாக்கிப் பணத்த எப்புடி வாங்கது... நம்ம கணக்குப்படி இனி நாப்பதாயிரம் வரணும்... வீடு காணப் போணும்னா பணம் வேணுமே... தருவானுவளா... எப்படிக் கேக்கது... வசமில்லாம கெடங்குல உழுந்துட்டோமோன்னு தோணுது..."

மொய்துசாயிபு துண்டை உதறிக்கொண்டே எழுந்து வளவு வாசலைப் பார்த்தபோது ஆயிஷா அங்கே இருந்தாள். திரும்பிய பக்கமெல்லாம்... கண்களை இறுக்க மூடிக்கொண்ட போதும்...

மாதவலாயத்திலிருந்து மெடிக்கல் மஸ்தான் ஊருக்கு வரும்போது இலுப்பமூட்டில் வைத்து எதிரே வந்த ஹைதரிடம் நலன் விசாரித்தான். மஸ்தான் யாரைப் பார்த்தாலும் விசாரிக்காமல் விடமாட்டான். ஊருக்குள் எப்போதாவது வரும்போது கண்ணில் கிடைத்தவரிட மெல்லாம் கைகுலுக்கி, மச்சான், மாமா, குட்டியாப்பா, பெரியாப்பா, மைனி, அக்கா, மாமி என ஆண் பெண் வித்தியாசமில்லாமல் எல்லோரிடமும் சுகம் விசாரிக்க வில்லையென்றால் அவனுக்குச் சாப்பாடு இறங்காது. சாப்பாட்டில்கூட வயறுமுட்டச் சாப்பிட்டுவிட்டு ஒரு செம்புக் கஞ்சி வெள்ளம் உப்புப்போட்டுக் குடிப்பான்.

அலிகுந்தும்மல் மண்டைக்கு வெளிஇல்லாதவன் போலத்தான் நடமாடுவான். எல்லா வீட்டிலும் போய் வாசலில் நின்று சோறு கேட்பது தனிவகை. “ஓராளுக்குச் சோறு போடுங்கோ . . .” சத்தம் கம்பீரமாக விழும்.

“வேற எடம் போப்பா. . .” வீட்டிலிருந்து சத்தம் வந்த உடன் சொல்லுவான்.

“என்ன நீங்கோ . . . சோறு தரமாட்டேன்னா சொல்லுதியோ . . . முந்தாநேத்து ஒரு வீட்ல இப்படித் தான் சோறுதரமாட்டேன்னு சொன்னாவோ . . . நேரா காட்டுவாசப்பா மலைக்குப் போனேன் . . . அல்லாகு அக்பர் . . .ன்னு ஒரு சத்தம் போட்டேன் . . . மஞ்சச்சோறும் அவிச்ச முட்டையும் பருப்பும் . . . ஓலப்பட்டையில மலாய்க்கத்துமாருவோ கொண்டுவந்து தந்தாவோ . . . ஆனா நீங்கோ எனக்குச் சோறு இல்லேன்னு சொல்லியோ இல்லியா . . . பாத்துக்கிடுதேன் . . .” வேகமாக நடப்பான். இந்த அலி குந்துமல்கூட மெடிக்கல் மஸ்தானைப் பார்த்தால் “கேட்டியளா . . . நம்மள ஒரு மெடிக்கலுக்குக் கூட்டிட்டு போணும் . . .”

மஸ்தான் தனக்கு இப்படியொரு கெதிக்கேடு ஆகி விட்டதே என வேதனையோடு அறுத்துக் கிழிப்பான். பாவம், அவனும் பலவருடங்களாக அரேபியா போவதற்கு முயற்சித்துக்கொண்டிருக்கிறான். பாம்பேயில் இரண்டு

மெடிக்கலும் மெட்ராஸில் இரண்டு மெடிக்கலும் திருவனந்த புரம் வள்ளக் கடவு அல்ஷபாவில் ஆறு மெடிக்கலும் முடித் திருக்கிறான் ... மஸ்தான் என்ற பெயர் மெடிக்கல் மஸ்தான் என மாறியதே தவிர அவனின் அரேபியாக் கனவு இன்னும் நனவாகவில்லை.

ஹைதர் மஸ்தானிடம் மெல்லக் கேட்டான்.

"காக்கா ... மெடிக்கல் எப்படியாக்கும் .. ?"

"ஒனக்கு விசா ரெடியாயிட்டா .. ?"

"கூடிய சீக்கிரத்துல ... ஜின்னா மச்சான் போன ஒடனே ... விசா வரும் ... ஒடனே மெடிக்கல் முடிச்சிட்டுப் போவ வேண்டியதுதான் ..."

மஸ்தானின் முகம் சுண்டியது ஆனாலும் சிரித்துக் கொண்டே பாவமாய்க் கேட்டான்.

"எனக்கு முந்தி நீ போனியனா ... எனக்கொரு விசா பாத்து அனுப்புடே ..."

"காக்கா ... ஒங்களுக்குச் செய்யாமலா .. ?"

"எல்லாவனும் இப்படிச் சொல்லிட்டுத் தாம்டே போறா னுவோ ... ஒன்பது வருசமா கொஞ்சம் உருவாவ தொலைச்சது தான் மிச்சம் ... போன வருடம் எல்லாம் ரெடியாயி ... பாம்பேக்குப் போவும்போது எல்லாக் குடும்பக்காரன் வீட்டுக்கும் போய்த் துக்கயள்ட்ட வழிசொல்லிட்டுத்தான் போனேன் ... பாம்பேயில போய் எல்லாம் மண்ணாபோச்சி ... என் பாஸ்போட பாத்து இதுதான் பாஸ்போடான்னு பாத்தவ னெல்லாம் அரேபியாக்குப் போயிட்டான் ... ம் ..."

ஹைதர் மௌனமாக நின்றுகொண்டே மீண்டும் மெல்லக் கேட்டான்.

"காக்கா ... மெடிக்கல் எப்படியாக்கும் ... அதச் சொல்லுங்கோ ..."

"ரெத்தம் எடுத்துப்பாப்பானுவோ ... சின்ன குப்பியில மூத்திரம் கேப்பானுவோ ... ஒரு மண்ணாபோன எக்ஸ்–ரே எடுப்பானுவோ டாக்டர்மாருவளுக்கு முன்னாலச் சீலைய உரிஞ்சிட்டு நிக்கணும் ..."

"பேதி டெஸ்ட் பண்ணுவானவளாமே .. ?"

"அதெல்லாம் சும்மாடே ... ஒரு மண்ணும் கெடையாது ... கடைசியில எனக்கு பாம்பேயில மெடிக்கல் பண்ணும்போது ஒரே ரூம்ல எழுபேர ஒண்ணா சீலைய உரிஞ்சிட்டு நிக்கச் சொன்னானுவோ ... எனக்குச் சிரிப்புன்னா சொல்ல முடியாது ... ரெண்டு நேள்ஸ்மாருவோ உள்ள நிக்கிதாளுவோ ...

நான் முடியாதுன்னுட்டேன் ... பொறவு ஒருத்தன் காச்சி பூச்சின்னு ... இந்தியில என்னல்லாமோ சொன்னான். இன்னா கொண்டு போன்னு கழத்திட்டு நின்னேன் ... படச்சரப்பே தொலி உலிஞ்சிபோச்சி ...”

கொஞ்சநேரம் பேசிக்கொண்டு மெடிக்கல் மஸ்தான் போகும்போது,

“நம்மள மறந்துடாதடே ...” எனச் சொல்லிக்கொண்டே போனான்.

ஹைதருக்கு ஜின்னா போனதும் விசா அனுப்பித் தருவான் என்பதைக் கேள்விப்பட்டதிலிருந்து குச்சித்தம்பி குஷியாகத் தான் நடந்தார். அதிகாலையிலேயே ஹமீதுசாகிபு வீட்டுக்கு வந்து விடுவார். “என்னமும் செய்யணுமா ...” வாசலில் நிற்பார். ஆயிஷா ஒருமுறை உள்ளே கூப்பிட்டுச் சாயா கொடுத்தாள். நிறைந்த அவளின் முகமும் சினேக வெளிப்பாட்டோடு கூடிய மரியாதையான பார்வையும் சாயா குடிக்கும் முன்னாலேயே அவரின் நெஞ்சு நிறைந்துபோனது.

கடைப்பக்கம் நின்ற ஹைதரை அழைத்து ஜின்னா “நான் போனதும் முயற்சி பண்ணி ஒனக்கு விசா அனுப்பித் தருவேன் என்ன ... வாப்பாட்டச் சொல்லு ஒண்ணும் கவலைப்படாண்டா மான்னு ...” எனச் சொல்வதற்கான காரணமில்லாமலில்லை. அதற்கு முந்திய இரவு ஜின்னா ஆயிஷாவின் மடியில் தலை சாய்த்துக் கிடந்தான். அவளின் விரல்கள் அவனின் தலை முடியை அளைந்து கொண்டிருந்தன. லயித்துக்கிடந்தவனிடம் திடீரென ஆயிஷா கேட்டாள்.

“குச்சித்தம்பி மாமா ... மொவனுக்கு ... விசா தருவேம்னு சொல்லிருந்தியளா .. ?”

ஜின்னா இந்தக் கேள்வியை எதிர்பார்க்கவில்லை. மௌனமாகவே இருந்தான்.

“ஏன் ஒரு மாதிரி இரிக்கியோ ... அதுவோ பாவங்கெல்லா ... அதான் கேட்டேன்...” ஆயிஷாவைக் கண்மாற்றாமல் பார்த்துக் கொண்டே இருந்தவன் ... அவளின் கைகளை முன்னிலும் கூடுதலாக இறுகப்பற்றிக்கொண்டே,

“ஆயிஷா ... எனக்கே அரேபியாக்குப் போறதுக்கு இஸ்டமில்லே. சூட்டும் சட்டையும் ஸ்பிரேயும் அடிச்சிட்டுப் பந்தாவா ... நடக்குற பவிசு மட்டுந்தான் மிச்சம் ... அங்க இருக்குற எவனும் மனநிம்மதியா இல்லை ... நூத்துல நாலுபேரு நல்லா இருக்கான்... எவ்வளவு பேரு சம்பளமும் கெடைக்காம ஈச்சங் காடுகள்ல கஷ்டப்படுதான் தெரியுமா ... ஊர்ல இருந்து லெட்டர் வந்தா படிச்சிட்டு அழுவானுவோ ... கொஞ்சம் அப்படி இப்படி இருக்கிறவனுக்குத்தான் பைசா ... இல்லன்னா

வாழ்க்கைதான் ஓடும் ... இன்னும் ஒரு மாசத்துல உன்னவிட்டுப் போணும் ... அப்புறம் ரெண்டு வருசமோ ... மூணுவருசமோ ... நெனைச்சிப்பாரு என்ன வாழ்க்கைன்னு ... எங்க வாப்பா ... விசா ... விசான்னு சொல்லிட்டாரு ... அதுவ பாவங்கதான்... அங்க கொண்டு போணும்னா நம்ம ரூவாக்கு எழுபதினாயிரம் ரூவா செலவாக்கணும் ... வேலை கெடைக்கணும் ... உங்கிட்ட உண்மையைச் சொல்லுதேன் ஆயிஷா ... எனக்க சவுதி முதலாளி கடைப்பக்கம் வரமாட்டான். கொஞ்சம் அப்படி இப்படிக் கல்லாவுல கைவச்சிதான் இப்புடி ... எங்க வாப்பா என்னடான்னா மொவன் அரேபியாவுல புடுங்குதான்னு அலையாரு ... நிம்மதி இல்லாத வாழ்க்கை ஆயிஷா ...”

ஆயிஷாவுக்கு அழுகை வந்தது ... அழுகையினூடே சொன்னாள் “நீங்கோ ... இங்கேயே எதாவது வியாபாரம் பண்ணுங்களேன் ...” “அது கஷ்டம் ஆயிஷா ... வந்து எறங்குன ஒடனே எப்போ போறேன்னுதான் கேள்வி ... இங்க கௌரவம் பாக்கணும் ... அங்கே அது இல்லே ... பாப்போம் போய் எதாவது சரியாச்சின்னா ... ஹைதர எடுக்கணும் ...”

ஆயிஷா தொடர்ந்து பேசமுயற்சித்தபோது அவளை நிறுத்தச்சொல்லிவிட்டு வேகமாக எழுந்து ஜின்னா பளிச்செனக் கதவைத் திறந்தான். வெளியே கதவுப் பக்கத்தில் வெளிறிய முகத்தோடு நின்றுகொண்டிருந்த தாஸீம்பியை முறைத்துவிட்டு வேகமாகக் கதவைச் சாத்தினான். கோபமாகக் கட்டிலுக்கு வந்து ஆயிஷாவிடம் சொன்னான்.

“மெதுவா பேசணும் ... எங்கும்மா ... ஒட்டுக்கேப்பா ...” ஜின்னா சாதாரணமாகச் சொன்னபோது அதிர்ந்துபோனாள். ஆகாயத்தில் பார்த்த ஆண்முகம் பெண்உடல் உருவம் எந்த முன்கூறும் இல்லாம பளிச்சென ஓர்மையில் வந்தபோது ... அவளுக்கு வியர்த்துக்கொட்டியது ... நேற்று முந்திய தினம் கூட ... தஞ்சாவூர் அமானுல்லா வீட்டுக்கு ஆயிஷாவைக் கூட்டிக்கொண்டு போய் வரலாம்மென ஜின்னா உம்மாவிடம் சொல்லும்போது அவள் வெடுக்கெனச் சொன்னாள். “இதெல்லாம் நம்மகுடும்பத்துக்கு ஆவாது ... பொம்பளையோ பொம்பளையா ... இருக்கணும் ... ம் ...”

பொம்பளையோ பொம்பளையா இருக்கணும் என்ற வார்த்தை ஆயிஷாவின் முகத்துக்கு நேராக எச்சரிக்கையாக விழுந்தது. அமானுல்லா அரேபியாவில் ஜின்னாவின் அறை வாசி. கல்யாணம் முடிந்து மனைவியோடு ஊருக்குப் போகும் படி சொல்லியிருந்தான். தஞ்சாவூர் போனால் அப்படியே ஆயிஷாவை நாகூர் தர்ஹாவுக்குக் கூட்டிப்போகலாமென ஜின்னாவின் மனதில் கிடந்த யோசனை நாசமானது.

ஆயிஷா வீட்டிலிருந்து வந்து ஒரு வாரத்துக்கு மேலாகிறது. காலையில் மாடிக்குத் துணி காயப்போடப் போகும்போது தென்னை மட்டைகளுக்கு இடையே தெரிந்த ரகுமத்துமாமி வீட்டு வளவில் உம்மாவைப் பார்த்த ஆயிஷாவுக்குச் சிறகு முளைத்தால் கொள்ளாம் போல இருந்தது. தென்னை மட்டை களுக்கு இடையே தெரிந்த உம்மாவை உத்துப்பார்த்தாள். சுபைதா ஒரு பார்வை பார்த்து விடமாட்டாளா ... "ம்மா ... எனச் சத்தம்போட்டுவிடலாமா ..." அழுகைவந்தது அடக்கிக் கொண்டாள். ஆயிஷாவுக்கு வீட்டிலிருந்து யாராவது தன்னைப் பார்க்க வந்தால் கொள்ளாம்போலத் தோன்றியது ... அவளின் தவிப்பு வாப்பாவுக்குப் புரிந்ததோ என்னமோ மாலையே மொய்துசாகிபு கையில் பார்சலோடு வீட்டுக்கு வந்தார்.

"ஆயிஷாம்மா ... ஒனக்க வாப்பா ... வந்திருக்கு ..." ஹமீது சாகிபின் சத்தம்கேட்டு போட்டதைப் போட்டபடி முன் வீட்டுக்கு ஓடிவந்தாள் ... சிரித்தாள் ... வாப்பாவின் மார்பில் குழந்தையாக முட்டிக்கொள்ளலாம்போல இருந்தது.

ஆயிஷாவின் சிரிப்பு நிஜமானதுதானா ... மொய்துசாகிபின் மனம் ஊடுருவிப் பார்த்தது. தாஸீம்பி வந்து சம்பிரதாய சுகம் விசாரித்தாள். "நான் இப்போ ... வாறேன் ..." ஹமீதுசாகிபு வெளியே போனார்.

ஆயிஷாவும் மொய்துசாகிபும் பேசிக்கொள்ளவில்லை. சிரித்துக்கொண்டே இருந்தார்கள். வாப்பாக்குச் சாயா கொண்டு வந்தாள். தூங்கிக்கிடந்த ஜின்னாவை உசுப்பிவிட்டாள் "எங்க வாப்பா வந்திருக்கு ..." சிரிப்போடு கூடிய சந்தோசத்தின் உச்சத்தில் சொன்னாள். நேற்றிரவு ஆயிஷாவைத் தன் மார்போடு இழுத்துப்போட்டுக்கொண்டே பாவாடை வேணும் மேலாடை வேணும் பஞ்சாரப்பனங்கிளிக்கு ... பாட்டுப் பாடும்போது கூட ஆயிஷாவின் முகத்தில் இப்படியான சந்தோஷம் தெரிய வில்லை. ரசித்துக்கொண்டே ஜின்னா எழுந்துவந்து மொய்து சாகிபோடு பேசிக்கொண்டே எல்லோர் நலனும் விசாரித்தான். மொய்துசாகிபு எழுந்து தாஸீம்பியிடம் வந்து எஜமானுக்கு முன்னால் நிற்கும் கூலித்தொழிலாளிபோல நின்றபடி கேட்டார்.

"அக்கா ... மொளேயும் .. மருமவனையும் ரெண்டு நாளு வீட்டுக்குக் கூட்டிட்டுப் போறேன் ..."

தாஸீம்பி மௌனமாக இருந்தாள். அவள் பதில்சொல்லாம லிருப்பது ஜின்னாவுக்குக்கூட ஒரு மாதிரியாகத்தான் இருந்தது. "என்னக்கா ..." மீண்டும் கையைப் பிசைந்து நின்றார். வாப்பா வின் கம்பீரத்தில் கூன் விழுவதை ஆயிஷாவால் தாங்கிக்கொள்ள முடியவில்லை.

"நாங்களும் நல்லகறி சோறு சாப்பிடத்தானே செய்யோம் ..." தாஸீம்பி வாய்திறந்தாள். சாதாரணமான வார்த்தைதான். அர்த்தத்தைப் பிரித்துப்பார்த்தால் நெஞ்சைக் கீறிப்போட்டு விடும். புரிந்தும் புரியாததுபோலப் புளுந்தானாகச் சிரித்து நின்றார். பொட்டபுள்ளைகளைப் பெத்துப்போட்ட வாப்பாமார் கள் கௌரவம் காட்ட முடியாது என்பதை அவர் புரிந்திருந்தார்.

"மச்சான்ட்ட சொல்லிட்டுக் கூட்டிட்டுப் போங்கோ ..." தாஸீம்பி சொல்லிமுடித்ததும் மொய்துசாகிபு, ஹமீதுசாகிபைத் தேடினார். வெளியே போனவர் வரட்டுமெனக் காத்திருந்து அரைமணிக்கூறு கடந்தபிறகு மொய்துசாகிபு எழுந்து "நான் கடைக்கிட்டே மச்சானப்பாத்து ... சொல்லிட்டு வாறேன் ..." வெளியே இறங்கிக் கடைப்பக்கம் வந்து காதர்சாகிபு ஹோட்டல், சாத்தான்கோயில் முக்கு, மதரஸாத் திண்ணை எங்கு தேடியும் ஹமீதுசாகிபு சிக்கவில்லை. ஒன்றிரண்டு பேரிடம் விசாரித் தார். அம்மங்குண்டு முக்குக் கலுங்கில் நிற்பதாகக் கேள்விப் பட்டு நடந்துபோனார். கலுங்கில் ஹமீதுசாகிபும் மேலும் ஒன்றிரண்டு பேர்களும் கூடவே பாவம்போலக் குச்சித்தம்பி யும் நின்றார்கள். மொய்துசாகிபு கிட்டேபோய் நின்றார்.

"மச்சான் ..."

திரும்பிய ஹமீதுசாகிபின் முகத்தில் ... எங்கே அந்தத் தோப்புக்குள்ள பாக்கிப் பணத்தை கேட்டுவிடுவாரோ என்ற பயம் படர்ந்து கிடந்தது.

"ம் ... மச்சான் ... பிள்ளையையும் மருமவனையும் ... ரெண்டுநாள் வீட்டுக்குக் கூட்டிட்டுப் போலாம்னு ..."

"மொவன்கிட்ட சொல்லிட்டுக் கூட்டிட்டுப் போவ வேண்டியதுதானே ... இதுல என்ன இருக்கு ... சரி, நல்லது போயிட்டு வாங்கோ ..."

மொய்துசாகிபு எதிர்பார்க்கவில்லை இவ்வளவு சாதாரண மாகச் சொல்லுவாரென்று. நடந்து மகள் வீட்டுக்கு வந்தார். மருமகனிடம் விசயத்தைச் சொன்னதும் சம்மந்தக்காரி தாஸீம்பி போலிச்சிரிப்போடு விடைகொடுக்க மக்ரிபுக்குப் பிறகு மகளை யும் மருமகனையும் வீட்டுக்குக் கூட்டிப்போனார்.

வீட்டுக்கு வந்த இரண்டாவதுநாள் மொய்துசாகிபு கார் பிடித்து எல்லோரும் குடும்பத்தோட திருவனந்தபுரம் பீமா பள்ளிக்குப் போய்ச் சுத்திப்பார்க்கலாம் எனச் சொன்னபோது இரவு தாஸீம்பியிடம் போய் ஜின்னா சொன்னான் ... அவள் மூஞ்சி விளங்கவில்லை ... ஜின்னாவுக்குப் புரிந்தது. ஆனாலும் ஆயிஷாவின் மேலுள்ள ஈர்ப்பும் அவளின் அன்பும் அவனை மொய்து குடும்பத்தோடு புறப்பட வைத்தது.

சாமம் ரெண்டு மணிக்கே எழுந்து சுபைதா தேங்காச் சோறாக்கிக் கூடவே கோழிக்கறியும் வைத்து ரெடியாக்கினாள். ஆயிஷா மனதுக்குள் மாப்பிள்ளையோடு முதன்முதலாகச் சுத்திப் பார்க்கப் போகிற ஆனந்தம் . . . வெளியுலகக் காற்றை இழுத்து சுவாசிக்கும் ஆர்வத்தில் அவளின் சுவாசப்பைத் தயாரெடுத்தது. ஜின்னாவின் கரம்பிடித்துப் பீமாபள்ளியை ஒரு சுற்றுச் சுற்ற வேண்டும் போகிற வழியில்தான் தக்கலை பீரப்பா தர்ஹா . . . அவள் கணக்குப் போட்டாள் அசந்து தூங்கிக்கிடந்த ஜின்னாவின் மார்பில் தலைசாய்த்தபோது அவனின் இருதயத்துடிப்பை அவளின் செவி கேட்டது. அது ஆயிஷா . . . ஆயிஷா . . . எனத் துடிப்பதாக அவளுக்குத் தோன்றிய போதே வெட்கத்தில் சிரித்தாள். அதிகாலை காரில் கிளம்பும் போது ஆயிஷாவின் உள்ளில் அந்தச் சிரிப்பு மாறவில்லை. அவன் தோளோடு ஒட்டி அவன் மேல் சாய்ந்து பயணித்த யாத்திரை அவளின் இருதயத்தில் பக்கம் பக்கமாய்ப் பதியத் துவங்கியது.

தக்கலை பீரப்பா தர்ஹாவில் சியாரத்துச் செய்துவிட்டு நெய்யாற்றின்கரை அணைக்கட்டுக்குப் போனார்கள். அங்குள்ள முதலைப்பண்ணையில் முதலைகளைப் பார்த்து மலைத்து ஜின்னாவின் கையை இறுகப்பிடித்துக்கொண்டாள். பீமாபள்ளி யில் பீமா தாயின் அடக்க இடத்தைத் திரைவிலக்கிக் காட்டி னார்கள் . . . மனம் முழுவதும் துவாக்கள் . . . பீமாபள்ளி மணலில் கால் வலிக்கவலிக்க நடந்தாள். திருவனந்தபுரம் மிருகக்காட்சிச் சாலையில் ஒற்றைக்காலில் நின்ற கொக்கு போன்ற அந்தப் பெரிய பறவையை ஆயிஷாவுக்கு ரொம்பவும் பிடித்துப் போனது. ஜின்னா விளையாட்டாகக் கையை ஓங்க அது பறந்து அந்த வலைக்கூண்டின் இன்னொரு பக்கத்தில் இறங்கி யது. அது அந்த வலைக்கூண்டைத் தன் கூரிய அலகால் கொத்திக் குதறிச் சுக்குநூறாக உடைத்துப் போட்டுவிட்டுப் பறந்து போக வேண்டுமென விரும்பினாள். அழகான கம்பீரத் தோடு அது அந்த வலைக்கூண்டுக்குள் அடைபட்டுக் கிடப்பது அவளை ரொம்பவும் யோசிக்க வைத்தது.

சிங்கம், புலி, கரடி, யானை, காண்டாமிருகம், ஒட்டகம் எல்லாம் ரசித்து நடந்தவள். குரங்குக் கூண்டுக்கு முன்னால் அதன் சேட்டைகளை நீண்டநேரம் ரசித்து நின்றவளிடம் ஜின்னா நிலக்கடலைகளைக் கொடுத்தபோது அவள் குரங்குக்கு வீசினாள். அது கடலையைக் கொறித்த நேர்த்தி ஆயிஷாவுக்குச் சிரிப்பு மூட்டியது. "ரப்புக்க வேலையப் பாத்தியளா . . ." ஜின்னா ஆமோதித்து நடந்தான். பாம்புப் பண்ணைக்குள் பயந்துபயந்து ஜின்னாவை ஒட்டினாள். அவள் பயந்து பயந்து தன்னை ஒட்டுவது ஜின்னாவுக்குப் பிடித்துப்போனதால் அவன் அவளை

வலுக்கட்டாயமாக இழுத்துக்கொண்டே பாம்புப் பண்ணைக்குள் நடந்தான்.

பலவிதமான பாம்புகள் கலர்கலராய்... கண்ணாடிப் பெட்டிக்குள் அடைபட்டுக் கிடக்கும் தைரியத்தில் பலரும் சுற்றி வந்தார்கள். ஆயிஷாவுக்குக் குடல் கலங்கிப்போனது.

"அவ பயப்படுதான்னா வேண்டாம்... இப்போ பேடிக்காட்டப்புடாது..." சுபைதா பொதுவாகச் சொன்னாள். அதன் உள் அர்த்தம் ஜின்னாவுக்கு புரிந்துபோனது. சங்குமுகம் பீச்சில் சாயங்காலம் அமர்ந்து கடல் அலைகளை ரசிக்கும் போதுதான் ஆயிஷா ஜின்னாவிடம் சொன்னாள்.

"ஒருநாளு ரயிலுல கூட்டிட்டுப் போவியளா..?"

குழந்தையைப்போலக் குதூகலமாய் அவள் கேட்டதில் ஜின்னா 'சரி' என்றான்.

"வேற எங்கே போணும்..."

"ஆத்தங்கரைப் பள்ளிக்கு..."

"ம்... வேற..."

"நாகூருக்கு..."

"வேற..."

"ஒரே ஒரு சினிமாக்கு... தியேட்டர் எப்படி இருக்கும்னு பாக்கணும்..."

"ம்... வேற..."

"கன்யாகுமாரி... வயிலங்கரைப்பள்ளி... மானாச்சப்பா பள்ளி... பொட்டல்புதூர்... கன்யாகுமரியில போட்ல கூட்டிட்டுப் போணும்..."

ஜின்னாவுக்கு ஆயிஷாவைப் பார்க்கப் பாவமாக இருந்தது... தூரத்தில் மொய்துசாகிபும் சுபைதாவும் மைதீனும் இருந்தார்கள். மெல்ல ஆயிஷாவின் கையைப் பிடித்துத் தன் கையோடு பலமாக இறுக்கிக்கொண்டே கேட்டான்.

"ஒனக்க பீமாதாயிட்டயும் பீரப்பாட்டையும் என்ன கேட்டே...?"

சிரித்தாள்... ஜின்னா விடவில்லை

அவன் முகம் பார்க்காமல் வெட்கப்பட்டுச் சொன்னாள்.

"நமக்கொரு மொவனே..."

☯

நீண்ட சிறகைவிரித்து சவுதியா விமானம் ஆகாயத்தில் பறந்துகொண்டிருந்தது. உயர்ந்தும் தாழ்ந்தும் அடிவயிற்றில் கீச்சம்காட்டித் தாலாட்டிய உணர்வோடு ஹைதர் விமானத்தின் கண்ணாடி ஜன்னல்வழியாகப் பார்த்துக்கொண்டே இருந்தபோது அவன் கண்களில் பளிச்செனப் பள்ளியும் பள்ளிவேம்போடு எரயாளமும் ஊரும் தெரிந்தபோது உற்சாகமாய் எழுந்தான்.

“ஆள் இறக்கம் ... ஆள் இறக்கம் ...” என வேகமாய்ச் சத்தம் போட்டான். விமானி விமானத்தை மிகப்பக்குவ மாய்ப் பள்ளிவேம்பில் தட்டிவிடாமல் வளைந்து நெளிந்து பள்ளி முன்னால் இறங்கியதும்தான் தாமதம்.

“ஓடியாருங்கோ ... பிளேனு ... பிளேனு ...” மதரஸாவி லிருந்து அடித்துப்புரண்டு ஓடிவந்து மோதியார் தெருவைப் பார்த்துச் சத்தம்போட்டார். அதிசயம் பார்க்க ஊரே பள்ளி முன்னால் கூடியது. வாசல் முற்றத்தைத் தாண்டாத ஒருபாடு பொம்பளைகளும் இடிந்த சைக்கிள் கடைப் பின்பக்க மறைவில் நின்று விமானத்தை அகலக்கண் விரித்துப் பார்த்தார்கள. நீண்ட சிறகைவிரித்துக் கம்பீரத்தின் உச்சமாய் நின்ற சவுதியா விமானத்தைச் சுற்றிலும் பயலுவோ ஹேய் ... ஹேய் ... எனத் துள்ளித் துள்ளிச் சத்தம்போட்டுக்கொண் டிருக்கும்போதே விமானத்தின் பெரிய வாசல் கதவு திறந்து படிக்கட்டாக மாறியது.

கூட்டம் முழுவதும் விமானத்தின் வாசலை வாய் பிளந்து பார்த்துக்கொண்டிருக்கும்போது ஹைதர் கையில் பெரிய பெட்டியோடு சூட்டும், கோட்டும் கண்ணாடியு மாக வெளியே படிக்கட்டு வழியாகச் சாடிவந்துகொண் டிருந்தான். எம்ஜியாரைப்போலக் கூட்டத்தைப் பார்த்துக் கைகாட்டினான். அவன் பார்வை சுற்றிலும் தேடியது ... காணிக்கைப்பெட்டி பக்கத்தில் குச்சித்தம்பி ஸ்தம்பித்துப் போய் நின்றார்.

“வாப்பா . . . வாப்பா . . . எனக்க பொன்னு வாப்பா . . .” இரண்டு கைகளையும நீட்டியபடி அவன் குரல் அலறலாக வெளிப்பட்டது.

“மோனே . . . எனக்க செல்லமோனே . . .” கத்திக்கொண்டே விமானத்தின் படிக்கட்டை நோக்கி அவர் ஓடத் துவங்கிய போது இருபக்கமும் கூட்டம் விலகி வழிவிட்டது. விமானத்தின் அருகேவந்து குச்சித்தம்பி மூச்சிவாங்கி மகனின் கையைப் பிடித்த மறுநொடியில் விமானம் பெரிய பறவையாக உருமாறிப் படபடவெனச் சிறகடித்து மின்னல்வேகத்தில் அவரைத் தூக்கிக் கொண்டு பறந்தது. “படச்சவனே . . .” குச்சித்தம்பி அலறினார். பறவையின் ஒற்றைக்காலில் ஹைதர் நின்றுகொண்டு தொங்கிக் கிடக்கும் வாப்பாவை ஒரு கையால் பிடித்துக்கொண்டிருக்கும் போதே . . . பின்னால் ஜலீலாவும் . . . ஜமீலாவும் . . . செய்தூனும் . . . அழுதுகொண்டே வாப்பா . . . வாப்பா எனக் கத்தியபடி ஓடினார்கள். . . ஹைதரின் பிடியிலிருந்து குச்சித்தம்பி கைநழுவி நழுவி நழுவி . . . “யா . . . ராப்பே . . .” அலறிக்கொண்டே சத்தம் போட்டார்.

பயந்து பெஞ்சிலிருந்து எழுந்து மோதியார் கீழே படுத்துக் கிடந்த குச்சித்தம்பியை உசுப்பி எழுப்பி ஒரு மாதிரியாகப் பார்த்தபோது குச்சித்தம்பி எழுந்து மதரஸாச் சுவரில் சாய்ந்த படி மலங்கமலங்க முழித்தார்.

காலையிலேயே காலனி பணிக்காரன்மாரோடு மோதியாரும் குச்சித்தம்பியும் போய்விட்டு உச்சைக்கு முன்னால் திரும்பிவந்து தொழுகைமுடிந்து பழைய சட்டம்பியின் கத்தச் சோறும் தின்றுவிட்டுத்தான் ஒன்றாக வந்தார்கள். மோதியார் பெஞ்சிலும் குச்சித்தம்பி கீழேயும் படுத்துக்கொண்டே “நல்ல சாப்பாடு . . . கொள்ளாம் . . . உயிரு கெடக்கத்துல ஒரு அஞ்சு பைசா ஆளுவளுக்குக் கொடுக்கமாட்டான் . . . ஆனாலும் பயலுவோ நல்ல சோறு போட்டானுவோ . . . சும்மா சொல்லப் புடாது . . . ம் . . . ஓய் . . . அசந்துட்டம்னா அசருக்கு உசுப்பி விடும் . . .” படுக்கும் முன்னால் சொல்லிக்கொண்டுதான் படுத்தார். பாதித் தூக்கத்தில் புலப்பம் மோதியாரை எழுப்பிவிட்டது.

“எனக்க கத்தச் சோற எப்படித் திங்கலாம்னு . . . பழய சட்டம்பி கனவுல வந்தானாடே . . .” மோதியார் சிரித்துக் கொண்டே கேட்டபோதும் குச்சித்தம்பி சலனமில்லாமல் இருந்தார். மோதியார் எழுந்து மதரஸாவுக்கு வெளியே வந்து உள் பள்ளியில் கிடந்த கொழும்பு மணியில் நேரம் பார்த்தார் அசருக்கு இன்னும் முக்கால் மணிநேரம் பாக்கி இருந்தது. உறக்கம் தொலைஞ்ச எரிச்சலில் மீண்டும் உள்ளே வந்தவரிடம் குச்சித்தம்பி அமைதியாகக் கேட்டார்.

"எலப்பே ... விமானம் எல்லா எடத்துலயும் எறங்குமா?"

மோதியார் ஒரு தினுசாகப் பார்த்துக்கொண்டே யோசித்தார்.

"எப்புடி ... எறங்குமா ..?" மீண்டும் கேட்டுவிட்டு மோதியாரின் முகம் பார்த்துக் காத்திருந்தார்.

"ஒனக்க ஹமீதுசாகிபுட்ட கேக்கப்புடாதுமா ..?"

"ஒமக்குத் தெரியுமா ... தெரியாதா ..."

மோதியார் தீவிரமாக யோசித்தபடி இருந்தார்.

"ம் என்ன சொல்லியரு ..?"

"அது பெரிய எடங்கள்ல எறங்கும் ..."

"பெரிய எடம்னா எதுபோல ..."

"நாரோவிலு பஸ்ஸாண்டு போல ..."

"எறங்கும்போது விமானத்துக்க செறவு சுருங்குமா ..?"

மீண்டும் மோதியார் யோசித்தார்.

"ம் ... என்ன சொல்லியோ ..."

"சுருங்கும்னு தான் நெனைக்கேன் ... நம்ம கள்ளப்பிறாந்து மாதிரிதானே ... பறவையைக் கண்டான் விமானம் படைத்தான்னு பாட்டு உண்டும்லா ... தள்ளயதின்னது தாந்து பறக்கும்னு பாக்கேன் எப்பவும் ஏழுபன ஓசரத்துலதான் பறக்குவு ..."

மோதியார் கள்ளப்பிறாந்து மாதிரி என்றதும் சடாரென அந்தப் பிரமாண்டமான பறவை குச்சித்தம்பிக்கு ஞாபகத்தில் வந்தது. ஹைதரின் கையிலிருந்து தனது கை உருவி விழுந்த அந்தக் கணப்பொழுது மீண்டும் அவரை நடுக்கியது. குச்சித் தம்பி ஆலோசித்துக்கொண்டு கிடப்பதைப் பார்த்து மோதியார் பேச்சை மாத்தினார்.

"கத்தச்சோறு கொள்ளாம்லா ... தாள்சா ... நல்லருசி இல்லியா ...?"

"ம் ... ம் ..."

"என்னவெல்லாம் சொல்லிட்டு அலைஞ்சான் ... நான் வச்சதுதாம்புலே சட்டம் ... பாக்கட்ல சக்கரத்த கூட்டி வச்சிட்டுப் பாக்குதவனெயெல்லாம் சொடக்குப் போட்டுக் கூப்பிடுத

அதிகாரம் மண்ணாங்கட்டி எல்லாம் என்னாச்சி... நாப்பது நாளைக்கு முன்னாலே ... நான் கெடக்குத இந்த பெஞ்சிலதான் மையத்த கெடத்தி வச்சிருந்தானுவோ ..."

மோதியார் மெல்ல முணுமுணுத்துக்கொண்டே வினோத மான சிரிப்புச் சிரித்தார். ஆனாலும் குச்சித்தம்பிக்கு விமானக் கனவுகளின் சிறகுகள் சுருங்கிய பாடில்லை. அவரின் மனம் முழுவதும் அது எப்படிச் சடாரெனப் பறவையானது ... அந்த மாயத்தைப் புரிந்துகொள்ள முடியாமல் எழுந்து சுவரில் சாய்ந்து அமர்ந்தபடி கேட்டார்.

"ஏன் லெப்பே, எனக்க வாப்பா இப்போ உயிரோட இருப்பாரா .. ?"

"அது படச்சவனுக்குத்தான் தெரியும் ... எதுக்குத் திடீர்னு கேக்குதே ..."

"இல்லே சும்மாதான் ... எனக்க வாப்பா எங்கே போயிருப் பாரு ..." மோதியார் மௌனமாக இருந்தார்.

"எனக்க ஆறுவயசுல ஒரு முத்தம் தந்துட்டுப் போனாராம் ... எனக்கு அந்த மூஞ்சிய நல்லா ஓர்மையில இருக்கு ... இப்போ உயிரோடு இருந்தா ஒரு எழுவது எழுவத்தஞ்சு வயசு இருக்கும் ... இப்போ அடிக்கடி அவருக்க ஓர்மை வருது பாத்துக்கிடுங்கோ... அவருக்கு எங்கள ஓர்மையில வருமா .. ? கண்ணுகாண மரிச்சிப் போயிருந்தாலாவது மனசுக்குச் சமாதானம் கிடைக்கும் ... ம் ..."

மோதியார் பேசவில்லை ... மௌனமாகவே பெஞ்சில் மலந்து கிடந்தார். குச்சித்தம்பிக்கு என்னாச்சி ... யோசித்துக் கொண்டே சகஜமான தமாஷ் பேச்சைக் கொண்டுவர விரும்பி னார் ... கொஞ்ச நேரம் மௌனத்துக்குப்பிறகு கேட்டார்.

"ஒம்ம மௌனுக்க விசா என்னாச்சி ..."

"அந்த மண்ணாப்போன கதைய உடுங்கோ ... கூட்டிட்டுப் போறேன்னு சொல்லுதானுவோ ... நானும் ஒரு அடிமைப் பயலப்போல எல்லாஞ்செய்யுதேன். எல்லாமயிரும் தெரியும் ... நான் எவனுக்கும் ஒரு கெடுதலுஞ்செய்யல ... எனக்கு ரப்பு இருக்கான். எனக்க பொட்ட புள்ளையளுக்கு நல்ல தலை யெழுத்து இருந்தா நடக்கும் ..."

"ஜின்னா எப்போ போறான் ..."

"இன்னும் பத்துப் பதினைஞ்சு நாள்ல போவான்னு நெனைக்கேன். ஹமீதுசாகிபுக்க பொண்டாட்டி இருக்காளே

பாளறுவா அவன வெரட்டத்தான் செய்யா ... என்ன மனுஷி ... சே ... அவாளத்தவிர எவனும் வாழப்புடாது ... ஆனா இந்த மாதிரி ஆளுவத்தான் ... நல்லா வாழுது தெரியுமா ..? ...”

“படச்சவன் பாத்துக்கிட்டுதான் இருப்பான் ... அவன்ட்ட எல்லாக் கணக்கும் இருக்கும் ... ஒருத்தனும் தப்ப முடியாது ... கையும், காலும், மூக்கும், மொகமும், நகமும் தோலும் பேசுத மஹ்ஸர் பெரு வெளியில யார் வாழ்வான்னு தெரியும் ... சவத்தவுடு ...”

குச்சித்தம்பி சகஜமானார். மோதியார் தலைமாட்டில் கிடந்த பீடியை எடுத்துத் தும்பைக் கிள்ளிப் பத்தி இழுத்துக் கொண்டே குச்சித்தம்பியிடம் ஒரு பீடியை நீட்டினார். ஜின்னா வீட்டுப் பாடு தேடும் ஆவல் மோதியாரிடம் பணிச்செலப் புகுந்து கேள்வியைப் போட்டது.

“ஜின்னாவ ரெண்டு நாளா ஊர்ல காணலியே ...” வசமாகக் கேட்டார்.

“அவன் பொண்டாட்டிய கூட்டிட்டு நாகூருக்குப் போயிருக்கான் ... ம்மாக்காரி போவப்புடாதுன்னு சொல்லிருக்கா ... அவன் கேக்காம போயிட்டான் ... ம் ... சின்ன அநியாயமா நடக்கு ... கல்யாணத்துக்கு முன்னாலே கொஞ்சம் பணத்த கொடுத்து மொய்துசாகிபுக்க தோப்பு எழுதிட்டானுவோ ... மீதிப் பணத்த இன்னும் கொடுக்கலே ... அதுவோ பணமில்லாம வீடுகாண வரமுடியாம இருக்குதுவோ ... நம்மோ கூடமாடப் போரது வரதுனால நம்மள பைத்தியாரப்பயல்னு நெனைச்சிருக்கானுவோ ... நம்மோ என்னமும் சொல்லமுடியுமா ... வல்லவன் பம்பரம் மணல்லயும் கெறங்கும் ... தண்ணியிலயும் கெறங்கும் ... அந்தத் தீப்பொட்டிய தாருங்கோ எழவு பீடி அணைஞ்சி போச்சி ...”

மீண்டும் பீடியைப் பத்திக்கொண்டார்.

“படச்சவன் பெரியவன்... எவனையும் விடமாட்டான். ரொம்ப பேரு தலமறந்து எண்ணெ தேய்க்கானுவோ ... சட்டம்பிய பாருங்கோ ... பெரிய சீனா அடிக்காரன்தான் அறுபத்து மூணு அடவும் தெரிஞ்ச மனுசன்தான் என்னாச்சி ... ஏம்னு கேக்க நாதி கெடையாது ... மூத்திரமும் ... பீயும் பாயிலேயே போச்சி ... நாத்தம் ... சகிக்க முடியாது ... இன்னா தீரும் அன்னா தீரும்னு மூணுவருசமா இழுத்துட்டுக் கெடந்து ... அவர என்னா தங்கச் சந்தாக்குலயா தூக்கிட்டுப் போனானுவோ ...” பீடியை ஒரு இழுப்பு இழுத்துக்கொண்டார்.

“மையவாழி எடத்தப் பாத்தியளா ... எனக்க சின்ன வயசுல ஒருபாடு எடம்உண்டு ... இப்போ எங்கே போச்சின்னு தெரியலே ... மகாராஜா காலத்துல தானமா கொடுத்த எடம் ... வெளக்க கொளுத்தி வச்சி வெளிச்சம் பரவுன எடம் முழுவதும் எடுக்கச் சொல்லி உத்தரவு ... உங்கள ஏமாத்தலாம் ... என்ன ஏமாத்தலாம் ஆனா படச்சவன ... வித்து தின்னதெல்லாம் முதலாளிமாருவதான்... எவன் என்ன செய்துட்டான் ...”

குச்சித்தம்பி வார்த்தையை முடிக்காமல் நிறுத்தினார். மலைப்பாகக் கொஞ்சநேரம் அப்படியே உட்கார்ந்திருந்த மோதியார் பதில் பேசவில்லை.

“என்ன யோசிக்கியோ ...”

“ஒண்ணுமில்லே ... பலதயும் யோசிக்கேன் ... என்னத்த மனுச ஜீவிதம் ...” அசருக்குப் பாங்குசொல்ல எழுந்துபோனார்.

அசர் தொழுகைக்கான பாங்குச்சத்தம் கேட்டதும் வீட்டு வளவில் நின்ற சுபைதா தலையில் முட்டாக்கை இழுத்துப் போட்டாள். ஆயிஷாவை ஞாபகமூட்டும் விதமாக மைலாஞ்சி மரமூட்டில் காற்றில் கிளைகளின் அசைவுக்கு ஏற்ப ஆயிஷா வின் ஊஞ்சல் ஆடியது. இந்த மைலாஞ்சி மரஉச்சிக்கொப்பில் தான் ஐந்தாப்பு முழுப்பரீட்சை லீவில் ஆயிஷா ஊஞ்சல் கட்ட ஏறி விழுந்து வலதுகை மணிக்கட்டைப் பிடித்துக் கொண்டு அலறினாள். மண்டைக்காட்டு வைத்தியர் ஆயிஷா வின் கையைப்பார்த்து எலும்பு பிசகியதைப் புரிந்துகொண்டு கட்டும்போது அவள் வைத்த ஒப்பாரி யாரப்பே ... சுபைதா துடித்துப்போனாள். மொய்துக்கு அழுகை வந்தது. வைத்தியர் கெட்டும்போது ஆயிஷாவின் ஒப்பாரியைக் கேட்கப் பொறுக்கா மல் தெருமுக்குத்தாண்டி ஒப்பாரிச் சத்தம் கேட்க முடியாத அளவுக்கு நீண்டதூரம் தள்ளிப்போவார். இரவு முழுவதும் கட்டிய கை அசையாமல் இருக்க சுபைதா கண்முழித்து ஆயிஷாவை அணைத்துக்கொண்டே எனக்கச் செல்லமோளே எனப் பினாத்திக்கொண்டே கெடப்பாள் ... நீ கொஞ்சம் தூங்கு நான் பாக்குதேன் ... மொய்துசாகிபு சொன்னாலும் சுபைதா தூங்கவே மாட்டாள். ஆகாயத்தில் பூமியில் சுவரில் மரத்தில், ஆயிஷாவின் மாவுக்கிண்ணியில் உரிஞ்சிக்கப்பில் எங்குப்பார்த்தாலும் ஆயிஷாவின் ஏதேதோ நினைவுகள் சுபைதாவைத் தூங்கவிடாமல் செய்துகொண்டிருந்தன. முப்பது நாட்களுக்கு மேலாகிவிட்டது ஆயிஷாவைப் பார்த்து, கல்யாணப் போட்டாவைப் பார்த்துப் பார்த்துக் கண்கள் வலித்துப்போன சுபைதாவுக்கு அருமை மகளைக் கண்ணில் கண்டாலே கல்ஃப்

நிறையும் போலிருந்தது. வீடுகாணப் போனால்தான் போக முடியும். வீடுகாணப் போவதென்றால் சும்மா பொறங்கையை வீசிக்கொண்டு போக முடியாது. பாத்திரம், பண்டம், கட்டிலு மேசை போறாத கொறைக்கு இப்போவெல்லாம் ஒரு நீக்கம்பத்த ஐஸ்பெட்டி ... வள்ளவிளை மாமி வந்துவிட்டுப் போகும்போது சொன்னாள்.

“தொட்டிப் பயலுவளுக்கு கையும் காலுமில்லியா ... ஐஸ்பெட்டி அவனுவளுக்க ம்மாக்க தாலிய வித்து வாங்கணும் சபையில ... மஹர்க்குன்னு வெக்கமில்லாம சொல்லானுவோ ... தூமைய குடிச்ச பயலுவோ.” மானதானமில்லாமல் அறுத்துக் கிழித்துப்போடுவாள் ... கூட்டத்தில் அவள் வாய்திறக்காமல் இருக்கவேண்டும் என்பதுதான் உறவினர்களின் நேமிசம்.

ஆயிஷா திருவனந்தபுரத்தைச் சுத்திப்பாத்துட்டு வந்து அவ வீட்டுக்குப் போனவள்தான். இன்னும் உம்மா வீட்டுக்கு வரவில்லை. ஆயிஷா ஒன்றிரண்டு முறை வீட்டுக்குவரக் கேட்ட போதெல்லாம் தாஸீம்பி சாக்குபோக்குச் சொல்லித் தடுத்து விட்டாள். “அவ ரெண்டு நாளு அவ வீட்ல இருந்துட்டு வரட்டும் ...” ஜின்னா சொன்னபோது,

“வீடுகண்டுட்டுப் பொறவு போட்டு ...” தாஸீம்பி சொல்லி விட்டு ஹமீதுசாகிபைப் பார்த்து நமுட்டுச்சிரிப்புச் சிரித்தபோது ஆயிஷாவுக்கு அழுகைதான் வந்தது.

இந்த ஒரு மாசத்தில் மொய்துசாகிபு மூன்று தடவைக்கு மேல் மகள் வீட்டுக்குப் போய் வந்தார். தாஸீம்பியின் குசும்புப் பேச்சும், குத்தலும் ஹமீதுசாகிபின் பொய்ச்சிரிப்பும் மொய்து சாகிபின் மனதை ரணப்படுத்தத்தான் செய்தன.

“அந்தப் பாக்கிப் பணத்த தாங்களேன் ...” முகத்துக்கு நேராகக் கேட்டுவிடலாமா ... வார்த்தைகள் முற்றிப் பிரச்சனை வந்துவிட்டால் ... மனதை இறுக்கிக்கொண்டார். அவரின் முகபாவனை பேச்சு எதுவும் பாக்கிப் பணத்தைத் தருவதற் கான சாத்தியங்களை வெளிப்படுத்தவில்லை என்பது மொய்து சாகிபை நொம்பலங்களோடு கூடிய அவஸ்தைக்குள் தள்ளின.

சுபைதாவுக்கு மகளைப் பார்க்கவேண்டும் என்ற தவிப்பை விவரிக்க முடியாது. அதுவும் ஆயிஷா குழந்தை உண்டாகி இருப்பதை அறிந்தபோது றெக்கைகட்டிப் பறந்து போய்விட வேண்டுமெனத் துடித்தாள். நாசமாப்போன சாம்பிரதாயம் அவளைத் தடுத்து நிறுத்தியது. வீடுகாணாமல் அந்த வாசலை மிதித்தால் ஊர் சொல்லிச் சொல்லிச் சிரிக்கும்.

மைதீனிடம் சொல்லிக் கிடாக் கறி வாங்கி வந்து அம்மியில் வைத்து மைப்போல அரைத்து மசாலா உருட்டி சின்ன சின்ன உருண்டைகளாக எண்ணையில் போட்டுப் பொரித்துக் கைக் குழந்தைகளுக்குத் தின்னக்கொடுக்கும் பக்குவத்தில் செய்து முடித்து வாளியில் வைத்து மைதீனிடம் கொடுத்துவிட்டுச் சொன்னாள்.

“வாப்பா லே ... தங்கச்சிவீட்ல கொண்டு கொடு கோட்டிக் காரி ... இங்கன இருந்தாலாவது ... நாக்குக்கு ருசியா கொடுக்க லாம் ... ம் ...” மைதீன் கொண்டு போனபிறகுதான சுபைதா வுக்கு ஆசுவாசம் வந்தது.

மொய்துசாகிபு வீட்டுக்கு வந்ததும் சொன்னாள். “ஒரு அஞ்சாறு நாளூ நம்ம வீட்ல இருக்கட்டும்னு சொல்லிப் பிள்ளேய கூட்டிட்டு வாங்களேன் ...”

பாவம்போலச் சொன்ன சுபைதாவின் முகத்தைப் பார்த்த போது, ஆயிஷாவைக் குழந்தையில் மடியில் கிடத்திக் கொஞ்சி மகிழ்ந்த முகபாவம் தெரிந்தது.

“நாமோதான் பொறுத்துப் போணும் ... நம்மோ புள்ளேல்லா ... அவ ஆம்புள பிள்ளேக்கு ம்மால்லா ... ராங்கி காட்டத்தான் செய்வா ... படச்சவன் இருக்கான் ...” பாவம் போல சுபைதா சொன்னாலும் அவளின் உள்ளம் குமுறத்தான் செய்தது. எப்படியெல்லாமோ ஆத்திஊத்தி வளர்த்த செல்ல மகளை அடுத்த தெருவிலிருந்தும் எட்டிப்பார்க்க முடியாத கெதிக்கேட்டை எண்ணி நொம்பலப்பட்டுக்கொண்டே மீண்டும் சொன்னான்.

“ஒரு எட்டுப் போயிட்டு வாங்களேன் ...”

மொய்துசாகிபு வேகமாகக் கிளம்பிப் போய் அதே வேகத்தில் திரும்பிவந்தார்.

“இப்போ பிள்ளைய அலைக்கப்புடாதாம் ... கொஞ்சநாளூ அங்கேயே இருக்கட்டுன்னு ...”

சுபைதாவுக்குக் கண்கள் கலங்கிப்போயின ...

“மருமவன் ஒண்ணுஞ்சொல்லலியா ..?”

“அவரு என்ன சொல்லுவாரு ...”

“நீங்கோ ... கோயா பிள்ளைட்ட நைசாச் சொல்லி அந்த ரூவாய கேளுங்கே ... என்னத்தையும் வாண்டிட்டு ... போலாம்லா ...”

“நானும் அஞ்சாறு நாளா கோயாபிள்ளைய தேடுதேன். பிடி கெடைக்கமாட்டேங்கான் ... நான் என்ன செய்யதுக்குச் சொல்லு ... புள்ளைய கெட்டிக் கொடுத்ததோட எனக்க நிம்மதி யான ஒறக்கம் போச்சி ... வார்த்தைக்கு வார்த்தை படச்சவன் படச்சவன்னுட்டு ... அஞ்சுநேரம் பள்ளியில போய் முட்டிட்டுச் செய்யது அவ்வளவும் போக்கிரித்தனம் ... தனக்க புள்ளைய ளும் குடும்பமும் வாழணும் ... பாக்கி எல்லாவனும் மண்ணாப் போவணும் ... தூ ... மனுசம்மாரு ...”

வெப்ராளமாக மொய்துசாகிபு வெளியே இறங்கிப் போவதை நொம்பலத்தோடு சுபைதா பார்த்துக்கொண்டே தெருவிறங்கியபோது தெருமுக்குத் தாண்டி மொய்துசாகிபு போய்க்கொண்டிருந்தார்.

கோயாபிள்ளையைப் புளிமூட்டுக் கடையில் பார்த்ததாகச் சொன்னபோது மொய்துசாகிபு என்னவானாலும் சரி எப்படி யும் பிடித்தே தீரவேண்டுமெனத் தீர்மானித்துக்கொண்டு நடந்தார். ரைஸ்மில் திருப்பத்திலேயே கோயாபிள்ளையைப் புளிமூட்டுத் தங்கையாக் கடையில் கண்டபோது பணம் கைக்கு வந்துவிட்டதைப்போல மனம் லேசானது ... அந்த ஆனந்தத் தோடு விசயத்தைச் சொன்னபோது “என்ன இழுக்கப்புடாது ... இது உங்க குடும்பம் ... நீங்கோ சம்மந்தக்காரரு. உங்களுக் குள்ளேயே முடிக்கணும் அதான் நல்லது ...” சொல்லிக் கொண்டு நிக்காமலே காலனிக்கு இடம்பார்க்க வந்த கூட்டத் தோடு கோயாபிள்ளை கலந்து நடந்துபோனார்.

ரொம்பக் காலத்துக்குப்பிறகு சாத்தான்கோயில் கொடைவிழா தொடங்கியது. கீழ ஊர் அம்மன்கோயில் கார்த்திகை விழாப் போலவோ, மேலஊர் சூரன் திருவிழா போலவோ அல்லது ஐந்தாறு வருடங்களுக்கு ஒருமுறை நடைபெறும் செட்டியார்மார் அம்மன்கொடை போலவோ இல்லாமல் சின்னதாகக் கொடைவிழா தொடங்கினார்கள்.

கீழஊர் அம்மன்கோயில் கார்த்திகை விழாவில் கும்பாட்டம் ரொம்பவும் பிரசித்தம். கும்பாட்டத்தின் உச்சத்தில் நடைபெறும் வாழைக்காய் வெட்டு, தீப்பந் தாட்டம், சின்ன கம்பி வளையத்துக்குள் இரண்டு கும்பாட்டக்காரிகள் நுழைந்து ஆடும் ஆட்டம், கெட்ட கெட்ட வார்த்தைகளை இரட்டை அர்த்தத்தோடு பேசி அபிநயிக்கும் கும்பாட்டக்காரிகளின் வசனக்கதை பிரசித்தம் ஒரு கும்பாட்டக்காரியிடம் இன்னொரு கும்பாட்டக்காரி கேட்பாள்.

"உனக்க ஊரு எது..?"

"சொல்லமாட்டேன்..." என்பாள்.

"சொல்லுடி கூட்டம் சந்தோசமாக் கேக்கட்டு..."

"அப்படின்னாச் சாடை மாடையாச் சொல்லு வேன்... நீ கண்டுபிடிக்கணும்

சரி சொல்லு..

"மொத எழுத்து பு..."

"அப்புறம்..."

"கடைசி எழுத்து டை..."

ஆண்களின் கூட்டம் ஓ...வெனக் கூச்சலிடும். பொம்பளையளுவெல்லாம் குசுகுசுத்துச் சிரிப்பார்கள்.

ஓதி எறியப்படாத முட்டைகள்

இரண்டு கும்பாட்டக்காரிகளும் கொஞ்ச நேரம் போக்குக் காட்டி கடைசியில் ஒருத்தி புதுக்கோட்டை என்பாள். எல்லாம் அமர்க்களப்படும் ... சாமத்தில் வேலம்மாள் அம்மன் வந்து நாக்கைத் துருத்திக்கொண்டு ஆடும் சாமியாட்டம் சாமியாட்டத் தின் ஊடாக அவளின் ஓட்டமும் குடல்கலங்க வைக்கும். சாமியாட்டம் முடிந்ததும் ஆலி ஆட்டத்துடன் அம்மன் ஊர் வலம் தொடங்குவது வரை முக்கால்வாசி சாயிப்பு பையன்மார் களும் சுற்றி நின்று சொந்தங்கொண்டாடி வேடிக்கை பார்ப் பார்கள்.

மேலஊர் சூரன்விழா ஏழுநாள் நடக்கும். எல்லா வருட மும் ஒருநாள் விழாவில் சாயிப்பு பையன்மார்களின் நாடகம் ரொம்பவும் ரசனைக்குரியது. செந்தில்குமாரி, ரஞ்சனி என நாடக நடிகைகளுக்கு ஒருபாடு ரசிகர்கள் உண்டு. அதுவும் 'புதுக்கோட்டை ஜமீன்' நாடகத்தின் முதல்காட்சியில் 'ரசிக்கத் தானே இந்த அழகு' பாடலுக்கு நடிகையின் அபிநயத்தில் ஈர்க்கப்பட்டு மேடைக்கே ஓடிவர முயலுபவர்களைச் செறுத்துப் பிடித்துத் தள்ளிவிட செம்புலிங்கம் தலைமையில் ஒருகூட்டம் மேடைக்குக்கீழே நிற்கும். பழைய மடத்தில் நாடக ஒத்திகை நடக்கும்போது நடிகைகளைப் பயலுவோ மாமரத்தில் ஏறியும் மதில் எட்டிச்சாடியும் உள்ளே பார்ப்பார்கள். நடிகைகளோடு நெருங்கி வசனம் பேசும்போது ஊ ... ஊ ... என ஊளைச் சத்தம் உயரும். ஒரு நாடக ஒத்திகையின்போது வெள்ளசாயிப்பு நடிகையின் அம்மைக்கு ரசவடை வாங்கிக் கொடுத்ததைக் கேள்விப்பட்டு ஒருபாடு பேர் அவரைக் கொமைத்தார்கள். நீண்டகாலம் அவர் ரெசவடை சாயிப்பு என்றே அறியப்பட்டார்.

சாத்தான் கோயில் கொடைவிழா தொடங்கியதும் பலருக்கும் ஆச்சரியமாக இருந்தது. ஊரில் எல்லா சாயிப்புமார் பையன்களும் சாத்தான் கோயிலில்தான் விளையாடுவார்கள். பள்ளியிலிருந்து மேற்குப்பக்கம் இருநூறு முந்நூறு அடி இடைவெளியிலிருந்தது. சாத்தான் கோவிலில் நான்கோ ஐந்தோ சாமிகள் உண்டு. ஒரு பாம்பு சாமி சிலையும் இரண்டு யானை சாமி சிலைகளும் மேலும் இரண்டு தூண்போன்ற சிலைகளும் உண்டு. சற்றுத் தள்ளித் தனிமேடையில் சின்ன அளவில் இரண்டு சொள்ளமாடன் சாமிகளும் இருந்தன. சொள்ளமாடன் சாமித் திண்ணையில்தான் பையன்மார்கள் படுத்துக் கிடந்தும் சாமி யின் மேல வாக்காகச் சாய்ந்து கிடந்தும் பேசிக்கொண்டிருப் பார்கள்.

சாத்தான்கோயில் பின்பக்கம் முண்டக்கண்ணாசாரி விளையில் தனியாகப் பாழடைந்த முண்டக்கண்ணன் கோவில் இருந்தது. அதன் பின்னால் மாவிளை. அது தாண்டினால்

துளசிவிளையும் பிராந்தநேசேரிக்குளமும் கொல்லாமாவும் பனைமரங்களும் அடர்ந்த காடுதான் காலனியாக ரூபம் மாறிக்கிடக்கிறது.

கபடிவிளையாட்டு நடக்கும்போது சாத்தான் கோயில் கல்விளக்குத்தூணில் நடுவர் அமர்ந்து விசில் அடிப்பார். மணியின் விளையில் ஒட்டுமாங்கா களவாண்டு கோஸ்பாட்டு தின்பதும் சாத்தான் கோயிலுக்குள்ளேதான். தப்லீக்–ஜமா–அத் ஊருக்கு வரும்போது மக்ரிபுக்குப் பிறகு அவர்கள் தெருவிறங்கியதும் அடித்துப்பிரண்டு சாடிச் சின்னவர்கள் பெரியவர்கள் சாத்தான் கோயில் பின்பக்கம் மறைந்து கொண்டு விளையாட்டுக் காட்டிய காலமெல்லாம் உண்டு.

சாத்தான்கோயில் பிள்ளைமார்களுக்குச் சொந்தமானது என்றாலும் சாயிப்புமார்தெருப் பிள்ளைகளும் பிள்ளைமார் தெருப் பிள்ளைகளும் சங்கிலியின் வளையங்களைப் போலத் தான். பள்ளியின் மீதும் ஆகாயத்தில் படர்ந்து நின்ற பள்ளி வேம்பின் மீதும் எல்லாச் சாதிக்காரர்களுக்கும் அலாதியான அன்பு உண்டு. பள்ளிகொடிக்கெட்டின் போதுகூடக் கொடி ஊர்வலம் பிள்ளைமார் தெருவுக்குள் போகும் எல்லாவீட்டிலும் பூப் போடுவார்கள். இன்னும் பலர் பள்ளிக்குப் பழக்குலை நேர்ச்சைகொண்டு வருவார்கள். அதுபோலவே செட்டியார்மார் அம்மங்கோயில் பக்கம் போகும்போது செட்டியார்மார் பொம்பளைகளெல்லாம் முகைதீன்பள்ளிக் கொடிமீது பூப் போடுவார்கள்.

கொடிஊர்வலச் சிலம்பாட்டம் தெருமுக்கில் பஞ்சு ஆசான் தலைமையில் கெமையாக நடக்கும்போது, இளவட்டங் கள் மற்ற இடங்களைவிட சந்திரி டீச்சர்வீட்டுக்கு முன்னால் ரொம்பவும் வீரமாக விளையாடுவார்கள். கொடிக்கெட்டுக்கு ஒருமாசம் முன்னமே பள்ளிமுற்றத்தில் சிலம்பாட்டப் பயிற்சி தொடங்கிவிடும். பயிற்சி சிலநேரம் சாத்தான்கோவில் மைதானத் திலும் நடக்கும்.

சாத்தான்கோவிலில் திடீரென ஒரு யானைச் சிலையைக் காணவில்லை... காணாமல் போன பத்துப் பதினைந்து நாட்களுக்குப் பிறகுதான் சிலைகாணாமல்போன விபரம் பிள்ளைமார்களுக்குத் தெரிந்தது... பரபரப்புக்கு இடையே போலிஸ் வந்துபோனது. சாயிப்பு பையன்மார்கள் யாராவது எடுத்திருக்கலாமெனச் சந்தேகம் வந்தபோது பிள்ளைமார் தெருவில் கோலப்பபிள்ளை சார் சொன்னாராம்.

“நாங்கோ தாய்பிள்ளையோ... எவனுவோ செய்தாலும் அவனுவோ செய்யமாட்டானுவோ...”

இதன்பிறகுதான் கொடைதொடங்கியது ... சாமி ஆட்டத்தில் பூசாரி சாமி ஆடும்போது சிலைபற்றிச் சொல்லுவார் என்ற நம்பிக்கைதான் கொடை தொடங்குவதற்கு முக்கியக் காரணமாக இருந்தது.

பள்ளியில் இஷா தொழுகை முடிந்த பிறகுதான் சாத்தான் கோயில் மேளச்சத்தம் தொடங்கியது. முதலில் கொஞ்சம் தூரமாக நின்ற சாயிப்புமார்கள் நேரம் போகப்போகக் கிட்டே நெருங்கினார்கள். பள்ளி மோதியாரும் கூட்டத்தோடு கூட்டமாக சாமி ஆட்டம் பார்க்க நின்றதைப் பயலுவோ தமாசடித்தனர். ஒருபாடு கூட்டம்; பிள்ளைமார் பையன்களும் சாயிப்புமார் பையன்களும் வித்தியாசம் கண்டுபிடிக்க முடியாத அளவில் கலந்திருந்தனர். பயலுவளைப் பார்த்து வெளியே நின்ற மியன்னா என்னமோ சொன்னதுதான் தாமதம் ஓசன்கண்ணு சடாரெனச் சொன்னார்.

“பண்டு சிவன்கோயில்ல சுண்டல் வாண்ட சட்டையக் கழத்திட்டுப் போனது ஓர்மையில உண்டா ஓய் ...”

ஹி ... ஹி என்ற சிரிப்போடு மியன்னா மேற்கொண்டு பேசவில்லை. கோயாபிள்ளை மதிலோடு சாய்ந்து நின்றார். அவரைக் கவனித்துக்கொண்டே மொய்துசாகிபு கலுங்கில் உட்கார்ந்திருந்தார். கூட்டத்தில் எங்காவது ஹமீதுசாகிபு நிக்கிறாரா என மொய்துசாகிபின் கண்கள் தேடின. எப்படியும் இன்று தோப்பிற்கான பாக்கிப் பணத்தை நேரடியாகக் கேட்டுவிட வேண்டும் என்பதில் தீவிரமாக இருந்தார். நேற்றிரவு சுபைதா சொன்னதை உள்மனம் திரும்பத்திரும்பச் சொன்னது.

“சிரிக்கணும் ... சிரிச்சிட்டே கேக்கணும் ... கோவப்படப் புடாது ... அவசரத்துல வார்த்தைய கொட்டப்புடாது ... நேரா கேக்கணும் ... சும்மா ஒண்ணுமில்லே ... நம்ம மொதல யாக்கும் கொடுத்திருக்கோம் ... என்ன சொல்லாருன்னாவது தெரியலாம்லா .. ?”

சுபைதாவின் வார்த்தை துண்டு துண்டாக மனதில் விழுந்து சிதறியது. யோசனையோடு கலுங்கிலிருந்து எழுந்து சாத்தான் கோயிலுக்குள் எட்டிப்பார்த்துவிட்டு மீண்டும் கலுங்குக்கு வந்தார். மேளச்சத்தம் உச்சத்தில் ஒலித்தபோது கோயிலுக்குள்ளிருந்து பூசாரி ஊ ... ஊ ... ஊளையிட்டுக் கொண்டு வந்து விளக்குத்தூண் முன்னால் ஆடினார் ... தட்டிலிருந்த திருநீறு, குங்குமம், அரளிப்பூ எல்லாம் கசக்கி வாயில் அள்ளி வைத்து ஹே ... ஹே ... என அலறினார் ... நீண்ட ஓட்டம். பிறகு ஒரு ஆட்டத்தோடு கூடிய நடை. இதையே ரெண்டு மூணு முறை தொடர்ந்து செய்தார். நாடி

நரம்புகள் முறுக்கேறி நின்ற பூசாரி உடம்பு சிலுப்பிச் சிலுப்பி ஆடிக்கொண்டிருந்தபோதுதான் யதார்த்தமாகத் திரும்பிப் பார்த்த மொய்துசாகிப்புக்கு ஹே ... ஹே ... என வெறிகொண்டு அலறி ஆடுவது ஹமீதுசாகிபு போல இருந்தது. பளிச்செனத் தலையை உசுப்பிக்கொண்டே யா ரப்பே ... எனத் திரும்பினார்.

ராம்பிள்ளை விஷ்வம் முன்பக்கம் சாடிவந்தான்.

"யானை சிலை எங்கே ... சொல்லு ..."

பூசாரி ஆடிக்கொண்டே சொன்னார்.

"ரெண்டு பேரா கொண்டு போனானுவோ ..."

"யாரு ... யாரு ... யாரு ..." கூட்டத்திலிருந்து பலகுரல்கள் ஒன்றாக விழுந்தன. மீண்டும் சாமி ஆடியவர் ஹே ... ஹே. அலறிக்கொண்டு ஓடிக் கோவிலை ஒரு சுற்றுச் சுற்றி வந்தார்..

"இன்னும் நாப்பத்தொரு நாள்ல யானை சிலை வரும் ..."

"இப்போ எங்கே ..."

"எடுத்தவனே கொண்டுவந்து வைப்பான் ..."

"எடுத்தவன் யாரு ..." விஷ்வம் சாமிக்கு முன்னால் விரல் சுண்டிக்கேட்டான்.

"சொல்லு ... சொல்லு ... சொல்லாம நீ போவப்புடாது ..." விஷ்வம் சாமியை உலுக்கினான் ...

"ம் ... சொல்லு ... மொறைக்காதே ... ஒன்ன மிஞ்சி ஒருத்தன் எப்புடிக் கொண்டுபோலாம் ... ம் ..."

சாமி ஊளையிட்டு ஓடிப் பின்பக்கம் சுத்தி வந்து விளக்குத் தூண் பக்கம் துவண்டு விழுந்ததும் கூட்டம் சூழ்ந்து விலகியது. சாமி சொல்லாததனால் பலரும் சலித்துக்கொண்டே போன போது ஒன்றிரண்டு சாயிப்புமார்கள் சாமியாட்டத்தின் நெளிவு சுளிவுகளை அலசிக்கொண்டே போனார்கள். புறாவுக்குப் பொரிகடலை வாங்கி வருவதாகச் சொல்லிப்போன குச்சித் தம்பியை மோதியார் கூட்டத்தில் தேடினார். ஐந்தாறு நாட்களுக்கு முன்னமே புறாக்களுக்குப் பொரிகடலை பழக்கியிருந்தார். முதலில் புறாக்கள் இறங்கிவரவில்லை. பள்ளிவேம்பைப் பார்த்து மேதியார் சொன்னார் உங்கள திங்கயா போறேன் வந்து தின்னுட்டுப் போங்களேன் துக்கயளே ... புறாக்கள் மெல்ல மெல்ல வந்து பழகின. மோதியார் சொன்னார் இன்னும் ஒரு வாரத்துல அது எனக்க மடியில வரும்பாரு ... சிரித்துக் கொண்டே குச்சித்தம்பி கடலைவாங்கி வருவதாகப் போனார். சாமியாட்டம் முடிந்து காணாதபோது மியன்னாவிடம்

சொல்லிவிட்டு மோதியார் பள்ளிக்குள் நடந்துபோகும்போது மொய்துசாகிபு மீண்டும் கலுங்கில் வந்து உட்கார்ந்தார்.

காதர்சாகிப் கடையிலிருந்து ஹமீதுசாகிபு வெளியே வந்ததைக் கவனித்துக்கொண்டேதான் மொய்துசாகிபு எழுந்து அவரை நோக்கி வேகமாக நடந்தார். கொஞ்சம் படபடப்பாக இருந்தது. ஆனாலும் சுபைதாவின் வார்த்தைகள் அவரை உந்தித்தள்ளி முன்னே கொண்டுவந்து நிறுத்திவிட்டன.

“அஸ்ஸாமு அலைக்கும் . . .” பதில்சொல்லாமல் திரும்பிப் பார்த்தார்.

“என்ன மச்சான் . . . உங்கள பாத்துட்டுத்தான் வாறேன் . . . சாமியாட்டம் பாத்தியளா . . ?” சிரித்துக்கொண்டே கேட்டார். ஹமீதுசாகிபும் சிரித்துக்கொண்டே மொய்துசாகிபின் மனதை வாசிக்க முயற்சித்து ஓரளவுக்குத் தீர்மானித்தார். எதிராளியின் மனதை வாசித்துவிடும் சாமர்த்தியம் அவருக் குள் கிடந்தது. யாராவது கடன்கேட்டு வந்தால் அதற்கு முந்தி இவர் அவரிடம் கடன்கேட்பார்.

மொய்துசாகிபு மெல்லப் பேச்சைத் துவங்கியபோது ஹமீது சாகிபு பள்ளித் தகரக்கேட்டில் கையூன்றிச் சாய்ந்து நின்றார். ‘ம் . . . சொல்லுங்கோ . . .’ என்பதுபோலப் பார்வை இருந்தது.

“ரெண்டு மூணுநாளுல வீடுகாண வரலாம்னு இருக் கோம் . . .” ஹமீதுசாகிபு பதில் ஒன்றும் சொல்லவில்லை.

“நெறையச் செலவு இருக்கு . . .”

மீண்டும் மௌனம்.

“அந்தத் தோப்புக்கு நீங்கோ பாக்கிப் பணம் தரலாம்னு சொன்னியோ . . .”

ஹமீதுசாகிபு நிமிர்ந்து நிற்க முயற்சித்தபடி சொன்னார்.

“தரலாம்னு இல்ல . . . பின்னாடி பாத்துக்கிடலாம்னு . . . சொன்னேன் . . .”

மொய்துசாகிபுக்கு வியர்த்தது . . . இருதயத்தின் துடிப்பில் நெஞ்செலும்பு வலித்தது . . . சிரிக்கணும் . . . சுபைதாவின் வார்த்தை தொடர்ச்சியற்று மீண்டும் மீண்டும் . . . முக பாவனையை மாற்றிக்கொண்டு ஆரம்பித்தார்.

“நான் மொதல்லயே அதவித்துத்தான் எல்லாச் செலவு களையும் சரியாக்கணும்னு நெனைச்சது . . . இப்போ கெடைச்சா ரொம்ப ஒபகாரமா இருக்கும் . . .”

"இப்போ திடீர்னு நின்னால நெனைச்சால எடுக்கமுடியாது பாத்தியளா ... பின்னால பிள்ளையளுக்குத் தானேன்னுதான் நான் அன்னைக்கு அப்புடி முடிவு பண்ணுனது ..."

நிமிசங்கள் வலியோடு மௌனமாக நகர்ந்தன. மொய்து சாகிபு பரிதாபமாக நிற்பதை ஒன்றிரண்டுபேர்கள் கண்டும் காணாததுபோலக் கவனித்துக்கொண்டிருந்தார்கள்.

"எனக்கு மாத்திரை திங்கணும் ..." ஹமீதுசாகிபு சொல்லி விட்டு நகர முயற்சித்தார்.

"எனக்கு வேற வழிஇல்லே பாத்துக்கிடுங்கோ ... நீங்கோ என்ன சொல்லுதியோ ..."

"நான் என்ன சொல்லதுக்கு ... ஏதாவது பண்ண முடியும்னா பாருங்களேன் ... எனக்கு மாத்திரை திங்கணும் ..."

நகர்ந்து நிற்பதுபோல நின்று தயக்கமான பாவலா காட்டிப் பிறகு வேகமாக வீட்டைநோக்கி நடந்தார். மொய்து சாகிபு பள்ளி தகரக்கேட்டில் சாய்ந்தார். வியர்த்துக் கொட்டியது. தோள்துண்டால் துடைக்கத் துடைக்க வியர்வை ஊத்தியது ..." படச்சவனே ... யா ... ரப்பே ... என்னபடச்ச ரகுமானே" வாய் முணுமுணுத்தது.

தாஸீம்பியிடம் ஹமீதுசாகிபு விசயத்தைச் சொன்னதும் சிரிசிரி என்று சிரித்தாள். நடுவீட்டுக் கதவோடு சாய்ந்து நின்று அடிவயிறு குலுங்க ஒரு ராட்சசியைப்போல அவள் சிரித்தபோது, கதவு அங்குமிங்கும் அசைந்து கதவின் விசாறி கீச்கீச் எனச் சத்தம் எழுப்பியது.

"தூ ... வெக்கமில்லாம கேக்குதாராக்கும் ... மொவளுக்கு அஞ்சாறு குடுத்துக் கிழிச்சிட்டாரு ... கார் தாரம்னு சொன்ன வனுவள உட்டுட்டு இந்தக் கெடங்குல போய் உழுந்தோம்லா ... அதான் ஆடுதாராக்கும் ... பூடம் தெரியாம சாமி ஆடுதாக்கும் ..."

அடக்கமுயாமல் மீண்டும் மீண்டும் சிரித்தாள். உள்வீட்டி லிருந்து ஆயிஷா தாஸீம்பியின் வினோதச் சிரிப்பைப் புரிந்து கொள்ளமுடியாமல் தவித்து ஜன்னல் வழியாக எட்டிப்பார்த்த போது தெறித்து விழுந்த தடித்த வார்த்தைகளில தன் வாப்பா நார்நாராகக் கிழிக்கப்படுவதை அவளால் உணர முடிந்தது. "எனக்க செல்ல வாப்பா ..." ஜன்னலில் சாய்ந்தவளின் கண் களில் பொலபொலவெனக் கண்ணீர் சாடியது. இப்படித்தான் வேண்டுமென்றே மாப்பிள்ளையும் பொண்டாட்டியும் சேர்ந் திருந்து ஆயிஷாவைப் பார்த்துச் சிரிப்பார்கள். நரம்புகள் அத்துப்போகும். ஆயிஷா அலறிவிடுவாள். ஆயிஷா ஆக்கி

வைத்த நெய்ச்சோற்றைத் தின்றுவிட்டு இப்படித்தான் சிரித்தார்கள்., தாஸீம்பியின் உறவினர்கள் வரும்போதும் இந்தச் சிரிப்புக் கூட்டுச் சிரிப்பாக உச்சத்தில் போய் ஒய்யாரமாய்க் கொணட்டும்.

ராத்திரி ஜின்னாவிடம் ஆயிஷா எல்லாம் சொன்னாள். அந்தத் தென்னந்தோப்பின் வரலாறும் அது கைமாறிய கதையும் ஜின்னாவின் காதுகளுக்குப்போனது. அமைதியாகக் கேட்டுக் கொண்டிருந்தவன் ... மறுநாள் காலையில் வெளிய போய் வந்து வாப்பாவிடம் கேட்டான் ... ஹமீதுசாகிபு கொஞ்சமும் எதிர்பார்க்கவில்லை.

“எவ்வளவு ரூவா கொடுக்கணும் ...”

ஹமீதுசாகிபு கேள்விக்குப் பதில் சொல்ல முடியாமல் திகைத்து நின்றார்.

“கணக்கப்பாத்து அத என்ன ஏதுன்னு கேட்டுக் கொடுங்கோ ...”

ஹமீதுசாகிபின் கண்களில் மடமடவெனக் கண்ணீர் சாடியது ... எல்லா விசயங்களிலும் ஹமீதுசாகிபின் கடைசி ஆயுதம் கண்ணீராகவே இருக்கும். குழந்தையைப்போலக் கேவிக் கேவி அழுவார். அரேபியாவிலிருந்து முன்பு ஒரு பிரச்சனையில் ஜின்னா போன் பண்ணும்போதும் இப்படித்தான் ஒப்பாரி வைத்து அழுதார். ஹமீதுசாகிபு கண்ணைக் கசக்கிக்கொண்டிருக்கும்போதே தாஸீம்பி புலம்பித்தள்ளினாள். மொய்துசாகிபு வீட்டில் பொடி போட்டு ஜின்னாவை மயக்கிவிட்டதாகச் சொன்னபோது ஜின்னா எரிச்சலோடு வெளியே போனான். அவன் மனம் முழுவதும் ஆயிஷா நேற்றிரவு அவனின் நெஞ்சில் சாய்ந்துகொண்டே ... “எங்க ம்மாய பாக்கணும் ...” அவள் சொன்ன வார்த்தை திரும்பத்திரும்ப அவனைத் துரத்தியது.

சாயங்காலம் உம்மாவிடம் சொன்னான்.

“ஆயிஷாவக் கூட்டிட்டு ... ரெண்டுநாளு அவ ஊட்டுக்குப் போயிட்டு வாறேன் ...”

ஒரு பார்வை பார்த்துக்கொண்டே தாஸீம்பி சொன்னாள். “அவாளு வீடுகாணவரட்டு ... பொறவு போலாம் ...”

“இல்லம்மா ... நாங்க போயிட்டு வந்துடுறோம் ...”

“என்னையவிட அவாளு ஒசத்தின்னா போ ...” ஜின்னா பதில்பேசாமல் மௌனமாக நின்றான்.

மொய்துசாகிபு ரெண்டு மூன்று நாட்களாக அலைந்து திரிந்து பார்த்தார். பிரயோஜனப்படவில்லை. வளவுத் திண்ணையில் சாய்ந்து இருந்த சுபைதாவின் பார்வையில் திரும்பத்திரும்ப மைலாஞ்சி மரத்தில் ஆயிஷாவின் ஊஞ்சல்கயிறு தொங்குவதுபட்டது. நீண்ட நேரம் இருந்து யோசித்து யோசித்து அழுதவள் குளிமுறிக் குள் போய்வருவதற்கு முன்னால் மொய்துசாகிபு ஊஞ்சல் கயிறை மைலாஞ்சி மரத்திலிருந்து அறுத் தெடுத்தார். வந்து பார்த்த சுபைதா வெப்ராளமாக... "உங்களுக்குக் கிறுக்கா பிடிச்சிருக்கு அதை எதுக்கு அறுத்துப் போட்டியோ... மொய்து மௌனமாக இருந்தார். "அந்தால அறுத்து உட்ராம்லாம்னா..?"

"பாக்கப் பாக்க எனக்கும் ஓர்மை வருது... அதான்... சுபைதா தலையில் அடித்துக்கொண்டே போதங்கெட்டு மயங்கிச் சரிந்தாள். சுபைதாவைத் தாங்கிப்பிடித்துத் தண்ணி தொளித்து ஆசுவாசப்படுத்திவிட்டு ஆட்டோ பிடித்து ஆஸ்பத்திரிக்குக் கூட்டிப்போனபோது டாக்டர் இருக்கச் சொல்லிவிட்டார். ஆயிஷாவுக்குச் சொல்லி விட்டபோது பதறி அடித்து உம்மாவைப் பார்க்கப் புறப்பட்டவளைப் பார்த்துத் தீர்மானமாக சொன்னாள்.

"போவப்புடாதுன்னா... போவப்புடாது... வீடு காணணும்..."

"அவளுக்க ம்மால்லா..." ஜின்னா பரிதாபமாகச் சொன்னபோதும் தாஸீம்பி அசங்கவில்லை என்னவெல்லாமோ பேசினாள்... நடிப்பாளுவோ... கொணாட்டுவாளுவோ... எல்லா மயிருந்தெரியும்... ஹமீதுசாகிபும் ஜின்னாவை... "நீ ஓம்பாட்டுக்குப் போடே... பொம்பளையளுக்குள்ள ஆயிரம் இருக்கும்..."

ஜின்னா ஆஸ்பத்திரிக்குப் போய்ப் பார்த்து வந்து சொன்னபோது ஆயிஷாவின் கொதிப்பு ஆறாமல் கனன்று கொண்டே இருந்தது. ஜன்னலைத் திறந்து பார்த்தாள் பள்ளிவேம்புக்கு மேலே ஆகாயத்தில் தேவதைகள் ஆடிய ஊஞ்சல் அத்துத் தொங்கியது. இன்னொரு பக்கம் பெண்

உடல் ஆண்முகம்கொண்ட ராட்சசி தனது கூரிய வாளைப் பள்ளிவேம்பின் உச்சியில் ஊன்றியபடி நின்றாள். வேம்பில் அமர்ந்திருந்த புறாக்கள் அலறிஅலறிப் பறந்து போயின.

கொதித்து ஆறிய நெஞ்சோடு சுபைதா ஆஸ்பத்திரியில் கிடந்தபோது மொய்துசாகிபு மைதீனிடம் மைலாஞ்சி மரத்தில் மீண்டும் ஊஞ்சலைக் கட்டச்சொல்லி அனுப்பிவைத்துவிட்டு சுபைதாவிடமும் சொன்னார். ஆஸ்பத்திரியிலிருந்து வீட்டுக்கு வந்து வளவுக்குப்போய் மைலாஞ்சிமர ஊஞ்சலைப்பார்த்த போதுதான் சுபைதாவின் மனம் ஆறியது. அந்த ஆறுதலோடு சுபைதாவின் முகம்பார்த்து யோசித்துக்கொண்டே . . . படச்சவனே . . . என எழுந்து போய்ப் பள்ளி மதரஸாத் திண்ணையில் ரொம்பநேரம் அமர்ந்திருந்தவரின் யோசனை இன்னும் தீரவில்லை. வட்டிக்குக் கடன் வாங்கக்கூடாது என்ற அவரின் முன் தீர்மானம் கேலிசெய்ததையும் பொருட் படுத்தாமல் மேலஊர் செல்லய்யாவைத் தேடிப்போய் நோட் டெழுதிக் கொடுத்து வட்டிக்குப் பணம் வாங்கினார்.

பொன் கிடைத்தாலும் புதன் கிடைக்காது என்ற சுபைதா வின் சொல்லுக்குத் தலையாட்டிப் புதன்கிழமை வீடுகாணும் நிகழ்ச்சி வைப்பதற்காகக் கொஞ்சம் குடும்பக்காரர்களிடம் மொய்துசாகிபு அதே மூச்சோடு சொன்னார்.

“ஒருபாடு ஆளுவள கூப்பிடப்புடாது . . . சும்மா போறவன் வாரவனல்லாம் கூட்டிட்டு வரதுக்கு ஹமீதுசாகிபு ஒண்ணும் மடங்கெட்டிப்போடல . . . பத்து இருபது பேருக்குள்ள முக்கிய மான ஆளுவ மட்டும் வந்தாபோதும் . . . சும்மா அவிச்சித் தட்டிட்டு இருக்கமுடியாது . . . ம் . . . போய்ச் சொல்லிட்டுவா . . ? . . .” ஹமீதுசாகிபு குச்சித்தம்பியை அனுப்பிவைத்தார். குச்சித்தம்பி மொய்துசாகிபு வீட்டுக்கு வந்து கடினமான வார்த்தையைத் தவிர்த்துவிட்டு மென்மையாகச் சொல்லிவிட்டுப் போனார்.

மணவாளக்குறிச்சி மைதீன் பீவி பீரோ வாங்கித் தருவ தாகவும் சுபைதாவின் சின்னம்மா மகள் ‘கிரேண்டர்’ கொண்டு வருவதாகவும் சொன்னாள். சில உறவினர்கள் குட்டுவமும், சாப்பாட்டு மேசையும், சில்வர்பாத்திரங்களும் கொண்டு வருவ தாகச் சொல்லியதை நம்பி அவைகளைத் தவிர்த்து மற்ற பொருட்களை வாங்கிக்கொள்ளத் தீர்மானித்தார்கள். முக்கிய மாக ஐஸ்பெட்டி வாங்க வேண்டும். சுபைதா, முஸ்தபாவின் பொண்டாட்டியைத் துணைக்கு அழைத்துக்கொண்டு நாரோயிலுக்குப் போய் மகளுக்குத் தேவையான எவர்சில்வர் பாத்திரங்களை வாங்கிவந்து கணக்குப்பார்த்துத் தட்டுப் பாடான ஒன்றிரண்டு பொருட்களுக்காக மைதீனை சொல்லி விட்டு வாங்கி வைத்துக்கொண்டாள். வல்லசாதியுமாக

ஐஸ்பெட்டி வந்தபோது மொய்துசாகிபின் கையிருப்புக் காணாமல் போனது. கட்டிலும் பித்தளைப் பாத்திரமும் வாங்கப் பணம் தட்டுப்பாடானதும் சுபைதாவின் கையில் கிடந்த ரெண்டு காப்பையும் வித்துச் சாமான்கள் வாங்கிக் கொண்டு மறக்காமல் மொய்துசாகிபு ரெண்டு கவரிங்காப்பு வாங்கிவந்து மனைவியிடம் நீட்டினார்.

"என்ன செய்யதுக்கு . . . கூட்டத்துல நிக்கதுலா . . . இதப் போட்டுக்கோ . . ."

மொய்துசாகிபு வேதனையோடு சொன்னபோது சுபைதா வாங்கிப் போட்டுக்கொண்டாள்.

புதன்கிழமை காலை பதினொரு மணிக்குப் புறப்பட்டார்கள். ஆம்புளைகள் என்று மொய்துசாகிபும் மைதீனும் மட்டும்தான். சுபைதா தலைமையில் பதினேழு பொம்பளைகளும் மொய்து சாகிபும் மைதீனுமாக மொத்தம் பத்தொன்பதுபேர்கள். ஹமீது சாகிபின் வீட்டுக்குள் வந்தபோதும் முன்னறையில் பாத்திர பண்டங்களை ஒவ்வொன்றாக வைத்துக் குவித்தபோதும் ஹமீது சாகிபு சலனமற்று நின்றார். ஜின்னாதான் எல்லோரையும் இருக்கச் சொன்னான். ஆயிஷா நடுவீட்டு வாசலில் நின்று சிரித்துக்கொண்டே எல்லோரையும் உள்ளே கூப்பிட்டாள். பெரிய சில்வர் குத்துப்போணியைத் தாஸீம்பியின் தங்கச்சிமகள் தூக்கிப்பார்த்துவிட்டுப் "பொக்குப்போல இருக்கு . . ." சொல்லி வைத்துவிட்டுத் திரும்பியதும் அவள் சின்னமகன் தூக்கினான். "லே . . . வைலே . . . கீழே . . . அதே பப்படம் போல இருக்கு . . ." அவளின் அதட்டலில் தாஸீம்பியின் உறவினர்கள் சிரித்துத் தள்ளினார்கள். பீரோவைப் பார்த்துவிட்டு ஹமீதுசாகிபு சொன்னார் "கனமில்லே . . . கொஞ்சம் கனமா வாங்கப்புடாதா?" . . .

"அப்போ ரயில்வே தண்டவாளத்துலதான் செய்யணும் . . ." சொல்லிவிட்டு மணவாளக்குறிச்சி மைதீன்பீவி பொசுக்கென உள்ளேபோனதும் சுபைதா உறவினர்கள் கூடிச் சிரித்தார்கள்.

மதியம் நெய்ச்சோறு சாப்பாடு.

"துக்கயளுக்கு ஒரு பிரியாணி போடப்புடாதுமா . . . வாங்கி வாங்கிப் பொட்டவத்துல வச்சிப் பூட்டிட்டுப் போவத்துல கொண்டா போவா . . ." வள்ளவிளை மாமியின் புளுபுளுப்பில் சிரித்துச் சிரித்துச் சாப்பிட்டார்கள். சாயங்காலம் கட்டன்சாயாவும் குடித்துவிட்டு ஆயிஷாவையும் ஜின்னாவையும் ரெண்டுநாள் விருந்துக்கு அழைத்துக்கொண்டு புறப்பட்டவர்கள் நடை இறங்கப் பொறுக்காமல் தாஸீம்பியின் ஆட்கள் பாத்திரப் பண்டங்களைப் பிரித்துப்பார்த்து முகத்தை மாறி மாறி வெட்டிக்கொண்டும் சிரித்து உருண்டுகொண்டே,

“வேற எடம் ஒமுடிஞ்சி போச்சின்னா இந்த எச்சியள்ட்ட போய் உழுந்தா . . . எங்கனயோ கெடந்த எழவல்லாம் வாரிச் சுருட்டிட்டு வந்திருக்காளுவோ . . .”

“உருளிக்க மூஞ்சிய பாக்லியா . . . தூ . . .”

“பிள்ளே . . . உனக்க மொவனுக்குத் தண்ணி என்னமும் கொடுப்பாளுவளா . . . பாத்துப் போனியளே . . . ம் . . .” தாஸீம்பிக்கு உஷ்ணம் ஏறிக்கொண்டேபோனது. அவள் வாய் திறக்க எத்தனித்தபோதுதான் “சோறு தருவியளா . . ? . . .” என மண்டைக்கு வெளிஇல்லாத அலிகுந்தும்மல் வாசலில் நின்றான்.

“வேற எடம்போடே . . .” ஹமீதுசாகிபு சத்தம்போட்டு விட்டு என்ன நினைத்தாரோ . . . உள்ளே இருந்த உறவினர் களிடம் சொன்னார் “இப்போ தமாஷ பாருங்கோ . . . ம் . . . உள்ளே வாடே . . .” அலிகுந்தும்மல் வாசலில் இருந்தான். “பிள்ளே இவனுக்குக் கொஞ்சம் சோறுபோடுங்கோ . . .” ஒருத்தி சோறு கொண்டு வைத்தாள். அலிகுந்தும்மல் வாரி வாரித் தின்று தீர்த்தான். எல்லோரும் பார்த்துக்கொண்டிருக்கும்போதே இரண்டு ரூபாய் நோட்டை அவன் முன்னால் நீட்டினார் “இன்னாடே . . . ஒரு துவா கேட்டுட்டுப் போ . . .”

அலிகுந்தும்மல் ரூபாவைச்சுருட்டிக் கொண்டு இரண்டு கையையும் மேல்நோக்கித் தூக்கினான். பெண்கள் எல்லாம் கதவுக்குப் பின்னால் நின்று அதிசயம் பார்க்கத் தயாரானார்கள்.

“படச்சவனே . . . ரப்பே . . . ரகுமானே . . . ரெண்டு ரூவாயுந் தந்து சோறுபோட்ட ஹமீதண்ணன மேலும் மேலும் உயர்வாக்கு ரப்பே” மனதுக்குள் ஹமீதுசாகிபு ஆமீன் சொல்லிக்கொண்டார். பசிச்ச வயிறுக்குச் சோறுதந்த ஹமீதண்ணனுக்கு ஒருகாலமும் சோத்துக்குக் கொறைவைக்காத ரப்பே . . . அவுலியாக்களே . . . அம்புலியாக்களே . . . சுகதாக்களே . . . பீமாத்தாயே . . . ஆத்தங்கரை நாச்சியாரே . . . சேனாம்மாதாயே . . . காட்டுவாசப்பா . . . பீரப்பா . . . ஞானியாரப்பா . . . மானாச்சப்பா . . . இவங்க எல்லார் காவலும் ஹமீதண்ணனோட இருக்கதுக்கு அருள்புரிரப்பே . . . கை காலுக்குப் பெலத்த கொடுத்து வயித்துக்குச் சோத்த கொடுத்து . . . ஆளதுக்கு ராஜ்யத்த கொடுத்து ஹமீதண்ண னுக்குக் கபர்குழியில சுகத்தையும் கொடு ரப்பே . . .” கபர்குழி என்றபோது ஹமீதுசாகிபுக்கு எரிச்சலாகிப்போனது.

“ஆங் . . . போதும் நிறுத்து . . .” ஹமீதுசாகிபு தடுத்தபோதும் அலிகுந்தும்மல் துவாவை நிறுத்தவில்லை. தெருமுனையில் நின்ற குச்சித்தம்பியைக் கைதட்டிக் கூப்பிட்டு அலிகுந்தும்மலை இழுத்துப்போகச் சொன்னார். அலிகுந்தும்மல் போகாமல் அடம் பிடித்தான் . . .” உடுப்பா ரெண்டு வரிதுவாகூடக்

கேட்டுட்டுப்போறேன். "பண்ணிக்குப் பொறந்தவனே நடலே..." பிடித்துத் தள்ளினார். "ஹமிதண்ணே ஹமிதண்ணே..." அலிகுந்தும்மல் சத்தம்போடப்போட..." போலே... லே அவனக் கொண்டுப்போய்த் தள்ளு... சும்மா போனவன பிடிச்சிப் பொடலியில போட்ட கதையால்லா ஆயிட்டு..." வல்லசாதியுமாகக் குச்சித்தம்பி அலிகுந்தும்மல்லைத் தள்ளிக் கொண்டு போனார். உள்ளே வேடிக்கை பார்த்த பொம்பளைகள் சிரித்த சிரிப்பில் கதவு குலுங்கியது.

விசயம் கேள்விப்பட்டுச் சுக்காப்பி சுல்தான் பிள்ளை கடையில் சுக்குக்காப்பியோடு விழுந்து விழுந்து சிரித்தார்...

"என்ன மனுசனுவோ... சோத்தையும் போட்டு ரெண்டு ரூவாயும் கொடுத்துத் துவாயும் கேக்கவச்சி... பொடலிய பிடிச்சித் தள்ளிகொண்டு உட்டுட்டுப் போறானுவோ..." புலிக்குட்டி மம்மலி சொன்னான்.

"ஓய்... எழக்கிவுடும்... நேரம் போவும்..."

"எழக்குனாத்தான் சரியாவருவானுவோ..."

சுக்காப்பி சுல்தான் பிள்ளை சிரித்துக்கொண்டே... அலிகுந்தும்மலைக் கைதட்டிக் கூப்பிட்டார்... அலிகுந்தும்மல் கிட்டே வந்தபோது... சூடாக ஒரு கப் சுக்காப்பியை நீட்டினார்...

"இன்னாடே... குடி..."

"பரக்கத் உண்டாவட்டு ..."

"ம்... லேய்... போய் ஹமீதுக்க வூட்டக்க முன்னால... நின்று பாடுலே..."

"இப்போ போறேன்... எவன் தடுத்தாலும் உடமாட்டேன்..."

சூடு சுக்காப்பியை மடக்மடக்கெனக் குடித்துவிட்டு அலிகுந்தும்மல் வேகமாகப் போனான்... அதே வேகத்தில் ஹமீதுசாகிபு வீட்டுமுன்னால் நின்றுபாடத் தொடங்கினான்...

"மௌத்தையே நீ மறந்து வாழலாகுமா..."

புலிக்குட்டி மம்மலி "ஓய்... அந்தத் துக்க தொடங்கிட்டான்..." எனச் சிரித்தபோது சுக்காப்பி சுல்தான் பிள்ளை பயலுவளைத் தெருவுக்கு அனுப்பிவிட்டார்... அந்த கூட்டத்திலும் ஒரு கொள்ளையில போவான் "ஓய்... ராதாக்க மாப்பிளை..." எனச் சத்தம்போட,

"ஒங்க வாப்பாலே... பண்ணிக்க பொறந்தவன் போற போக்குல என்னைய நக்கிட்டுப் போறான்..."

தெரு அல்லோலப்பட்டபோது,

ஹமீதுசாகிபு குச்சித்தம்பியைக் கூப்பிட்டு விட்டார் ... குச்சித்தம்பியும் ஹைதரும் வரும்போது அலிகுந்தும்மல் "நிச்சயம் மரணம்வரும் நீ ஒருநாள் இறந்திடுவாய் ... நேசரெல்லாம் அழுத பின்னே நீ சந்தூக்கில் ஏறிடுவாய் ..." என்ற வரியைப் இழுத்து பாடிக்கொண்டிருந்தான்.

ஹைதரும் குச்சித்தம்பியுமாக அலிகுந்தும்மலைத் தூக்கிக் கொண்டு போகும்போதும் அவன் பாட்டை நிறுத்தவில்லை. பயலுவோ துள்ளி துள்ளி ஹே ... ஹே ... எனச் சத்தம் போட்டுக் கூடவே போனார்கள்.

இதன் மறுநாள் காலை சுக்காப்பி சுல்தான் பிள்ளை கடைமுன்னால் 'அலைகள் ஓய்வதில்லை' ராதாப் படத்தை வைத்து அதன்மேல் ஒரு முட்டையும் இரண்டாக அறுக்கப்பட்ட எலுமிச்சம் பழத்தில் குங்குமமும் தடவி வைக்கப்பட்டிருந்தது. கூட்டம் கூடிவிட்டது. மோதியார் வந்து பார்த்தார் ... காதர் சாகிபு ஹோட்டல் மாஸ்டர் தாசனும் வந்து பார்த்தான். சுக்காப்பி சுல்தான் பிள்ளை பேச்சுமூச்சி இல்லாமல் கிடாரி அறுத்து உரிக்கும் கசாப்பு குத்தியில் 'என்ன கொண்டு இவனுவள்ட்ட மல்லுக்கெட்ட முடியாது நாயனே' என அமர்ந்திருந்தார். ஆனாலும் நீண்டநேர மௌனத்துக்குப் பிறகு சுக்காப்பி சுல்தான் பிள்ளை அறுத்துக்கிழிக்கத் தொடங்கியபோது மோதியார் பொரிகடலையோடு பள்ளி வேம்பை நோக்கிப் போனார்.

உச்சைக்குப் பறிகு தாசன் சுக்காப்பி சுல்தான் பிள்ளையைக் கூப்பிட்டு "ஓய் ... எவனோ செய்திருக்கான் ... ஓம்மள இது லேசுல உடாது ..."

"நான் என்ன செய்ய ..."

"நான் சொல்லது மாதிரி கேளும் ... நாட்டுக்கோழி முட்டைய நாப்பத்தொரு நாள் ஊரு ஒறங்குனபொறவு கொளத் துல கொண்டு எறியும் ... நாளு கணக்குத் தப்பாம பாத்துக் கிடணும் ..." விளையாட்டா நினைக்கப்புடாது.

சுக்காப்பி சுல்தான் பிள்ளை தலையாட்டியபோது அவரின் கண்களில் பயம் படர்ந்து கிடந்தது. மறுநாள் காலையில் சேரியிலிருந்து கருத்துடையான் பத்தோ பன்னிரண்டோ நாட்டுக் கோழி முட்டை விற்கக் கொண்டுவந்தபோது தாசன் காதர் சாகிபிடம் சொல்லி விலைக்கு வாங்கிக் கண்ணாடிப் பெட்டியில் வைத்துவிட்டுச் சுக்காப்பி சுல்தான் பிள்ளைக்குத் தகவல் சொல்லிவிட்டான்.

வீடுகாணும் நிகழ்ச்சிக்குப்பிறகு சரியாக இருபதாவது நாளில் ஜின்னா அரேபியாவுக்குக் கிளம்பி னான். அவன் புறப்பட ஒன்றிரண்டு நாளிருக்கும் போதே வீடு உற்காகத்துடன் தயாரானது. தாஸீம்பிக்குச் சிரிப்பும் சந்தோஷமும் சொல்லிமாளாது ... மனம் வெறுமையான ஆயிஷாவுக்கு அழுகையாக வந்தது. முந்திய இரவு ஜின்னாவின் மார்பில் முகம் புதைத்துக் குழந்தையைப் போல அழுதாள். அவளைச் சமாதானப் படுத்த முடியாமல் ஜின்னாவுக்கு சங்கடமாகிப்போனது. 'பாவாடை வேணும் மேலாடை வேணும் பஞ்சார பனங்கிளிக்கு' பாடிப் பார்த்தான். அது முன்புபோல இனிமையாக இல்லாமலிருந்தது. ஒன்றிரண்டு கத்து பாடல்கள் பாடினான். ஆயிஷாவின் முகம் மாறவில்லை. அவள் சினிமா பார்க்க வேண்டும் என்று சொன்னது கூடத் தியேட்டர் எப்படி இருக்கும் என்பதை அறிந்து கொள்ளும் ஆசையில்தான். தாஸீம்பி ஒத்துக்கொள்ள வில்லை. ஆயிஷா வீட்டில் பிராயமாகி இருந்தபோது ஒருமுறை தெருவில் குடும்பக்கட்டுப்பாடு சினிமா போட்டார்கள். ஆயிஷாவுக்கு ஆசையாசையாக இருந்தது ... திரை கெட்டியாச்சி என விய்யாத்தும்மா ஓடி வந்து சுபைதாவிடம் சொன்னபோது ஆயிஷா கேட்டாள். "ம்மா நானும் மாமிவூட்டு வளவோடு வந்து ஜன்னல்வழியா பாக்கட்டாளா ..."

"வேண்டாமொளே ..." படம்பார்த்து வந்த வியாத்தும்மாவிடம் கதைகேட்கலாமெனக் கேட்டபோது ஐயே அது குடும்பக்கட்டுப்பாடு படம் ... துக்கயோ திரியானுவோ ... வேலை இல்லாம ... ஒரு மாப்பிளையும் பொண்டாட்டியும் மூணுபிள்ளையா ... துக்கயோ என்னல்லாமோ காட்டுதானுவோ ... தானக்கேடுபடம் ... ஒருத்தன ஒருத்தி கெட்டிப் பிடிக்குதா ... வெக்கமில்லாம" சொல்லிவிட்டு விய்யத்தும்மா சிரியோ சிரி என்று சிரித்தாள். ஆயிஷாவுக்கு எதுவும் புரியவில்லை. சினிமா மோசமானது, அசிங்கமானது என்பதான எண்ணங்களே அவளுக்குள் ஏற்றப்பட்டிருந்தது. ஆனாலும் அவளுக்கு

சினிமாவின் மீதான ஈர்ப்பு மனதின் மூலையில் கிடந்து கொண்டே இருந்தது. கனவுகளில் கருக்கலில் வெள்ளைக் குதிரையில் பறந்துவந்த அவனின் கைப்பிடித்து ஆசைதீர நடக்க விரும்பிய அவள் ரயிலில் கன்யாகுமரி சுத்திப்பார்க்கப் போகலாம் எனப் புறப்பட்டபோது "அவ புள்ள உண்டா யிருக்கா ... இப்போ வேண்டாம் ... ரயிலு குலுங்கும் ..." சலிப்புடன் தாஸீம்பி சொன்னதும் ஜின்னா அமைதியானான்.

ஆயிஷாவின் கதகதப்பில் லயித்துக்கிடந்த ஜின்னா "ஆயிஷா ..." மெல்லிய குரலில் அழைத்து அவளின் முகம் நிமிர்த்தியபோது ஆயிஷாவின் சிவந்த கண்கள் ஜின்னாவின் நெஞ்சில் நெருப்புத்துண்டாய் விழுந்தது.

"ஆயிஷா ..."

"ம் ..."

"ரெண்டு வருசம் இன்னாபிடின்னு ஓடிடும் ..."

ஆயிஷா பேசவில்லை. சுழலும் மின்விசிறியில் அவள் பார்வை நிலைத்து நின்றது.

"ஒவ்வொரு வியாழக்கிழமையும் உனக்கு போன் பண்ணு வேன். மாசத்துக்க ரெண்டு லெட்டர் போடுவேன் ... நாளு சடார்னு போயிரும். ஆயிஷா ... பிள்ளே ..." உசுப்பினான்.

"ம் ..." ஆயிஷா அனக்கம் கொடுத்தாள்.

"ஒனக்கு அரேபியா சேலை ... அரேபியா சென்ட் ... அரேபியா வாச்சி ... அரேபியா செயினு ... ஒண்ணும் வேண்டாமா .. ? ..."

"எனக்கு நீங்கதான் வேணும் ..." மடமடவெனக் கண்ணீர் சாடியது.

"சரி நான் ஒரு வருசத்துல வந்துருவேன் ..."

ஆயிஷாவை இறுக்கமாக அணைத்துப் பிடித்துக் கொண்டான்.

வீடுகாண வந்து கூட்டிப்போன அந்த இரவிலும் ஆயிஷாவை இப்படித்தான் பிடித்திருந்தான். அன்றைக்கு வீட்டுக்குள் ஜின்னாவோடு காலடி எடுத்துவைத்த உடனே முடிந்தமட்டுக்கும் மூச்சை இழுத்து சுவாசித்தாள். ஆயிஷா வுக்கு அவள்வீட்டுக் காற்று இனிப்பானது. காற்றின் ருசி அவளுக்குப் புரிகிறது. வளவுக்கு ஓடிப்போய் ஆகாயம் பார்த்தாள். ஜின்னாவீட்டுத் தட்டில் நின்றுபார்த்த ஆகாயம்

போலல்ல இந்த ஆகாயம். அதுவேறு இதுவேறு. மைலாஞ்சி மரமூட்டில் ஊஞ்சலைப் பார்த்தாள். ஆடிப்பார்த்தால் கொள்ளாம்போலத் தோன்றியது. ஆயிஷாவின் குதூகலம் கண்டு ஜின்னாவும் வளவுக்கு வந்தான். அவளோடு ஆகாயம் பார்த்த போது ... மேக்கு மூலையில் காட்டிக் கொடுத்தாள் தேவதை யின் ஊஞ்சலாட்டத்தை. கண்கள் விரிய எந்தப் பிசிறும் இல்லாமல் தேவதை ஊஞ்சலில் ஆடிக்கொண்டிருந்தாள் சுங்கான்கடைப் பொத்தைக்குக் கீழே வட்டச்சூரியன் இறங்கி மறையும்வரை. இரண்டாவது நாளிலேயே வீட்டுக்குப்போன ஜின்னாவிடம் "கூட்டிட்டு வா ..." என தாஸீம்பி சொல்லி விட்டாள் ... ஆனாலும் நான்கைந்து நாட்கள் இருந்துவிட்டுத் தான் போனார்கள்.

ஒரு கருக்கலுக்குப்பிறகு வளவு நடையில் ஆயிஷாவும் ஜின்னாவும் தனிமையில் அமர்ந்திருந்து கிண்ணத்தப்பம் தின்று கொண்டே ஆயிஷா ஜின்னாவின் தோளில் சாய்ந்திருந்தாள். சுபைதா வெளியே போய்விட்டாள்... ஆகாயத்தில் நட்சத்திரங் கள் பூக்கத் தொடங்கியதைப் பாாத்துக்கொண்டே ஆயிஷா சொன்னாள் ...

"எனக்கிட்டே இப்படியே இருந்தியள்னா ... எனக்கொண் ணும் வேண்டாம் தெரியுமா ..? ..."

"ஒனக்க வாப்பாட்டச் சோறும் போட்டு டெய்லி இருபத் தைஞ்சு ரூவா செலவுக்கும் வாங்கித்தா இப்படியே இருக்கேன் ..."

ஆயிஷா சிரித்துக்கொண்டே எழுந்துபோய் ஊஞ்சலில் அமர்ந்தாள். ஜின்னா மெல்ல ஊஞ்சலை ஆட்டிக்கொண்டே ஆயிஷாவுக்கு இஷ்டமான கத்துப்பாடலை முணுமுணுக்கத் தொடங்கினான்.

"கொஞ்சம் வலிச்சிப்பாடுங்கோ ..."

"வேண்டாம் யாராவது கேப்பாவோ ..."

"ஒருத்தருமில்லே ... நம்மோ தனியா இருக்கட்டுன்னு எல்லாரும் போயாச்சி ..."

"ஆ ... பட்டி அயலத்துள்ளோர் எல்லாரையும் கடிச்சி ..." ராகமாகப் பாடினான் ..." ஆணுகளையும் பொண்ணுகளை யும் புட்டியிலே கடிச்சி ..." என்ற வரியின்போது ஆயிஷா ஊஞ்சலை விட்டு இறங்கித் துள்ளிக்குதித்துக் குழந்தையைப் போலச் சிரியோ சிரி என்று சிரித்தாள். ஆயிஷாவின் சிரிப்புச்சத்தம் தெரு நடையிலிருந்த சுபைதாவுக்குக் கேட்ட போது சுபைதாவின் கண்கள் நிறைந்துபோனது.

ஆயிஷாவின் சந்தோசமான நாட்கள். ஜின்னாவின் சட்டையைப் போட்டுக்கொண்டு கண்ணாடியில் பார்த்துச் சிரித்தாள். உச்சைக்குச் சாப்பிட்டுவிட்டு அவன் மார்பில் தலைசாய்த்துக் கிடந்தவள் ஜின்னாவின் மீசைமுடிகளை எண்ணத் துவங்கினாள் ...” அசையாம கெடக்கணும் ...” கண்டிப்பாகச் சொல்லிவிட்டுச் சாயங்காலம் அவள் எண்ணி முடித்துச் சொன்னாள். “எண்ணூத்து அறுபத்தேழு முடி ...” நீண்ட நேரம் ஜின்னா அவளைப் பார்த்துக்கொண்டே கேட்டான் ... “எப்படி கரைக்டா எண்ணுனே ...”

“நான் நட்சத்திரத்தையே எண்ணிருக்கேன்...” சொல்லி விட்டுச் சிரித்தாள். அந்தச் சிரிப்பும் சந்தோசமும் நான்கைந்து தினங்களுக்குப்பிறகு கிளம்பும்போது ஆயிஷாவிடம் காணாமல் போயிருந்ததை ஜின்னாவாலும் புரிந்துகொள்ள முடிந்தது. ஆனாலும் சுபைதாவுக்கும் மொய்துசாகிபுக்கும் மைதீனுக்கு மான சந்தோசம் வீட்டிலிருந்து காணாமல் போனதைத்தான் ஜின்னாவால் கிளம்புவது வரையிலும் புரிந்துகொள்ள முடிய வில்லை.

காலை ஒன்பது மணிக்குத் திருவனந்தபுரத்திலிருந்து விமானம் புறப்படும் என்பதால் ஏழுமணிக்கெல்லாம் விமானத் தாவளத்துக்குள் போகவேண்டும். ஊரிலிருந்து திருவனந்தபுரத் துக்கு ரெண்டுமணிநேரம் யாத்திரை உண்டு. பீமாபள்ளிக்கும் போகவேண்டும். வீட்டிலிருந்து அதிகாலை நாலரைமணிக்குப் புறப்பட்டால்தான் நேரம் சரியாக இருக்கும். ஹைதர் பார்வதிபுரம் போய் காருக்குச் சொல்லிவிட்டு வந்தான். வீட்டிலில் ஆட்கள் வருவதும் போவதுமாக இருந்தார்கள். தாஸீம்பிக்கும் ஹமீதுசாகிபுக்கும் சந்தோசம் பொத்துச்சாடியது. ஒன்றிரண்டு பேர்கள் கடிதம் கொண்டுவந்து கொடுத்து விட்டுப் போனார்கள். லாயம் சேக்கப்பா அவனின் மச்சா னுக்குப் பெரிய பொதியில் ஏத்தங்கா சிப்ஸ் கொண்டுவந்து கொடுத்தான். பொதியின் கனத்தைப்பார்த்து ஹமீதுசாகிபின் முகம் கோணியது ... ஒருத்தன் லெட்டரும் ஊறுகாய்க் குப்பியும் கொண்டுவந்தான் ... செம்பலுவாவை பிளாஸ்டிக் பையில் கெட்டிச் சேனம்மா கொடுத்து விட்டிருந்தாள். பொரிச்ச மாட்டிறைச்சியை வட்டரில் வைத்து அவுக்காரும்மா கொண்டு வந்து தாஸீம்பியிடம் கொடுத்துவிட்டு “எனக்க மருமவன்ட்ட கொடுக்கணும் ... போன்போட்டுச் சொல்லியாச்சி ... ஜின்னாட்ட அவரே போய்வாங்கிடுவாரு. எனக்க மருமவ னுக்க அரேபிக்கு மாம்பழம்னா இஷ்டமாம் ... பத்துக்கிலோ மாம்பழம் இருக்கு கொண்டு போவ முடியுமான்னு ஜின்னாட்ட கேட்டுச் சொல்லுவியளா ..? ...”

“கேட்டுட்டு ...”

அவுக்காரும்மா வாசல்தாண்டவில்லை தாஸீம்பி திட்டிக் கூட்டி வாரினாள்.

“லட்சணம் கெட்ட துக்கயோ ... அதையும் இதையும் கெட்டிச் சொமக்கதுக்கு எனக்க மொவன் இவளுக்குக் கூலிக் காரனா ... பொரிச்ச இறச்சி ... அரேபியாவுல கெடைக்காத, அலுசுவ சரக்குத் தூ ... துக்கே திரியா திரி சீலைய அவுத்துட்டு எவன் போவான் கெட்டி உடலாம்னு ...”

புலம்பிக்கொண்டிருக்கும்போதே தாஸீம்பியின் தங்கச்சி மகன் அழயாண்டத்துக்காரன் சாப்பிட உட்கார்ந்தான்.

“பிள்ளே, பெரியம்மா கறி ஒண்ணும் சரிஇல்லே ...” தாஸீம்பி யோசித்துக்கொண்டே உள்ளே போனாள். அவுக்காரும்மா கொண்டுவந்த வட்டரைத் திறந்து பொரிச்ச இறச்சியை அழயாண்டத்துக்காரன் தட்டில் எடுத்து வைத்தாள்.

“படச்சவனே ... நல்லருசி ...”

“மூச்சுவிடாம சாப்பிடுலே ...”

சாப்பிட்டுவிட்டு நீண்ட ஏப்பத்தோடு அழயாண்டத்துக் காரன் எழுந்துபோனான்.

ஆயிஷா அறையைவிட்டு வரவில்லை. சாப்பிடவுமில்லை. சுபைதாவும் மொய்துசாகிபும் மருமகனை வழியனுப்ப வந்த போதுதான் ஆயிஷா லேசாக எட்டிப்பார்த்தாள்.

அதிகாலை நாலுமணிக்கே கார் வீட்டுமுன்னால் வந்து நின்றது. ஒவ்வொருவரிடமாக ஜின்னா வழிசொன்னான். அறைக்குள் போய் ஆயிஷாவை அணைத்துக்கொண்டான். நீர்கோர்த்து நின்ற அவள் விழி அருகில் முத்தமிட்டபோது அவனின் கையைப் பிடித்து அவளின் வயிற்றில் வைத்துக் கொண்டாள்... ஜின்னா கலங்கினான். அழுகையோடு சிரித்துக் கொண்டே ஆயிஷா ஞாபகங்களோடும் ஞாபகங்களின் நொம்பலங்களோடும் விடைகொடுத்தாள்.

“சந்தோசமா போயிட்டு வாங்கோ ...”

ஜின்னா கலங்கிய கண்களைத் துடைத்துக்கொண்டு எல்லோரிடமும் பொதுவாகச் சொல்லிவிட்டுப் படி இறங்கி னான். ஹமீதுசாகிபும் மைதீனும் அழயாண்டத்துக்காரனும் காரில் ஜின்னாவுடன் ஏறிக்கொள்ளப் புறப்படும் முன்னால் திரும்பிப்பார்த்த ஜின்னாவின் பார்வையில் ஆயிஷா கதவுக்குப் பின்னால் கண்ணீரோடு கைகாட்டினாள். கார் புறப்பட்டுத்

தெருதாண்டிப்போனது. குச்சித்தம்பியும் ஹைதரும் ஹே ... என வாய்பார்த்துக்கொண்டு நின்றார்கள். குச்சித்தம்பிக்கான ஒரே ஆறுதல் முந்தாநேத்து ஜின்னா வீட்டுக்கு வந்து போனதும் விசா அனுப்பித்தருவேன் என்று சொன்னதும்தான்.

ரியாத்திலிருந்து ராத்திரி பதினொரு மணிக்கு ஜின்னா போன் பண்ணியபோது ஹமீதுசாகிபுதான் போன் எடுத்தார். தாஸீம்பி நல்ல உறக்கத்திலிருந்தாள். ஆயிஷாம்மா போன்மணிச் சத்தம் கேட்டு அறையிலிருந்து வெளியே வந்து ஹமீதுசாகிபு போன் தருவாரென்று தூரமாய் நின்றதைக் கவனித்துக் கொண்டே ஹமீதுசாகிபு "ம் ... ம் ... அங் ..." என போனில் பேசிக்கொண்டே ... இடையில் "தூங்கியாச்சி ..." என்றார். பேசிமுடித்து போனை வைத்துவிட்டுத் திரும்பி ஆயிஷாவைப் பார்த்து,

"சந்தோசமாபோய்ச் சேந்தானாம் ... நீயும் சங்கடப் படாம இருக்கணுமாம் ..."

ஆயிஷாவின் உடம்பு பற்றி எரிந்தது. ஜின்னாவின் குரல் கேட்டு ஆறுதல் அடையக் காத்திருந்து தோற்றுப்போன அவளின் மனதுக்குள் எழுந்த ஓலம் உள்ளேயே கிடந்தது. பச்சத்தண்ணீரை வயிறு நிறையக் குடித்துவிட்டு அறைக்குள் போனவள் விடியும் வரை அழுதாள். திருவனந்தபுரம் மிருகக்காட்சிச் சாலையில் வலைக்கூண்டுக்குள் அடைபட்டுக்கிடந்த கொக்குப்போன்ற அந்தப் பெரிய பறவை அவளின் நினைவில் வந்தது.

ஆயிஷா ஓரளவுக்குச் சகஜ நிலைக்குவர ஆறு ஏழு நாட்களுக்கு மேலானது. ஆனாலும் அவள் பழைய ஆயிஷா வாக இல்லை. வருத்தப்பட்ட முகத்தோடு வாடி வதங்கித்தான் இருந்தாள். இடையில் மொய்துசாகிபு ரெண்டு தடவை வந்து பார்த்துவிட்டுப் போனார். சுபைதாவும் மைதீனும் ஒருமுறை வந்தார்கள்.

"புள்ள உண்டாயிருக்க நேரத்துல சந்தோசமா இருக்கணும் மருந்துவள நேரத்துக்க தின்னு ... ம் ..."

சொல்லிவிட்டு சுபைதாவும் போய்விட்டாள்.

சரியாகப் பதிமூணாவது நாளில் ஜின்னாவிடமிருந்து கடிதம் வந்தது. ஆயிஷாவுக்கு ஒரு கடிதம். மொய்துசாகிபுக்கு ஒரு கடிதம். ஹமீதுசாகிபு போஸ்ட்மேன் ஆறுமுகத்தைத் தேடி ஸ்ரீகிருஷ்ணன் கடைக்குப் போனார். ஹமீதுசாகிபைக் கண்ட தும் ஆறுமுகம் சொன்னான்.

"ரெண்டு லெட்டர்தான் ... உங்க மருமகளுக்கும் மொய்து சாகிப்புக்குந்தான் ..."

"நல்லா பாரு... எனக்கு இருக்கும்..."

"இல்லே...அண்ணாச்சி..."

ஹமீதுசாகிபு வாடிப்போனார். ஆத்திரத்தில் உடம்பு நடுங்கியது. தாஸீம்பி ஒரு ஏக்கம் ஏங்கினாள்.

"அந்தப் பயலுக்குப் பொடியப் போட்டு உட்டுட்டாளுவோ..."

"என்னவிட மொய்து முக்கியமாயிட்டானா..."

தாஸீம்பி நீண்ட யோசனையோடு சுவரில் சாய்ந்து கொண்டே சொன்னாள் "நாளைக்கு வரும் பாப்போம்."

"இனி எனக்கு வராண்டாம்... எனக்க மூஞ்சியில கரியப் பூசன அவன்ட்ட இருந்து எனக்கு லெட்டர் வராண்டாம்... வாப்பாவவிடப் பொண்டாட்டி வழி மேலாபோச்சா...தூ..."

ஆயிஷா வீட்டின் விசித்திரம் புரிந்தும் புரியாமலும் ஓடி வந்தாள். தாஸீம்பியின் எரிச்சலான பார்வையை எதிர்கொள்ள முடியாத தவிப்போடு "மாமி மூணு லெட்டர் எழுதிருக்கு... மாமாக்கும் எழுதிருக்கு... இதுல விவரம் இருக்கு..." குழந்தையைப்போலக் குதூகலமாக அவள் சொன்னபோது ஹமீதுசாகிபு எந்தப் பதிலும் சொல்லாமல் வெளியே போனார்.

அவரின் முகமும் அந்தப்போக்கும் ஆயிஷாவுக்குப் புரிய வில்லை. அவள் அறைக்குள் வந்து கடிதத்தை திரும்பத் திரும்பப் படித்தாள்.

வாப்பாவுக்குக் கடிதம் எழுதியிருக்கிறேன்... வாப்பா விடம் சொல்லி உன் வீட்டுக்குப்போய்ப் பத்துநாள் இருந்து விட்டு வா... உன் நினைவாகத்தான் இருக்கிறேன்... ஒவ்வொரு நிமிசமும் நீ என் மீசைமுடியை எண்ணிக்கொண்டிருக்கிறாய். நீ சந்தோசமாக இரு. இறைவன் நாம் எல்லோருக்கும் நல்ல அருள் புரிவான் ஆமீன்.

மாலையில் மீண்டும் கடிதவிபரங்களை ஹமீதுசாகிபிடம் சொன்னாள்.

"ம்... எனக்கு வரட்டும் பாப்போம்..."

ஒற்றைவார்த்தையில் முகம் முறித்துப்பேசிக்கொண்டு திரும்பினார். ஹமீதுசாகிபுக்குத் தாங்கமுடியவில்லை. தனக்கு ஏற்பட்ட மிகப்பெரிய அவமானமாகக் கருதினார்... தாஸீம்பி சொன்னதுபோலப் பயலுக்குப் பொடி என்னமும் போட்டிருப் பார்களோ... ம் இந்த ஹமீதுக்குப் பொடி தேவை இல்லே... மூளை போதும்... பாத்துக்கிடுதேன்... கருவிக்கொண்டிருந்தார்.

ஓடி எறியப்படாத முட்டைகள்

மூன்று நாட்களுக்குப்பிறகு ஹமீதுசாகிபுக்குக் கடிதம் வந்தது. வேண்டா வெறுப்பாகப் பிரித்துப் படித்தார். ஆயிஷா சொன்னவிபரங்கள் கடிதத்தில் இருந்தன. தாஸீம்பியிடம் சொல்லி ஆயிஷாவின் கடிதத் தேதியைப் பார்த்தார். ஹமீது சாகிபின் கடிதத்திலும் அதே தேதி மனம் கொஞ்சம் லேசானது. ஆனாலும் காயத்தின் கறுப்பு விலகவில்லை.

ஆயிஷாவைப் பத்துநாட்கள் அவளின் வீட்டுக்கு அனுப்பி வைத்தார்கள். சுபைதா வந்து கூட்டிக்கொண்டு போனாள். ஆயிஷா அவள் வீட்டுக்குப்போனதை அறிந்து குச்சித்தம்பி போய்ப் பார்த்துச் சாயா குடித்துக் குழலப்பம் தின்று மெல்லச் சொன்னார். "லெட்டர் எழுதும்போது விசா... விசயத்த ஒண்ணு எழுதும்மா அவன் போனாதான் என் பிள்ளையளுக்க ஜீவிதம் ரெட்சப்படும்..."

"நான் எழுதுதேன். ஹைதருக்கு விசா கண்டிப்பா வரும்..." ஆயிஷாவின் நம்பிக்கையான வார்த்தை குச்சித்தம்பிக்கு மன நிறைவைத் தந்தது. ஆயிஷாவுக்குள் குடியேறி இருந்த ஆனந்தத்தைத் பொறுக்க முடியாமலோ என்னவோ பத்தாவது நாளில் தாஸீம்பி வந்து "ஜின்னா போன் பண்ணுவான்..." என வீட்டுக்கு அழைத்துப்போனாள்.

ஆயிஷா ஜின்னா வீட்டுக்கு வந்த அந்த இரவு போன் வந்தது. ஜின்னாவோடு ஒன்றிரண்டு வார்த்தைகள் பேசினாள். மகனோடு ரகசியம் பேசிவிடக்கூடாது எனத் தாஸீம்பியும் ஹமீதுசாகிபும் விலகாமல் நின்றார்கள். அஹமதும் பேசினான். அஹமது இன்னும் நாலுநாளில் ஊர்வருவதாகச் சொன்னபோது ஹமீதுசாகிபும் தாஸீம்பியும் ஆனந்தக் கூத்தாடினார்கள்.

ராத்திரி பதினொரு மணிக்குமேலே பள்ளிமுக்கு ஜங்சனில் ஆட்கள் யாருமில்லை. திடீரெனச் சுக்காப்பி சுல்தான் பிள்ளை ஒரு மாயஜாலக்காரனைப்போலத் தோன்றினார். நெரவுபலகை இடுக்குவழியாக மாஸ்டர் தாசனிடம். "தாசா ... இன்னையோட முப்பத்தெட்டு நாளாச்சி."

"சரி சரி ... போவும் ... கணக்க உடாண்டாம் ..."

மெல்ல நடந்து அம்மங்குண்டு முக்கில் நின்று குளத்தைப் பார்த்து என்ன பிடிச்ச சைத்தானே போ ... தலையச் சுத்தி முட்டையைத் தூக்கி எறிந்தார் ... திரும்பிப் பார்க்காமல் ஒரே ஓட்டம் ... மீண்டும் இடுக்குவழியாகத் தாசனிடம் சொன்னார். "முடிச்சாச்சி ..."

"சரி போவும் ..."

"தாசா இன்னொரு விசயம் ... முட்டைய வீசும் போதெல்லாம் ... ராதாக்க மூஞ்சி ஓர்மையில வருது ..."

"ஒரு மயிரும் வராது போவும் ... மனப்பிராந்தி தான் ..." மனசுகேட்காமலேயே வீட்டுக்குப்போனார். காலையில் கடைப்பக்கம் வரும்போதுதான் கேள்விப் பட்டார். அகமது கம்பீரத்தின் உச்சத்தில் அரேபியாவை விலக்கி வாங்கிப் போட்டுவிட்டு வந்திருப்பவன்போல வந்து இறங்கியதை,

"என்ன வேலை?"

"அல்லா உதவியாலே எனக்கு ஒரு வேலையும் கெடையாது. அரபிக்கூடச் சுத்திட்டே கெடப்பேன் ..."

"வேலை ஒண்ணும் செய்யாண்டமா ..? ..."

என்னைய வேலை செய்ய உடமாட்டான் ... வந்து பாருங்கோ தெரிம ..."

"எத்தனை மாசமாக்கும் லீவு .. ? ..."

"ஆறுமாசம் அடிச்சி தந்திருக்கான் ... ரெண்டு மாசத் துல போணும். நான் இல்லன்னா அங்க ஒண்ணும்

நடக்காது ... ம் ... ம் ... வாங்கோ ...” இன்னொருவனோடு கைகுலுக்கினான்.

மாலையில் அகமது கடைப்பக்கம் கூலிங்கிளாஸ் கண்ணாடியோடு வந்தான். சுக்காப்பி சுல்தான் பிள்ளை கடைத்திண்ணையிலிருந்த புலிக்குட்டி மம்மலி சுல்தான் பிள்ளையிடம் கேட்டார்.

“இந்த அரேபியாவுக்குப் போய்ட்டு வாரவனுவோ ... எதுக்காக்கும் கறுப்புக் கண்ணாடி போடுதானுவோ ..?”

“அவனுவளுக்குக் கண்ணுல என்ன நீக்கம்போ ... ஊர்ல இருந்துபோவத்துல நல்லாத்தான் போறானுவோ ... ஒரு வருசம் ரெண்டு வருசம் கழிச்சி வரும்போது இப்படில்லா வாரானுவோ ... என்னடே வேலைன்னு எவன்ட கேட்டாலும் ... அல்லா உதவியால அரபிக்கூட ஒரே சுத்துதாம்னு சொல்லு தானுவோ ... அல்லா உதவியால நமக்கு டெய்லி ரெண்டு சுக்காப்பி கிளாஸ் ஒடையதுதான் மிச்சம் ... ரொம்ப அழுத்திக் கேட்டா வந்து பாருங்கன்னு சொல்லுதானுவோ ... இதுக்கு வேண்டி விசா அடிச்சி வேலமெனக்கட்டுப் போய்ப் பாத்துட்டு வரமுடியுமா ...”

ஒன்றிரண்டு பேர் பொசுக்கெனச் சிரித்தார்கள். வழியில் நின்ற சிலரிடம் அஹமது கைகுலுக்கி விசாரித்துக்கொண்டே சுக்காப்பி கடைமுன்னால் வந்தவன் பேசிக்கொண்டே திடீரென சுல்தான் பிள்ளையிடம் கேட்டான்.

“கொஞ்சம் ஐஸ்வாட்டர் தாங்கோ ...”

“என்ன வோட்டரு ..? ...” மூஞ்சியை ஒருமாதிரியாக வைத்திருந்தார்.

“ஐஸ் வாட்டர் ...”

“பரியாசடிப்பு நமக்கிட்டே வேண்டாம் ...”

“என்ன நீங்கோ ... சவுதியிலவந்து பாருங்கோ ... பிரிட்ஜ் இல்லாத கடையே இல்லை ... நீங்கயெல்லாம் என்னைக்குத் தான் முன்னேறப்போறியோன்னு தெரியலே ...”

சுல்தான் பிள்ளை வெத்திலை எச்சிலை கூட்டித் துப்பி விட்டுத் திரும்பியபோது அஹமது கடந்து போனான்.

“போயிட்டானா ... கெப்பரபாக்கலியா ... அஞ்சாலு அலுப்பு வச்சிக் கொடுக்கலாம்னுதான் பாத்தேன் ... ம் ... வரட்டு கோம்ப பயலுவ நாலு சக்கரம் கையில வந்துட்டுன்னா ... படச்சவனே ...”

புலிக்குட்டி மம்மலி ஒரு தினுசாய்ச் சிரித்துக்கொண்டே,

“ஒய் ... ஒரு கப்பு ஐஸ்வாட்டர் தாரும் ...”

"போல... போல..." சுல்தான் பிள்ளை கோவப்பட்ட போது ஐஸ்வாட்டர் விசயம் ஊரில் பரவலானது.

ராத்திரி ஒன்பதரை மணிக்குச் சிங்கப்பூர் கள்ளன் கடையில் சுல்தான் பிள்ளைக்கு போன்வந்தது. அவருக்கு ஆச்சரியம்.

"எனக்கு எவன்டே போன்பண்ணுவான்..."

"ஒமக்குத்தான்... சுக்காப்பிக் கடை சுல்தான் பிள்ளை நீர்தானே..."

சுல்தான் பிள்ளை வேகமாகப் போய் போனை எடுத்து "இதுல எதடே காதுல வைக்கணும்..."

"ம்... அத வையும்..."

"ம்... ஹலோ..."

"யாரு சுக்காப்பிக் கடை சுல்தான் பிள்ளையா...?"

"ஆமா..."

"அர்ஜெண்டா ஒரு கப் ஐஸ்வாட்டர் வேணும்..."

"யாருலே... நீ..."

"ஒரு கப் ஐஸ்வாட்டர் வேணும்..."

"ஒங்க வாப்பாட்ட போய்க் கேளுலே..."

"ஐஸ்வாட்டர்... ஐஸ்வாட்டர்..."

அறுத்துக் கிழித்தார்..." யாருலே... நீ..."

"நானா... நான் அகமது..." போனை வைத்துவிட்டான். சுல்தான் பிள்ளைக்கு வியர்த்துக் கொட்டியது.

"எல்லாவனுக்கும் பரியாசமா போச்சி... பண்ணிக்குப் பொறந்தவனுவோ..." கையிலிருந்த சுக்காப்பிக் கப்பை வீசி எறிந்துவிட்டுப் புலம்பிக்கொண்டே கிடந்தவர் மறக்காமல் நாட்டுக் கோழி முட்டையைக் கையில் எடுத்துக்கொண்டு விரிசாக்கை இழுத்துக்கட்டிக் கடையை மூடிவிட்டுப் பள்ளிப் பக்கத்தில் வந்து நின்று தெருவைப் பார்த்தார். தெருவில் ஹமீதுசாகிபு வீட்டுக்கு முன்னால் மட்டும் லைட் எரிந்தது. பெட்டிப் பிரிப்பு நடக்கும் எனச் சுக்காப்பி சுல்தான் பிள்ளை தீர்மானித்ததைப்போலவே ராத்திரி பத்து மணிக்குமேல் ஹமீதுசாகிபு வீட்டில் தாஸீம்பி தலைமையிலும் தாஸீம்பியின் தங்கச்சிமகன் அழயாண்டத்துக்காரன் முன்னிலையிலும் அஹமது பெட்டியைப் பிரித்தான். ஆயிஷா உள்வீட்டின் கதவுக்குப் பின்னால் பார்த்துக்கொண்டே நின்றாள்.

ஓதி எறியப்படாத முட்டைகள்

ஏழோ எட்டோ வெளிநாட்டுச்சேலைகள் இருந்தன. ஹமீதுசாகிபு கதவுக்குப் பின்னால் நின்ற ஆயிஷாவிடம்,

“ஆயிஷாம்மா கொஞ்சம் தண்ணி கொண்டா . . ? . . .” ஆயிஷா அடுக்களைக்குப் போனதும் ஹமீதுசாகிபு மெதுவாகக் கேட்டார் . . . “சேலை யாருக்கு . . ?”

“மைனிக்கு நாலு . . . ம்மாக்கு ஒண்ணு . . . சின்னம்மா மொவளுக்கு ஆளுக்கொண்ணு . . .”

“ஒண்ணமட்டும் அவள்ட்ட கொடு . . . பாக்கிய நான் பாத்துக்கிடுதேன் . . .”

ஆயிஷா தண்ணியோடு வந்தாள்.

“பிள்ளே . . . இன்னா ஒனக்க மாப்பிளை கொடுத்து விட்டது” தாஸீம்பி ஒருசேலையை எடுத்து ஆயிஷாவிடம் நீட்டினாள். ஆயிஷாவுக்கு அந்த நிறம் பிடிக்கவில்லை. அவளுக்குப் பிடித்த நிறத்தில் மூன்று சேலைகள் தாஸீம்பியின் மடியில் கிடந்தன.

ஒரு பெட்டியில் தனியாக இருந்த ஒரு சின்ன பார்சலை எடுத்து அஹமது வாப்பாவிடம் நீட்டினான்.

“இத மாமாட்ட கொடுக்கச் சொல்லி அண்ணன் தந்தான் . . .”

“எந்த மாமாட்ட . . .”

“மைனிக்க வாப்பாட்ட . . .”

தாஸீம்பியின் முகம் கோணியது . . .” ம் . . .” ஹமீதுசாகிபு வாங்கிவைத்துக்கொண்டேபோது உள்ளே என்ன இருக்கும் என அவரின் மனம் தவியாய்த் தவித்துக்கிடந்தது. அந்தத் தவிப்போடுதான் தூங்கப்போனார். தூங்கப்போகும் முன்னால் வெளிலைட்டை அணைத்துவிட்டு வாசலில் இறங்கிப் பார்த்த போது சுக்காப்பி சுல்தான் பிள்ளை பள்ளி முக்கில் பம்மி நிற்பதைக் கவனித்த அவரின் மனம் யோசிக்கத் துவங்கிய போது முன்னறையில் மணி பதினொன்று அடித்தது. அனக்கமில்லாமல் நின்றுகொண்டே கவனித்தார். பம்மிப்பம்மி வடக்குப் பக்கமாக அம்மங்குண்டை நோக்கி நடப்பதைப் பார்த்து என்ன மயிரும் ஆயிட்டுப்போட்டு எனச் சுக்காப்பி சுல்தான் பிள்ளைக்குத் தெரியாமலே பின்தொடர்ந்து போனார்.

விடிந்தும் விடியாத காலைப்பொழுதில் ஹமீதுசாகிபு ஹைதரைக் கூப்பிட்டுவிட்டது ஹைதருக்கும் குச்சித்தம்பிக்கும் மலைப்பாக இருந்தது. நேற்றுக்காலையே ஜின்னா நிச்சயம் அஹமதிடம் ஹைதருக்கு ‘விசா’ கொடுத்துவிடுவான் எனக் குச்சித்தம்பியின் மனம் திரும்பத்திரும்பச் சொல்லிக்கொண்டே

இருந்தது. அந்த நம்பிக்கையோடுதான் ஹைதரை அனுப்பி கார்பிடித்துக் கொடுத்துவிட்டு அகமதின் வருகைக்கு முந்திய இரவு தூங்காமல் கனவுகளில் சிறகடித்துப் பறந்தார். காலையிலே காதர்சாகிபு கடைமுன்னால் வந்து தெக்கும் வடக்குமாக நடந்து நடந்து மணி பாத்துச் சுத்தினார். ஹைதரும் சுத்திச் சுத்தித்தான் வந்தான்.

"வாப்பா ... அனக்கம் என்னமும் உண்டுமா ..? ..."

"இப்போ காணும் எங்கேயும் போயிராதே ... எனக்கு அபிப்பிராயம் விசா ... கொண்டு வருவான் ... படச்சவன் பாத்துக்கிடுவான் ..." வாப்பாவும் மகனும் ரகசியம் பேசிப் பம்மி நிற்பதைப்பார்த்துத் தனது வழக்கமான பரிவாரங்களுடன் நின்ற சுலைமான் இன்றைக்கு எடுத்துக்கொண்ட விசயம் அரேபியா பற்றியதாக இருந்தது.

"அரேபியாவுல எங்க தோண்டுனாலும் பெட்ரோல் தான் ... நாம்மே கிணத்துல தண்ணிகோருதோம்லா இதே மாதிரி பெட்ரோல்கோர வேண்டியதுதான் ... சுங்கான் கடை மலையப்போலத் தங்க மலையா கிடக்கும் ... படச்சவன் அந்த மண்ணுல செல்வத்த குவிச்சிட்டான் ..."

"இங்க இருந்து போறவனுவளுக்கு சல்லிக்க சைஸீல ஒரு துண்டு கெடைச்சாலும் கோளுதானே ..." சொல்லிக்கொண்டே புலிக்குட்டி மம்மலி புளிச்ச சிரிப்புச் சிரித்தான்.

"தங்க மலைக்கிட்ட நம்மாளுபோனா தொலிய பறிச்சிறு வானுவோ ..."

"அசந்த நேரத்துல ஒருதுண்டப் பேத்துறணும் ..." மியன்னா குறுக்கிட்டுச் சொன்னார்.

"யாருடே இவன் ... அமெரிக்காகாரனாக்கும் காவலு ... ஒண்ணும் புடுங்க முடியாது ... சென்னிய பேத்துருவான் ... ஒனக்கு அமெரிக்காகாரனுக்க இது தெரியுமா ... நம்ம ஊட்ல சுச்சிபோட்ட உடனே லைட் எரியுவு பாத்தியா ... இதுபோல ஒரு சுச்சிவச்சிருக்கான் ... தட்டிட்டான்னா துனியா போக்கு ..."

"அமெரிக்காக்காரன் படமயிரு வைப்பான் ... துனியா என்னமோ அமெரிக்காகாரனுவளுக்க குட்டியாப்பாக்க கொட்டையில இருக்குன்னு நெனச்சியிருக்கியோ ..? சுச்சு தட்டுவானாம் ... துனியா போக்காம் ... அவனுவளுக்க வாப்பாக்க கல்யாணத்துல வெளம்புன பப்படம்னு நெனப்பு ... போடே அப்புறம் ... வேலமயிரு இல்லாம". பரிவாரத்திலிருந்து மியன்னா வாயைப் பொத்திக்கொண்டு போனார். சுலைமானின் உலக ஞானத்தில் பலரும் மலைத்து நின்றார்கள். அஹமதின் வருகைக் காகத் தள்ளி நின்ற குச்சித்தம்பிக்கும்கூட அந்த மலைப்பும் வந்துபோனது. ஊருக்குள் முதன்முதலில் டேப்ரிக்கார்டரை

அறிமுகப்படுத்தியதும் சுலைமான்தான். இருபது இருபத்தைந்து வருடங்களுக்கு முன்னால் சுலைமான் பட்டணத்தில் அவனின் உறவுக்காரச் சிங்கப்பூர் சபுராளி டேப்ரிக்கார்டு கொண்டுவந்ததை வாங்கி ஊருக்குக் கொண்டுவந்தான். கடைப்பக்கம் ஒருபாடு கூட்டம்... ஒரு பட்டனை அமுக்கி வைத்துவிட்டு சால் சாயிப்பிடம் "ஓய்... பேசும்..." என்றபோது,

"ஹலோ... அலோ..."

பட்டனைத்தட்டி மாத்தி மீண்டும் டேப்ரிக்காடைத் தூக்கிப் பிடித்தான். சத்தம் திரும்பக்கேட்டதும் கூட்டம் அரண்டுவிழி பிதுங்கி நின்றது. ஒன்றிரண்டு பேர்களுக்குக் கண்ணீர் கசிந்தது.

"நான் ஒருக்கச் சொல்லட்டா..."

"ம்"

"அலோ... அஸ்ஸலாமு அலைக்கும்..."

திரும்பவும் டேப் அலோ... அஸ்ஸாமு அலைக்கும் எனச் சொன்னது.

"இது என்னடே... அலைக்கும் வஸ்ஸலாம்... சொல்லாதா..."

"அப்போ ஒம்ம வாப்பாட்டதான் சொல்லணும்..."

கூட்டம் சிரிக்கும்போதே பள்ளி மோதியார் வந்தார். கூட்டம் அவரை உசுப்பேத்தியது.

"லெப்பே... ஒரு பாத்தியா ஓதுங்கோ..."

"அல் பாத்திஹா..."

ஆமீன் சத்தம்... உச்சத்துக்குப் போனது. அதிசயம் நிகழ்த்தும் அற்புத மனிதனாய் சுலைமானை ஊர் பார்த்து. இதைப்போலே போட்டோ எடுத்த உடனே போட்டோ வெளியே வரும் கேமிராவையும் ஊருக்கு அறிமுகப்படுத்தியவனும் சுலைமான்தான். போட்டோவைப் பார்த்துவிட்டு வெள்ளிக்கிழமை ஜும்மாவுக்கு வந்த ஆலிம் சொன்னார்.

"கியாமத்து நாளு நெருங்கிட்டு... அதுக்கு இதான் அடையாளம். இந்த போட்டாவுல நின்னு படச்சவனுக்க சாபத்த வாண்டதைங்கோ..."

போட்டாவுக்கு முதல் ஆளாக நின்ற மம்மக்கண் ஆலிமிடம் பதறியபோது "பயப்படாண்டாம்... தண்ணி ஓதித் தாறேன் குடி. சரியாவும்... படம் எடுத்தானே அவனுக்கு உயிரு கொடுக்க முடியுமாலே..." இதன்பிறகு போட்டோ விசயத்தில் நினைத்த அளவுக்கு சுலைமானுக்கும் பேர் கிடைக்கவில்லை.

குச்சித்தம்பி நீண்டநேரக் காத்திருப்புக்குப் பிறகு அகமதை அழைக்கப்போன கார்வந்தது. கூடமாட நின்றபோதும் விசா பற்றிய பேச்சு எழாமல்போன கவலையோடு நேற்று நகர்ந்து போனவருக்குக் காலையிலேயே ஹைதரைக் கூப்பிட்டுவிட்ட போது குச்சித்தம்பிக்கு உற்சாகமாகிப்போனது. "லே . . . வாப்பா ஓடிப்போய்க் கேளு . . ." ஹைதரை அனுப்பிவிட்டு ஆவலாய்த் தெருநடையில் உட்கார்ந்தார்.

ஹைதர் வேகவேகமாக ஓடி ஹமீதுசாகிபைத் தேடிவரும் போது அவர் சாத்தான்கோயில் முக்கில் கையிலிருந்த பார்சலை தோள்துண்டால் மறைத்துக்கொண்டே நின்றார். ஹைதர் என்ன மாமா . . . வெனக் கிட்டபோனதும் தொடங்கினார்.

"எனக்கொரு ஒபகாரஞ் செய்யணும் . . ."

ஹைதர் எப்போதுமில்லாத வியப்போடு பார்த்தான்.

"சுக்காப்பி சுல்தான் பிள்ளை . . . எங்கிட்ட ரொம்ப வேலை காட்டுதான் . . . அன்னைக்கு அலிகுந்தும்மலுக்குச் சுக்காப்பிய கொடுத்து எளக்கிவுட்டது அவன்தான் பாத்துக்கோ . . ."

ஹைதர் புரியாமல் ஹமீதுசாகிபின் முகம்பார்த்து நின்றதைப் புரிந்துகொண்டே தொடர்ந்தார்.

"அவன் ஏதோ பிரச்சனையில் அம்மங்குண்டுல முட்டை எறியுதான் . . . கரக்டா ராத்திரி பதினோருமணிக்கு . . . மனசில வச்சிக்கோ . . . ஒன்னய நம்பித்தான் சொல்லுதேன் . . . ஒரு மனுசனுக்குத் தெரியப்புடாது . . . நீ ஒரு நாட்டுக்கோழி முட்டை யோடு நடுக்கொளத்துல கெடக்கணும் . . . சுக்காப்பி சுல்தான் பிள்ளை முட்டைய கொளத்துக்குள்ள எறிஞ்ச உடனே . . . நீ கொளத்துக்குள்ள கெடந்து முட்டையத் திருப்பி அவன் மூஞ்சிக்கு எறியணும் . . . தாயழி பேடிச்சித் தூறியே சாவான் . . ."

ஹைதருக்குச் சிரிப்பு வந்தது . . .

"ஹைதர ரொம்ப ரகசியம் . . . ஒனக்க வாப்பாக்கு வரைக்கும் தெரியப்புடாது."

ஹைதருக்குக் கொஞ்சம் கஷ்டமாக இருந்தது. ஆனாலும் ஹமீதுசாகிபுக்கு நேராக மறுக்கமுடியாது. அவரோடு நெருக்கத்தை ஏற்படுத்தவே விரும்பினான்.

"சரி மாமா . . . பாத்துக்கிடுதேன் . . . நீங்க போங்கோ . . ."

கெப்பர் சிரிப்போடு ஹமீதுசாகிபு துளசிவிளை நோக்கி நடந்துபோனார். துளசிவிளை இருந்ததுக்கான எந்தச் சுவடும் இல்லை. பெரியபாதையும் குறுக்குப்பாதையுமாகப் பரந்து விரிந்த காலிமனைகளாக இருந்தது. ஒன்றோரெண்டோ வீடு களுக்கு அஸ்திவாரம் போடப்பட்டிருந்ததைப் பார்த்துக்

கொண்டே மறைவை நோக்கி நடக்கும் உத்தேசத்துடன் நடந்துபோனார். ஆள் நடமாட்டமில்லாத பிராந்தநேசேரி குளத்து முக்கில் கொல்லாமாவுப் படப்பின் தாழ்ந்த கிளையில் மறைவாக உட்கார்ந்துகொண்டு பார்சலைப் பிரித்துப் பார்த்தார். வெள்ளைச் சட்டைத்துணியும் பேன்று துணியும் பனியனும், தஸ்பீகு மாலையும், யாட்லி பவுடர், ப்ரூட் சென்டும் இருந்தது. கூடவே ஒட்டப்பட்ட ஒரு கடிதம். தோள் துண்டால் வியர்வையைத் துடைத்துக்கொண்டே கடிதத்தை பிஸ்மி சொல்லிப் பிரித்தார். காகிதத்தோடு இரண்டு ஐந்நூறு ரியால் நோட்டும் இருந்தது. ஹமீதுசாகிபு அசங்கவில்லை கடிதத்தைப் படித்தார்.

அஸ்ஸலாமு அலைக்கும்!

அன்புள்ள யாயா மற்றும் மாமி அறிய ஹமீதுசாகிபின் கரம் இதுவரை இல்லாமல் நடுங்கத் தொடங்கியது. படச்சவனே என முணுமுணுத்துக்கொண்டே தொடர்ந்து படித்தார்.

இறைவன் அருளால் நான் நலம் அங்கு உங்கள் எல்லோர் நலனுக்கும் இறைவனிடம் வேண்டுகிறேன். பேன்றும், பனியனும் மைத்துனர் மைதீனுக்குக் கொடுக்கவும். சர்ட்டு உங்களுக்கு. மேலும் ஆயிரம் ரியால் கடிதத்தில் வைத்துள்ளேன். மைதீனிடம் கொடுத்துக் கோட்டாத்தில் மாற்றிக்கொள்ளவும். ஆயிஷாவை நன்றாகக் கவனித்துக்கொள்ளவும். நீங்கள் சொத்து எழுதிக் கொடுத்த விபரமெல்லாம் அறிந்தேன். மன்னித்துக் கொள்ளவும் பணத்தேவைகள் இருந்தால் கூச்சப்படாமல் எழுதவும். என்னை வேறு ஆளாக நினைக்கவேண்டாம். குச்சித்தம்பி மாமா மகன் ஹைதருக்கு விசா கொடுத்து அனுப்பியுள்ளேன். ரியால் மாற்றியதும் அவரிடம் ரகசியமாக ஆயிரம் ரூபாய் கொடுக்கவும். இங்கே குளிர்காலம் துவங்கி விட்டது. வேறு விசேசம் ஒன்றுமில்லை. ஆயிஷாவை நன்றாகக் கவனிக்கவும். மற்றவை உங்கள் அன்பான கடிதம் கண்டு.

தங்கள் அன்பு மருமகன்
ஜின்னா

ச்சி தேவுடியா மவன் ... பல்லைக் கடித்துக்கொண்டார். தீவிரமான ஒரு யோசனை பிரமாண்டமான நீர்ச்சுழியாக அவரைச் சுழற்றியது மூச்சுத்திணறி விழிபிதுங்கி வெளிச்சாடியதைப் போல ஒரு சக்ராத்கால் போராட்டம். பெருமூச்சி விட்டபடி எழுந்தபோது கொல்லாமாவுக் கிளை அவரின் பின்னந்தலையில் தட்டியது.

“யா ... ரப்பே ...” தலையை அழுத்தித் தடவிக்கொண்டே ரெண்டு ஐந்நூறு ரியால் நோட்டுகளைச் சட்டைப்பையில் வைத்தார். கடிதத்தைத் துண்டுதுண்டாகக் கீறிக் காற்றில்

பறக்க விட்டார். பார்சலை முன்புபோலவே பக்குவமாக ஒட்டிக்கொண்டு எழுந்து நடந்து சாவகாசமாகத் தெருவுக்குள் வந்து முகத்தின் நிறம் மாற்றி மொய்துசாகிபின் வீட்டுக்குள் நுழைந்தார்.

“அஸ்ஸலாமு அலைக்கும்!”

“அலைக்கும் வஸ்ஸலாம் ...” மொய்துசாகிபுக்கு மலைப்பாக இருந்தது. சுபைதா, குரல் கேட்டு ஓடிவந்தாள்.

“அண்ணன் சொகமா இருக்கியளா ..? ...”

“அல்ஹம்து லில்லாஹ் ...”

“இரிங்கோ ... பிள்ளே ... சாயாபோடு ...”

“உங்க மருமவன் கொடுத்துஉட்டது ...” உங்க என்ற வார்த்தைக்கு முன்னெப்போதுமில்லாத அளவுக்கு அழுத்தம் கொடுத்தார்.

“என்னது ...”

“யாருக்குத் தெரியும் ... ஒட்டிக் கொடுத்திருக்கான் ... அந்த மேனிக்குக் கொண்டு வாறேன் ...”

“அண்ணன் பிரிச்சிப் பாக்க வேண்டியதுதானே ... நமக்குள்ள என்ன இருக்கு ...” சாயாவோடு வந்த சுபைதா சொன்னதும் ...

“சே ... சே ... என்ன இருந்தாலும் பிரிக்கது ஞாயமில்லலா ... ம் ... ஆயிஷாம்மாக்கு இது எத்தன மாசம் ...”

“அஞ்சு முடிஞ்சி ஆறு ... பேரன்தான் ... கனவு கண்டேன் ...”

சுபைதா சொன்னதும் மொய்துசாகிபுக்கும் ஹமீது சாகிபுக்கும் சிரிப்புச்சாடியது.

“அஹமதுக்கு ஒண்ணும் பாக்கலியா ..? ...”

“ஒருக்கக்கூடப் போயிட்டு வரட்டும்னு பாக்கேன் ...”

“பிராயம் ஆச்சில்லா ...”

“ம் ... நெசிபு பிரகாரம் நடக்கட்டும் ... சரி நான் கிளம்புதேன் ...” எல்லாரும் வீட்டுக்கு வாங்கோ ...” புன்னகையோடு வெளியேறியபோது மொய்துசாகிபுக்கு மலைப்பாக இருந்தது.

“ஆளு நல்ல மனுசன்தான் ...” சுபைதா ஆமோதித்தாள்.

மருமகன் கொடுத்தனுப்பிய பார்சலைப் பிரிப்பதற்காக சுபைதாவும் மொய்துசாகிபும் ஆனந்தமாய் உள்ளே போனார்கள்.

மொய்துசாகிபின் வீட்டிலிருந்து இறங்கிக் கடைப்பக்கம் வந்த உடன் ஹமீதுசாகிபு அஹமதைத் தேடினார். “போன்

பண்ணுனது நா இல்லே ...” எனச் சுக்காப்பிக் கடை சுல்தான் பிள்ளையிடம் வழக்குப்போட்டுக்கொண்டிருந்த அஹமதைக் கைதட்டிக் கூப்பிட்டபோது கூலிங்கிளாஸைக் கழற்றிக்கொண்டே கிட்டே வந்தவனிடம் ரகசியமாகப் பேச்சைத் துவங்கினார்.

“அண்ணன் யாருக்கெல்லாம் லெட்டர் கொடுத்து விட்டான் ...”

அஹமது வாப்பாவைப் புரியாமல் பார்த்தான்.

மீண்டும் அதேகேள்வியை தீர்க்கமாக வைத்தார்.

“குச்சித்தம்பி மாமா மொவன் ஹைதருக்கு ...”

“லெட்டர கொடுத்திட்டியா ..? ...”

“இப்போதான் வாங்கிட்டுப்போறான் ...”

ஹமீதுசாகிபு முகத்தை அழுத்தித் துடைத்தபோதும் ஆசுவாசம் கிடைக்கவில்லை.

“ம் ... வேற யாருக்கெல்லாம் ...”

“மைனிக்கு ... காலையிலே கொடுத்துட்டேன் ...”

“ஹைதர்ட்ட விசா விசயம் சொன்னியா ..?ஃ...”

“ம் ... லேசா சொன்னேன் ...”

“ம் ... இல்லே ... திருவாங்கோட்ல ஒருத்தன் நாப்ப தாயிரத்துக்கு விசா கேக்குதான் ... நாப்பதாயிரம் கைக்கு வந்தா கொஞ்சம்கூடத் தேத்திக் காலனியில ... ஒனக்க பேர்ல ... பிளாட் வாங்கிப் போடலாம்னு பாத்தேன் ... ம் ...” பொற மண்டையைச் சொறிந்துகொண்டே யோசித்தார்.

“விசா விசயத்த தெளிவாச் சொன்னியா ... இல்லே சும்மா பேச்சி வாக்குல உட்டியா ... ம் ... விசா பேப்பர் ...”

“நம்ம வீட்லதான் இருக்கு ...”

“அவசரப்படாண்டாம் ... பாப்போம் ... சும்மயா கெடக்கு ரூவா நாப்பதாயிரம் ...” குரல் கம்பீரமாக விழுந்தது. ஆனாலும் அந்த முகத்தில் யோசனை ரேகை பாம்பாய் படமெடுத்து நின்றது.

பள்ளியில் லுகர் தொழுகைக்குப் பாங்கு சொல்லிச் சத்தம் கேட்டதும் அஹமதைப் போகச் சொல்லிவிட்டு ஹமீதுசாகிபு ஹவுளை நோக்கி நடந்தார். காலையும் கையையும் அழுக்குப் போகத் தேய்த்துக்கழுவிய போதும் மனம் யோசித்துக்கொண்டே இருந்தது.

பள்ளிவேம்பின் காத்து முகத்தில் அடித்துப் போனது போல ஆயிஷாவுக்கு மனம் முழுவதும் மகிழ்ச்சி நிரம்பிக்கிடந்தது. அதுவும் ஜின்னா எழுதிய கடிதவரி யில் 'நீ என்னிடம் சொன்னதுபோல நான் ரொம்பவும் சிரமப்பட்டு ஹைதருக்கு விசா எடுத்துள்ளேன். வேலைக்குக் கூட ஏற்பாடு செய்துவிட்டேன். குச்சித்தம்பி மாமா வீட்டுக்கு வந்தால் நான் விசாரித்ததாகச் சொல். உன் வாப்பாக்குக் கடிதத்தில் ஆயிரம் ரியால் வைத்திருக்கேன் வீட்டில் சொல்லவேண்டாம். உனது வாப்பாக்கு விபர மாக எழுதியுள்ளேன்... அவரிடம் கேட்டுத் தெரிந்து கொள்... கடைசிவரியைத் திரும்பத்திரும்ப வாசித்தாள், "உன் வீட்டுக்குப் போகவேண்டுமானால்... ம்மாவிடம் சொல்லி விட்டு ஒரு பத்துநாள் போய் இருந்துவிட்டு வா... உடல்நிலையை நன்றாகக் கவனித்துக்கொள்."

ஊஞ்சலில் உட்காரவைத்து ஆட்டிக்கொண்டே கத்துப்பாட்டு பாடிய ஜின்னாவின் ஓர்மையை நீண்ட நேரம் நெஞ்சில் நிறுத்திப் பார்த்துக்கொண்டே கடிதத்தை மடித்து வைத்துவிட்டு மாமியிடம் வந்தாள். நேற்று மாலையில் பார்த்த அழகு தேவதையின் ஐசுவரியமுகம் ஓர்மையில் வந்தது. கருக்கலுக்குப் பிறகு தேவதையின் முகத்தில்தான் பிறை பூத்தது. தேவதையின் ஐசுவரிய முகத்தின் வெளிச்சம் ஆயிஷாவின் முகத்தில் அப்படியே அற்புதப்பேரழகோடு பூத்துவிரிந்து கிடந்தது.

"மாமி..."

மென்மையான குரலில் ஈர்க்கப்பட்டுத் தாஸீம்பி 'என்ன' என்பதுபோலப் பார்த்தாள்.

"நான்... பத்துநாளு எங்க ஊட்ல இருந்துட்டு வரட்டா... அவுங்கோ லெட்டர்ல எழுதிருக்கு... ம்மாட்டச் சொல்லிட்டு... போயிட்டுவான்னு..."

ஒதி எறியப்படாத முட்டைகள்

அஹமதோடு சுதந்திரமாகப் பேசுவதற்கும் அவன் கொண்டு வந்த பொருட்களை ஓதும்பாடாக்குவதற்கும் ஆயிஷா தடையாக இருப்பதைத் தாஸீம்பி உணர்ந்திருந்தாள். பத்துநாள் ஆயிஷா அவள் வீட்டுக்குப்போனால் அது தனக்குத் தோதாக இருக்குமென யோசித்த பிறகே "ம் . . . உச்சைக்குச் சாப்பிட்டுப் போயிட்டு வா."

வாரச்சிமரத்தில போட்ட ஊஞ்சலில் மைமூன் கும்பம் எடுத்து விடும்போது உடல் முழுவதும் சிலிர்க்குமே அதைப் போலத்தான் ஆயிஷாவுக்கு இப்போது இருந்தது. உடைகளையெல்லாம் மடக்கிப் பெட்டியில் வைத்தபோது மறக்காமல் ஜின்னா கொடுத்துவிட்ட அரேபியா சாரியையும் எடுத்து வைத்துக்கொண்டு அறையைவிட்டு வெளியே வந்தவளிடம் தாஸீம்பி சொன்னாள்.

"பிள்ளே . . . மருந்தையும் எடுத்துக்கோ . . . மறந்துறாதே . . . ம் . . ."

"சரி மாமி . . ."

ஆயிஷா எல்லாம் எடுத்துக்கொண்டு உடைமாத்தித் தயாராகவே மீண்டும் வெளியே வந்தாள். பசிக்கவில்லை . . . ஆனாலும் உச்சைக்கு சாப்பிட வேண்டும் . . . உடனடியாகப் புறப்பட்டுப்போய் என்னப் படச்சவனே . . . என உம்மாவின் மடியில் போய் விழவேண்டும் எனத் தீர்மானித்துக்கொண்டாள் . . . ம்மாவோடு பேசுவதற்கு அவளுக்கு விசயங்கள் இருந்தன.

லுஹர் தொழுதுவிட்டு ஹமீதுசாகிபு வீட்டுக்கு வந்தபோது ஆயிஷாம்மா தான் புறப்பட்டு நிற்பதை அவருக்குக் காட்டிவிடும் நோக்கில் முன்அறைக்கு அவர் பார்வையில் படும்படி வந்தாள். அவளின் முகப்பொலிவைப் புரிந்துகொண்ட ஹமீது சாகிபு கேட்டார்.

"ஆஸ்பத்திரிக்கு என்னமும் போறியளா . . ? . . ."

"இல்லே மாமா . . . எங்க வீட்டுக்குப் போறேன் . . . பத்து நாளு இருந்துட்டு வரலாம்னு . . . அவங்கோ எழுதிருக்காங்கோ . . . மாமி . . . கொண்டு உடேன்னு சொன்னாங்கோ . . ."

ஒன்றிரண்டு நிமிடங்கள் மௌனமாக எதுவும் பேசாமல் யோசித்தார். ஆயிஷா வீட்டுக்குப் போவது அவ்வளவு உசிதமல்ல என்பதை உணர்ந்துகொண்டு "இன்னும் ரெண்டுமாசம் போனா . . . ஏழுமாசமாவும் . . . ஒரேயடியா சூல்வச்சிக் கூட்டிட்டுப் போட்டு . . . இப்போ போவாண்டாம் . . ." சொல்லிவிட்டு எரிச்சல் படுபவரைப்போல முகத்தைத் திருப்பிக்கொண்டார் . . .

"மாமா அவுங்கதான் லெட்டர்ல எழுதிருக்கு ..."

"எனக்கு எழுதலியே ..."

ஆயிஷா உடைந்து நொறுங்கினாள் ... அழுகை வந்து ... அடக்கிக்கொண்டபோதும் கண்களைச்சுற்றி நீர் திரண்டு சாடக்காத்திருந்தது. ஹமீதுசாகிபின் பேச்சைக் கதவுக்குப் பின்னால் நின்று கேட்டுக்கொண்டிருந்த தாஸீம்பி எதுவும் தெரியாதவள் போல வந்தாள்.

"என்னளா நெனைச்சிருக்கியோ ... ஆயிஷாம்மா இப்போ போவாண்டாம் ..."

"போயிட்டு வரட்டேன் ..."

"போவாண்டாம் ..."

ஹமீதுசாகிபின் அக்னிப்பார்வையை எதிர்கொள்ள முடியாமல் தாஸீம்பி ஆயிஷாவைப் பார்த்தாள் ... ஆயிஷா அழுதுகொண்டே அறைக்குள் போனாள். வீடு மௌனமானது. ஆனாலும் அறைக்குள்ளே ஆயிஷாவின் விசும்பல் சத்தம் வெளியே போக முடியாமல் முட்டிமோதி உள்ளே அடங்கி யதை ஹமீதுசாகிபு கண்டுகொள்ளாமலேயே யோசனையில் ஆழ்ந்திருந்தார். கிழித்து வீசிய மொய்துசாகிபின் கடிதவரிகள் ஓர்மையில் இருந்தன. குச்சித்தம்பிக்கு ஆயிரம் ரூபாய் கொடுக்கச் சொன்னதைக் குச்சித்தம்பிக்கும் எழுதி இருப்பானோ ... பலவாறு யோசித்தார். சமாளிப்புத் திட்டம் பலவழிகளிலும் அவரின் மனதில் முளைத்து வளர்ந்தது. எழுந்து பள்ளிப்பக்கம் வந்து குச்சித்தம்பியைத் தேடினார். "அவன் காலையிலேயே கோட்டாத்துல இறச்சி எடுத்துட்டு சைக்கிள்ல பாய்ஞ்சி போனான் ..." என மோதியார் சொன்னபோது யோசனை யோடு பள்ளிப்பக்கத்தில் நின்றார்.

"ஹைதருக்கு ... அண்ணன் விசா தந்து உட்டுருக்கு ... போவத்துல எங்கூடவே வந்துரலாம் ..." அஹமது காலையில் சொன்னபோது குச்சித்தம்பின் மனம் மகிழ்ச்சியால் துள்ளிய துள்ளலின் உயரத்த படச்சவன் அறிவான் ... அந்த உற்சாகப் பெருக்கோடுதான் சைக்கிளை எடுத்துக்கொண்டு பறந்துபோய் இளங்கடையில் கால்கிலோ ஆட்டிறைச்சி எடுத்துக்கொண்டு வந்து செய்தூனிடம் கொடுத்து,

"கறி வைளா ... ஹைதருக்கு விசா வந்தாச்சி ..." வார்த்தை யில் கம்பீரம் தூக்கலாக இருந்தது. ஜலீலாவும் ஜமீலாவும் ... முகம் மலர்ந்து வாப்பாவைப் பார்த்தார்கள்.

“எனக்க செல்லமக்களே ... படச்சவன் கண்ணத் தொறந் துட்டான் ...” குச்சித்தம்பிக்கு அழுகை வந்தது ... ஜலீலா கண்களைத் துடைத்துக்கொண்டாள்.

உச்சைக்குச் சாப்பிடும்போதும் குச்சித்தம்பி தனது சோத்துத் தட்டில் கிடந்த நல்லிமுள்ளோடு ஒட்டிக்கிடந்த கறித்துண்டை எடுத்து ஹைதரின் தட்டில்வைத்துவிட்டுச் “சாப்பிடு மொனே ... அங்கயெல்லாம் ஒட்டகக் கறிதான் சாப்பிடவானுவளாம் ... அஹமது சொன்னான் ... உள்ளதா ..? ...”

“ஆமா ... நீ போயிட்டு வரும்போது ... அரைக்கிலோ ஒட்டகக் கறி கொண்டு வா ...”

ஜலீலா சொன்னதும் செய்தூன் உள்பட எல்லோரும் சிரித்தார்கள். அந்தக் குடிசையில் இப்படியொரு சிரிப்பு எழுந்து நீண்ட காலமாகிவிட்டதை நினைத்தபோது குச்சித் தம்பிக்கு மனம் எதைஎதையோ அசைபோட்டது. சாப்பிட்டு எழுந்ததும் ஹைதரிடம் சொன்னார்.

“ஹைதரே ... நைசா மொய்துசாகிபுட்ட ஆயிரரூவாய வாங்கணும். அஹமது மெடிக்கல் முடிக்கணும்னு சொன்னாம்புலா ... எப்படியும் நாமளும் கொஞ்சம் சக்கரம் பாக்கணும் ...”

பேசிக்கொண்டிருக்கும்போதே ... அனக்கம் கேட்டுத் திரும்பியபோது வாசலில் அஹமது நின்றான். அஹமதைக் கண்டதும் “வா ... வாப்பா ... இரி ...” செய்தூன் பாயை எடுத்துப்போட்டாள். அவனின் உடைக்குப் பாய் பொருத்த மில்லை என்பது அவளுக்குத் தெரிந்தாலும் அந்த உடைந்த சேரை இழுத்துப்போட விரும்பவில்லை. உள்ளே வந்தவனின் விசாரிப்பில் குச்சித்தம்பி ரொம்பவும் மகிழ்ந்து நிற்கும்போதே ஜலீலாவும், ஜமீலாவும் சமயல்கட்டுத் திண்டுச்சுவருக்குப் பின்னால் மறைந்தும் சுவரின் உயரம் போதாததால் விலக முடியாமல் கூச்சமுற்றே நின்றார்கள்.

அகமது உட்காராமல் நின்றுகொண்டே வீட்டைச் சுற்றிப் பார்த்தான்... சுவருக்கு பின்னால் நின்ற ஜலீலாமீதான அகமது வின் பார்வை தாண்டிப்போகாமல் நின்றபோது அவள் பளிச் செனப் பார்வையை தாழ்த்திக்கொண்டாள். அஹமது மீண்டும் பார்வையைச் சுற்றிக்கொண்டு வந்தது ஹைதரிடம் நிறுத்தினான்.

“சாப்பிடியா வாப்பா ...” குச்சித்தம்பி கேட்டபோது,

“வேண்டாம் ... தண்ணிமட்டுந்தாங்கோ ...” என்றான்.

“ஜலீலா ... கொஞ்சம் தண்ணிகொண்டா மோளே ...” ஜலீலா தண்ணிகோரி செய்தூனிடம் கொடுத்தாள். செய்தூன்

அஹமதிடம் நீட்டியபோது வாங்கிக் குடித்துக்கொண்டே மௌனமாகவே நின்றான். யாரும் எதுவும் பேசவில்லை. எல்லோரும் அஹமதைப் பார்த்துக்கொண்டே இருந்தார்கள். அஹமதுக்கு தர்மசங்கடமாக இருந்தது.

“தண்ணி நல்ல ருசி ... எந்தக் கிணத்துல உள்ளது ...” உரையாடலைத் துவங்கிவிட்டதில் அவனுக்கு ஆசுவாசம் கிடைத்திருந்தது.

“மைலாஞ்சி மூடு ... கிணத்துல உள்ளது ...”

“அந்தக் கிணறு இன்னும் கிடக்கா ..?”

“ம் ... ‘ஜலீலா தலையாட்டிச் சொன்னதும் அவன் நிமிர்ந்து பார்த்துச் சிரித்தபோது அவளும் சிரித்துக்கொண்டாள். சின்னவயதில் அவளோடு கயிறுவண்டி ஓட்டி மாவிளை முடுக்கில் நெஞ்சடிக்க விழுந்து முட்டங்கால் சறுக்கிக்கொண்ட அந்த நினைவு சிதறி விழுந்தது. அப்போது ஜலீலா ஏழோ எட்டோ வயசுக்காரி ... இரையாளத்தில் தாமரைப்பூ பறித்துக் கொடுத்தபோது “எனக்க அஹமதுல்லா ...” என மேலஊர்க் காரியிடம் சொன்ன வார்த்தைகள் எங்கோ ஆகாயத்தில் இருந்து அவன் காதுகளில் வந்து விழுந்தது. பிராயமானபிறகு அவளின் முகம் பார்த்ததில்லை. சரீரத்தின் எல்லா அம்சங் களையும் வாக்காக வைத்திருக்கும் ஜலீலாவை அவன் மனம் மீண்டும் மீண்டும் கள்ளக்கண் கொண்டு பாக்கத் தூண்டியது.

“எத்தனை மாசம் லீவு ...”

“எனக்கு ஆறுமாசம் லீவு உண்டு ... ஆனாலும் நான் மூணுமாசந்தான் நிப்பேன் ... ஹைதருக்கு விசாவுல ... வாப்பா என்னமும் சொல்லிச்சா ...”

“ஒண்ணுஞ்சொல்லலே ... நான் வாப்பாய தேடுனேன் பாக்கமுடியலே ... மீன்விப்பாளே பொன்னம்மா ... அவதான் காலையில வாப்பாய பிராந்தநேசேரி குளத்துக்கிட்ட கொல்லா மாவுப் படப்புல பாத்தேன்னு சொன்னா ... ஏதோ பார்சல கொண்டுட்டுப் போனார்னு ... அங்கே தேடிப் போனேன். ஆளக்காணலே ... அந்தாக்குல பள்ளிக்கிட்டே வந்தேன் ... உங்க மைனிக்க வாப்பா வீட்டுக்குப் போனதா ... அறிஞ்சேன் ...”

அஹமதுக்கு குழப்பமாக இருந்தது ... மனதில் திடீரென உருவம் தெரியாத வட்டத்தின் சுழற்சி ஆனாலும் பேச்சுவந்தது “ம் ... சரி ... ஹைதருக்கு ... இன்னும் ரெண்டு மூணுநாள்ல மெடிக்கல் முடிக்கணும் ... பத்து அறுநூறு எழுநூறு செலவா வும் ... ரூவா என்னமும் உண்டுமா ... எப்புடி ..? ...”

குச்சித்தம்பி மொய்துசாகிபிடம் ஜின்னா வாங்கச் சொன்ன ஆயிரம் ரூவா பற்றிய விபரம் சொல்லலாமா என்று யோசித்தார். ஆனாலும் ஜின்னா யாரிடமும் சொல்ல வேண்டாம் ரகசியமாக இருக்கட்டுமென எழுதியது நினைவுக்கு வந்தபோது யோசித்துக்கொண்டே அதை மறைத்துவிடும் உத்தேசமாகவே பேசினார்.

"புரட்டலாம் வாப்பா ... கஷ்டந்தான் பாப்போம் ..." ம் ... அஹமது எழுந்தான் ... அவனுக்குப் புறப்பட மனம் வரவில்லை ... பாய்தறியைப் பார்ப்பதைப்போல ஜமீலாவைப் பார்த்துக்கொண்டே கேட்டான்.

"யார் ... பாய் நெய்வா ..."

"அக்காதான் நெய்வா ..." ஹைதர் ஜலீலாவைக் காட்டினான்.

"முந்தி எல்லாவூட்லயும் தறி உண்டு ... இப்போ கொஞ்சந்தான் நாளாவட்டத்துல நசிஞ்சிரும் ... குறுக்கு முறிஞ்சிரும் ... ஆனாலும் ... ஜலீலா நாலு பாய் நெய்வா ..."

ஜலீலா பாடுபொருளாக மாறிப்போனதின் கூச்சத்தோடு நின்றாள். "நான் வாறேன் ... மாமா ... பொறவு வீட்டுக்கு வாங்கோ ..." எல்லோரும் வெளியேறிப்போன அஹமதைப் பார்த்துக்கொண்டே நின்றார்கள். அஹமதுக்கு என்னமோ போல இருந்தது. ஜலீலாவோடு சின்னப்பிள்ளையிலுள்ள பல நினைவுகளை அவனுக்குத் தெரியாமலே அவன் மனம் தோண்டி எடுத்துப்போட்டு மனம் முழுவதும் குவித்து வைத்தது. சப்பாத்து முக்குத் திருப்பம்வரை பார்த்துக்கொண்டே நின்ற ஹைதர் "வாப்பா எனக்குக் கொஞ்சம் வேல உண்டு. ராத்திரி நேரமாயிதான் வருவேன்."

"மொய்துசாகிபு வீட்டுக்குப் போவண்டமா ..? ..."

"நாளைக்குப் போலாம் ... பணத்த மாத்தி எடுக்கட்டு ..."

"ம் ... நேரத்தோடு வந்திரு ..." குச்சித்தம்பி அவனைக் கட்டுப்படுத்த விரும்பவில்லை. இன்னும் பத்தே நாளில் அரேபியா போகக்கூடியவன் ... நினைக்கும்போதே சந்தோசமாக இருந்தது.

ஹைதர் புளிமூட்டுக் கடையில் போய் நாட்டுக்கோழி முட்டை வாங்கி வைத்துக்கொண்டான். இஷா தொழுகை முடிந்து வெளியேவந்த ஹமீதுசாகிபிடம் எல்லாம்ரெடி எனச் சைகையாலே சொன்னபோது அவரும் கரைக்டா முடிச்சிரு என்பதுபோலத் தலையாட்டினார்.

பத்துமணிக்குப்பிறகு சுக்காப்பி சுல்தான் பிள்ளை விரிசாக்கை இழுத்துக்கட்டிக் கடையைப் பூட்டிவிட்டுப் பள்ளி பக்கத்தில் பம்மி நின்றபோது, ஹைதர் பத்திரகாளி வீட்டுக்குப் பின்னால் காசியின் தோப்பில் பம்மி நின்றான். தெருவில் எல்லா வீடுகளிலும் லைட் அணைக்கப்பட்டிருந்தது ஹமீது சாகிபு வெளித்திண்ணை மறைவில் நின்று சுக்காப்பி சுல்தான் பிள்ளையைக் கவனித்துக்கொண்டே நின்றார். வழக்கமான பம்மலோடு சுக்காப்பி சுல்தான் பிள்ளை நடக்கத் துவங்கிய போது ஹமீதுசாகிபுக்குச் சிரிப்பாக வந்தது. காசியின் தோப்பில் கிடந்த ஹைதர் நாட்டுக்கோழி முட்டையோடு சுக்காப்பி சுல்தான் பிள்ளை நடக்கத் துவங்கியதைக் கவனித்துக்கொண்டே சின்னாறு எட்டிச்சாடி மீன்கடை முக்குக்கு வந்து சறுக்கு வழியாக அம்மங்குண்டு குளத்தில் இறங்கிச் சரசரவென நடுக் குளத்துக்கு வந்து கழுத்தளவு தண்ணியில் நின்றுகொண்ட போது சுக்காப்பி சுல்தான் பிள்ளை அம்மங்குண்டு குளத்துக்கு வந்தார்.

"என்னப்பிடிச்ச சைத்தானே போ..." தலையைச் சுற்றி முட்டையை வீசிஎறிந்தார். மறுநிமிடம் குறிதப்பாமல் அதே வேகத்தில் ஹைதர் முட்டையைச் சுக்காப்பி சுல்தான் பிள்ளை யின் தலையில் எறிந்துவிட்டுத் தண்ணீரில் மூழ்கினான்.

"யா ரப்பி யா நாயனே..." தலையிலிருந்து முட்டை வடிய அலறியபடி திரும்பிப் பார்க்காமல் ஓடினார்.

"தாசா... தாசா..." நெரவு பலகை பொளந்துவிடும்போல இருந்தது.

"என்னா ..?..."

"கதவத்தொற... கதவத்தொற... தாசா... என்னக் காப்பாத்து கதவத்தொற... அழுது கதறினார்.

லைட்டைப்போட்டுக் கதவைத்திறந்த தாசன் அதிர்ந்து போய்ச் சுக்காப்பி சுல்தான் பிள்ளையைப் பார்க்க அவரின் மூஞ்சிவழியாக நாட்டுக்கோழி முட்டை வழிந்து நாறியது.

"ஓய் என்னது..."

"கொளத்துல முட்டைய எறிஞ்சேன்... அங்க இருந்து முட்டை என் தலையில திரும்ப வந்து உழுந்துட்டு..."

தாசன் நடுங்கி விழப்போனான். உடல் வியர்த்துத் தண்ணியாக ஊத்தியது.

ஓதி எறியப்படாத முட்டைகள்

“ஒய் இது பயங்கரச் சாதனம் ... சுடுகாட்டுக்கு மேலே ஆள் நடமாட்டம் இருந்தா பாத்தியரா ...”

“பாக்கலே ...”

“நல்லவேளை தப்பினியரு ... திரும்பிப் பாத்திருந்தியரு ... ரத்தம் கக்கிச் செத்திருப்பியரு ...”

“யா ரப்பே ...”

“பயப்படாதையும் நான் பாத்துக்கிடுதேன் ... நாளைக்குக் காலையில நாப்பத்தியொரு முட்டையும் ஒரு தேங்காயும் கொண்டாரும் ... பயங்கரமா செய்திருக்கானுவோ ... ராதாவயும் பாதிக்கும் .. ?

“தாசா எனக்கு வயித்த கலக்குவு ...”

“ஓடைக்குப் போவும் ...”

“பயமா இருக்கு நீயும் வா .. ? ...”

“ஒருமயிருமில்லே போவும் ...”

“நீ வா ... என்னால அடக்க முடியலே ...”

கடைக்கு வெளியே நடையில் பளிச்சென உட்கார்ந்தபோது தாசன் மூக்கைப் பொத்தினான்.

காதர்சாகிபு காலையில் கடையைத் திறந்த உடனேயே நாத்தம் சகிக்காமல் கடை நடையைப் பார்த்துக்கொண்டே அறுத்துக் கிழிக்கத் தொடங்கினார்.

"இடிஉழுந்த பாவியளுக்கு வேற எடம் ஒமுடிஞ்சி போச்சின்னா ... எங்கடை நடையில தீனம் எடுத் திருக்கு ... வெளங்கமாட்டானுவோ ... நாசமாப்போயிரு வானுவோ ..." தாசன் அனக்கமில்லாமல் நின்று கொண்டே காதர்சாகிபோடு சேர்ந்து அறுத்துக் கிழித்தான். கடைப்பக்கம் நின்ற குச்சித்தம்பிக்கு ஒன்றும் புரியவில்லை. சுக்காப்பி சுல்தான் பிள்ளையின் கடை விரிசாக்கு அவுக்கப்படாமலிருப்பது ஆச்சரியமாக இருந்தது. காதர்சாகிபு சாயாக்கடையில் குச்சித்தம்பி டீக் குடித்துவிட்டு மொய்துசாகிபு வீட்டுக்கு வரும்போது வாசலில் நின்ற சுபைதாவிடம் விசாரித்தார்.

"அண்ணன் இல்லியா ...?"

"உள்ளே ... வாருங்கோ ... ஒறக்கம் ... எழுப்பட்டா ... ஹைதருக்கு விசா ... வந்திருக்காமே ..."

குச்சித்தம்பிக்கு ஆச்சரியமாக இருந்தது.

"எப்படித் தெரியும் ... மருமவன் லெட்டர்ல எழுதிருக்கோ ..."

"இங்கே லெட்டர் எங்கே வந்து ... பால் வாங்கிட்டுப் போன மம்மலி பொண்டாட்டி ... ஓலவீட்டுக்காரிட்ட பேசிட்டுப் போனத நான் கேட்டேன் ... ஊருக்கே தெரிஞ்சி கடைசியிலதான் எங்களுக்கே தெரியுவு. சரி பரக்கத்தா ... போயிட்டு வரட்டு ... அவாள எழுப்பட்டா ..?"

"ம் ..." குச்சித்தம்பிக்கு குழப்பமாக இருந்தது.

சுபைதா உள்ளே போய்ச் சாயா கொண்டுவந்தபோது பின்னாலே மொய்துசாகிபு மூஞ்சியை துடைத்தபடி வந்து உட்கார்ந்துகொண்டு,

"உனக்கு நெசீபு கொள்ளாம்டே ... அன்னா ... இன்னான்னு விசா வந்துட்டே ... ம் ... வேற என்ன விசேசம் ..."

"சும்மாதான் ... உங்களப் பாத்துட்டு போலாம்னு ..." மொய்துசாகிபு சிரித்துக்கொண்டு சும்மா இருந்தார். குச்சித் தம்பி வாய்திறந்து கேட்கமுடியாத அவஸ்தையோடு கொஞ்ச நேரம் மௌனமாக இருந்தவர் அதையும் இதையும் பேசிக் கொண்டே மெல்லக்கேட்டார்.

"ஜின்னா மருமவன் ... எனக்கு லெட்டர் எழுதி இருந்து ..."

"ம் ..." சிரித்துக்கொண்டார்.

"மொவளுக்கு என்னமும் பாக்கியளா .. ? ..."

சுபைதாவின் கேள்வி குச்சித்தம்பிக்கு எரிச்சலை மூட்டி யது ... இன்னா ... அவரு உனக்கிட்ட கொடுக்கச் சொன்ன ஆயிரம்ரூவா இந்தா பிடி ... தருவார் எனக் கனவுகளோடு வந்த குச்சித்தம்பிக்கு அவர்களின் குசலம் விசாரிப்பு செறையாக இருந்தது.

"மருமவன் லெட்டர்ல எழுதிருக்குமே ..."

மொய்துசாகிபு இப்போது சிரித்துக்கொண்டே இருந்தார். குச்சித்தம்பி பளிச்சென எழுந்து "சரி ... அண்ணன் நான் நாளைக்கு வாறேன் ..."

"என்ன விசயம் ... ஏதாவது ..."

"ஆமா ... தேவை இருக்கு ... இப்பம் தந்தியள்னா கொள்ளாம்."

"எனக்கு ஒண்ணும் புரியலியே ..."

சுபைதாவின் முகமும் ஒரு தினுசாய் மாறியது.

"ம் ... இல்லே ... மருமவன் ... அந்த ஆயிரரூவா ..."

"எந்த ஆயிரரூவா ..."

"அண்ணன் தமாசடிக்காதைங்கோ ... எடுங்கோ ... வேலை இருக்கு ..."

"என்ன தமாசு துக்கே ... கிறுக்கன்கணக்கே மூடுந்தலையுந் தெரியாம பேசுதே ... எனக்கு மனசிலாவது மாதிரி பேசு ..."

குச்சித்தம்பிக்குக் கோபம் பொத்துக்கொண்டது ... ஆனா லும் எழுந்து நின்று "மருமவன் ஆயிரருவா தரச்சொல்லி எழுதியிருக்கு."

“எந்த ஆயிரரூவா ... எனக்கு மனசிலாவலடே ...”

“உங்களுக்கு மனசிலாகாது ... மனசிலானபொறவு தாங்கோ ... பைத்தியக்காரம்னு நெனைக்காண்டாம் ...” எழுந்து வேகமாக வெளியே போனார்.

“லேய் ... லேய் ... நில்லு ...”

குச்சித்தம்பி விருவிருவெனத் தெருவில் நடந்து போவதைப் பார்த்து சுபைதாவும் மொய்துசாகிபும் திகைத்து நின்றார்கள்.

தெருமுனையில் காத்துநின்ற ஹைதர் வாப்பாவிடம் கேட்டான்.

“என்ன வாப்பா ... வாங்குனியளா ..? ...”

“அவன் தரமாட்டாம்புலே ...”

“ஏன் ..?”

“அவன் மருமவனுக்க சக்கரமில்லியா ... அதான் ...” வாப்பாவும் மொவனும் நீண்டநேரமாகப் பூட்டிக்கிடந்த சுக்காப்பி சுல்தான் பிள்ளையின் கடைமுன்பாக மௌனமாக நின்றார்கள். ஹைதர் மெல்லச்சொன்னான்.

“வாப்ப ... மாமாட்டச் சொல்லுவோம் ...”

ஹைதர் சொல்லி முடிக்கும் முன்னாலேயே ஹமீதுசாகிபு மதரஸாவுக்குப் பின்னால் நிற்பதை அறிந்து அவசரமாகப் போனார். ஹைதரைக் கண்டபோது ஹமீதுசாகிபு வழக்கத்தை விடக் கூடுதல் சிரிப்போடு நின்றார். குச்சிதம்பியின் முகத்தை உற்றுப்பார்த்து ஒரு எழவும் புரிந்துகொள்ள முடியாத தவிப்போடு,

“என்னடே ... வாப்பாவும் மொவனுமாட்டு ...”

“கேட்டியளா மச்சான் ... உங்கள்ட்ட ஒண்ணு சொல்லணும் ...”

“ம் ...”

“ஜின்னா எனக்கு ஆயிரரூவா கொடுத்து உட்ருக்கான் ...”

“யாருட்ட ...”

குச்சித்தம்பி ஆதியிலிருந்து அந்தம்வரை கொட்டினார் ...

“நான் போயி கேட்டா ... அனங்க மாட்டேங்காரு ...”

“ம் ... எவ்வளவு ரூவா ஆயிரந்தானே ... பிச்சக்காரப் பைசா ... நான் தாறேன் ... ஜின்னா லட்டர்ல வேற என்ன எழுதிருக்கான் ...”

“விசா கொடுத்துவுட்ட விவரம் எழுதிருக்கான் ...”

“விசாவா ... அது இன்னும் சரியாவலன்னுலா சொன்னான் ...”

“இல்லே மச்சான் அஹமது நேத்தே உச்சைக்கு வீட்டுக்கு வந்து சொன்னானே ...”

அவன் எதுக்கு ஊட்டுக்கு வந்தான் ... ம் ... சரி ... விசா விவரம் எனக்குத் தெரியலே ... ம் ... எல்லாம் படச்சவன் வேலை ... இனிரூவாக்கு வேண்டி மொய்துட்ட போவாதே ... இன்னா ...”

மடியிலிருந்து பத்து நூறுரூபாய் நோட்டை எண்ணிக் கொடுத்தபோது குச்சித்தம்பிக்குக் கண்களில் நீர் திரண்டு விட்டது.

“மச்சான் ... படச்சவனுக்குப் பொறவு ... நீங்கதான் மச்சான் எனக்கு எல்லாம் ...”

“சரி ... போ ... போ ...”

குச்சித்தம்பி மொய்துவை அறுத்துக்கிழித்துக்கொண்டே நடந்தார்... ஹமீதுசாகிபு கடைசித் தம்மை நெருக்கி இழுத்துக் கீழேபோட்டுச் சமுட்டித் தேய்த்துவிட்டு,

“ஹைதர் நீ இங்க வா” குச்சித்தம்பியும் நின்றபோது அவரைப் போகச் சொன்னார். ஹைதரும் ஹமீதுசாகிபுமாக வாவமரம் அருகே போய் நின்றபோதும் ஹமீதுசாகிபுக்குச் சிரிப்புத் தீரவில்லை.

“நீ ஆளு கொள்ளாம்புடே ... மத்தவன் பாரேரம் ஆஸ்பத்திரியிலயாக்கும் ... வயித்தால போவுன்னு ... கொண்டு சேத்திருக்காவுளாம் ...”

ஹைதருக்குச் சங்கடமாக இருந்தது. ஆனாலும் ஹமீது சாகிபோடு பகிர்ந்துகொள்ள முடியாத நிலையில் தான் அப்படி செய்திருக்கக்கூடாது என்றே தோன்றியது.

“கரைக்டா மூஞ்சிக்கு எறிஞ்சிட்டியோ ...”

ஹைதர் தலையாட்டியபோது ஹமீதுசாகிபு வயித்தப் பிடித்துச் சிரித்துக்கொண்டே,

“ரகசியமாக இருக்கட்டு ... பயலுவள்ட்ட வாய் ஒளறிறாதே ...” தலையாட்டிக்கொண்டே ஹைதர் தாண்டிவந்து பள்ளிப்பக்கம் நின்றுகொண்டே யோசித்தான்.

குளத்தில் கிடந்து முட்டை எறிந்த காட்சியே திரும்பத் திரும்ப மனம் முழுவதும் ஓடியது. பயத்தில் அலறி விழுந்து மரித்துப்போயிருந்தால் யாரப்பே... அவன் உடல் பதறிப் போனது. சுக்காப்பி சுல்தான் பிள்ளை பற்றி யாரிடமாவது விசாரித்தால் கொள்ளாம்போல இருந்தது.

இரவு முழுவதும் பேண்டுகொண்டே கெடந்த சுக்காப்பி சுல்தான் பிள்ளையை அவரின் பொண்டாட்டி காலையில் பாரேரம் ஆஸ்பத்திரிக்குக் கொண்டுபோனபோது டாக்டர் பாத்துவிட்டுக் கேட்டார்.

"எத்தனை தடவை போச்சி..."

"எண்ணலே... பத்துத்தடவைக்கு மேலத்தான்..."

"எப்புடிப் போச்சி..."

"பேச்சிப்பாறை அணையில மடையைத் திறந்ததுமாதிரி நெடும்போக்கு..."

டாக்டர் சிரித்துவிட்டார்.

"எதாவது மாற்றமான ஆகாரம் சாப்பிட்டியளா..?..."

"இல்லியே..."

"சரி பாப்போம்..." என எழுந்த டாக்டர் குளுக்கோஸ் போட்டுவிட்டார்.

கொஞ்சநேரத்துக்குப்பிறகு மெல்லச் சுக்காப்பி சுல்தான் பிள்ளை பொண்டாட்டியிடம் சொன்னார்.

"பிள்ளே மாஸ்டர் தாசன்ட்ட நாப்பத்தியோரு நாட்டுக் கோழி முட்டையை வாங்கிக்கொண்டு கொடுப்பியா?"

"எதுக்கு..."

"ஆங்... அவன் அடைகாத்துக் குஞ்சிபொரிச்சித் தரு வான்... துக்கே சொன்னதக் கேளு..."

உச்சைக்குப்பிறகு பொலம்பிக்கொண்டே நாட்டுக்கோழி முட்டை வாங்கி ஆள்சொல்லிவிட்டுத் தாசனைக் கூப்பிட்டுக் கொடுத்துவிட்டாள்.

"என்னமும் சொன்னாரா..?..."

"இல்லே."

"ரொம்ப நல்லது..." முட்டையோடு தாசன் போனான்.

ஓதி எறியப்படாத முட்டைகள்

சுக்காப்பி சுல்தான்பிள்ளையின் பொண்டாட்டி ஆஸ்பத்திரி யில் போய் மாஸ்டர் தாசனிடம் முட்டை கொடுத்த விபரத் தைச் சொன்னபோதுதான் அவருக்கு ஆசுவாசம் வந்தது... சாயங்காலம் மோதியாரும் குச்சித்தம்பியும் ஜோடிபோட்டு ஆஸ்பத்திரிக்குப் பார்க்க வந்தார்கள்.

மோதியார் பக்கத்தில் உட்கார்ந்துகொண்டே கேட்டார். "பயந்தியா..?..."

"இல்லயே..."

"ஒனக்க மூஞ்சிய பாத்தா பேடி தெரியுவுப்பா... நல்ல பேடிச்சிருக்கே... ஒரு கப்புல தண்ணி எடுங்கோ" சுல்தான் பிள்ளையின் பெண்டாட்டி தண்ணி கொடுத்தபோது ஓதிஊதி ஒரு கையில் கோரி முகத்திலடித்துவிட்டுக் குடிக்க கொடுத்த படிச் சொன்னார்.

"கொதி பயங்கரக் கொதி... வீட்டுக்குப்போனதும் முட்டைய தலையசுத்தி முச்சந்தியில எறிங்கோ..."

"முட்டையா... யாரப்பே" உள்ளுக்குள் அலறினார்.

ராத்திரிப் பத்துமணிக்கு மேல் தாசன் போனபோது யாருமில்லை. தாசனைப் பார்த்த உடனேயே சுக்காப்பி சுல்தான் பிள்ளைக்கு அழுகையாக வந்தது.

"சாயிப்பே... ஒரு மயிரும் நடக்காது பேடிக்கண்டாம்." சொல்லிக்கொண்டே பையிலிருந்து தேங்காயை எடுத்துச் சுக்காப்பி சுல்தான் பிள்ளையின் தலையைச் சுற்றி மீண்டும் பையில் வைத்துக்கொண்டே சொன்னார்.

"அதே கொளத்துல எறிவேன்... எல்லாஞ் செரியாவும் பேடிக்கண்டாம்..." தாசன் எழுந்துபோனான்.

சுக்காப்பி சுல்தான் பிள்ளை இரண்டு மூன்று நாளில் பூரணகுணமாகி வந்து விரிசாக்கை அவிழ்த்துச் சுக்காப்பிக் கடையில் கம்பீரமாக அமர்ந்திருந்தபோது போஸ்ட்மேன் அவருக்கு ஒரு கடிதம் கொண்டுவந்தான். இம்முறை கடிதத்தின் அனுப்புநர் விலாசம் நடிகை அம்பிகா சென்னை என்றிருந்தது.

☯

நேற்றிரவு ஜின்னாவந்து ஆயிஷா அருகே உட்கார்ந்துகொண்டே பாவாடை வேணும் மேலாடை வேணும் பஞ்சாரபனங்கிளிக்குப் பாடியபோது பளிச்சென அவன் கையைக் கோர்த்துப்பிடித்துக்கொண்டே தனது உப்பிய வயிறுமேல வைத்துக்கொண்டபோது அவளுக்கு ஆசுவாசமாக இருந்தது. கண்களைத்திறந்து அவனைக் காணாமல் தவிக்க விருப்பமில்லாதவளாகக் கண்களை நீண்டநேரம் மூடியே வைத்திருந்தாள். ஆயிஷாக்கு ஏழாவது மாசம் முடியப்போகிறது. எட்டாம் மாசத்தில் சூல் அழைப்பு வைக்க மாட்டார்கள். இனி எப்புடியும் ஒன்பதாம் மாசந்தான். தாய்மைக்குரிய பொலிவைக் களவுகொடுத்த அவளின் முகம் வாடிப்போய் கிடந்தது.

ஜின்னாவிடமிருந்து இரண்டுமூன்று மாதமாகக் கடிதம் வரவில்லை. மாதத்திற்கு இரண்டு கடிதம் எழுதுவேன் வியாழக்கிழமைதோறும் போன் பண்ணுவேன் எனச்சொல்லிய சொல்லும் முகமும் ஓர்மையில் உண்டு. ஆனாலும் போன்வரும்போது அவனோடு நிறையப் பேச வேண்டுமென நெஞ்சில் நிறைந்து கிடக்கும் ஆசைகளை ஒவ்வொருமுறையும் கபர்அடக்கம் செய்யும்படியாகவே வீடு உள்ளது. போன் மணிச்சத்தம் கேட்கப் பொறுக்காமல் ஹமீதுசாகிபு பளிச்சென எடுத்துப் பேசிக்கொண்டே இருப்பார். ஏங்கித் தவித்துப்பார்க்கும் அவளின் பார்வையை யாரும் புரிந்துகொள்வதில்லை. நேற்று முந்திய தினம் வலியக் கேட்டாள்... ஹமீதுசாகிபு வேண்டா வெறுப்பாக போனை நீட்டினார்.

"நான் ஆயிஷா... சொகமா இருக்கியளா..?" அவனின் பதில் குரல்கேட்கும் முன்னால்,

"ஆங்... போதும்... போதும்... வை... பைசா போயிரும்..."

தாஸீம்பி பக்கத்தில் நின்றுகொண்டே எரிச்சலாகச் சொன்னதும் இயல்புநிலை மாறிப்போனது ... சுற்றிலும் அவர்கள். அவள் என்ன பேசமுடியும் ... போனை வைத்து விட்டு அறைக்குள்ளே போய் அழமட்டுந்தான் முடிந்தது. கண்ணீர் வழிந்தோடும் கன்னத்து நீரை அவனின் ஒற்றை விரல் துடைத்துவிடுமானால் நினைத்தபோது எங்கோ ஒரு மூலையில் பொங்கி எழுந்த அவளின் ஆனந்தம் நிஜத்தில் தோற்றுப்போனது.

“வாப்பா ... வாப்பா ...” ஊமையாக அழுதாள். நீண்ட நேரம் படுக்கையில் கிடந்தவளின் நெஞ்சுக்குழி வறண்டு போனதும் மெல்ல எழுந்து அறையைவிட்டு வெளியே வந்த போது முன்னறையில் தாஸீம்பி தண்ணிக்காரியிடம் பேசிக் கொண்டிருந்தாள்.

“அந்த காலத்துல ஆசுத்திரியும் கெடையாது ஒரு நீக்கம்பும் கெடையாது ... நாங்களும் புள்ளே பெறத்தான் செய்தோம் ... ம் ... இப்போ ரொம்ப அலுசுவமாத்தான் இரிக்கி ... உண்டா வதுக்கு முன்னால ஓம்பது கலர்ல டாணிக்கு ...”

“எங்க ம்மாக்கு நாங்கோ பதினோரு பிள்ளையோ ... எல்லாம் ஊட்லதான் நான் ஏழாவது. எட்டாவது ஆம்புள பிள்ளைக்குத்தான் ஆசுத்திரிக்கு போனது ... காலம் மாறிப் போச்சி ...”

“இப்போ எல்லாவளும் ஒரே கெட ... பிள்ளே உண்டானா குனிய மாட்டேங்காளுவோ ... நிமிர மாட்டேங்காளுவோ ... ம் ... படச்சவனே ... படச்சவனே ...”

ஆயிஷாவுக்கு முன்னறையின் ஜன்னல் வழியாகத் தெருவில் ஒருமுறை காறித்துப்பிவிட்டு வந்தால் கொள்ளாம் போல் தோன்றியது. தண்ணீர் குடிக்க அடுக்களைக்குப் போனாள். சோத்துப் பானை பொங்கிச்சாடி அடுப்பு அணைந்து புகைந்து கொண்டு கெடந்தது.

“மாமி ... அடுப்பு அணஞ்சி கெடக்கே பாக்கலியா .. ? ...”

தாஸீம்பி முனங்கிக்கொண்டே அடுக்களைக்குப் போய் பார்த்தாள். சோறு குழைந்து கூழாகும் பருவத்தில் இருந்தது.

“ஆனாலும் ஒனக்கு எட்டிப் பாக்கலாமில்லியா ... இங்க என்ன ஒன்னய முழுங்கயா செய்யாவோ ... கொளஞ்ச சோற எப்படி ஆளுவளுக்கு கொடுக்கது ...”

பேசவில்லை ஆயிஷா மௌனமாகவே நின்றாள். தாஸீம்பி ஒத்தைக்கு நின்று புலம்பித் தள்ளினாள் ... எட்டிப்பாத்த தண்ணிக்காரிக்கே சங்கடமாகிப்போனது ... ஒரு பிள்ளைத்தாச்சி

பிள்ளைக்க மனச கீறிப்போடுதாளே என்ற வருத்தத்தோடு எதுவும் செய்ய இயலாமல் பரிதாபமாகத் தண்ணிக்காரி வெளியேறிப் போனாள்.

ஹமீதுசாகிபு லெச்சரடித்து விட்டு ஒருமணிக்கு வருவார். ஒன்றரைக்கும் இரண்டுக்கும் கூட வருவார். அதற்கு முன்னால் யாரும் சாப்பிடக்கூடாது. இப்படி ஒரு வழக்கம். ஹமீதுசாகி பின் வீட்டில் பழக்கத்தில் இருந்ததை ஆயிஷாவும் அறியாமல் ஜின்னா போன மறுமாசம் பசியோடு பன்னிரண்டு மணிக்கு சோறுபோட்டுத் தின்றுகொண்டிருந்தாள்.

அடுக்களையில் பாத்திரச்சத்தம் கேட்டு எட்டிப்பாத்த தாஸீம்பியின் முகத்தில் தீ எரிந்தது. நாலு மாசச் சூலி என்றுகூடப் பார்க்காமல் தாஸீம்பி கேட்டாள்.

"பிள்ளே நீ மனுஷிதானா . . ? . . ."

தொண்டைக்குக் கீழே சோறு இறங்கவில்லை . . . வெல வெலத்துப் போனாள்.

"பாங்கு சொல்லதுக்கு முன்னால தொறந்துட்டா . . .? . . ." வாயிலிருந்த சோறு தட்டில் விழுந்தது மடமடவெனச் சாடிய கண்ணீரும் கூட.

"உங்க வீட்ல எல்லாம் இப்படித்தானாளா . . . 'பொட்டச்சியளுக்கு இவ்வளவு துடி ஆவாது . . . ஆம்பளைக்குத் தான் இங்கே மொதச் சாப்பாடு . . . பொறுத்துட்டுக் கெடக்கணும் . . ."

வார்த்தையில் விழுந்தவேகம் அதன் உச்சரிப்புத் தோரணை ஆயிஷாவை நடுக்கியது . . . மூன்று நான்கு நாட்களாகச் சாப்பிடப் பிடிக்கவில்லை . . . இது எனக்க மாப்பிளைக்க சம்பாத்திய மென எழுந்த வீராப்போடு சாப்பிட வந்தபோதும்கூடச் சோத்துக் கவளம் தொண்டையில் திணறியது. ஒன்றிரண்டு மாதங்களுக்குப்பிறகுதான் இயல்புநிலைக்கு வந்தாள். ஆனால் அது ஆறாத காயமாய் இன்னும் அவள் அடிமனதில் உண்டு.

தாஸீம்பிக்கு நாலு வீட்டுக்குப்போய் பாடுபேசுவதற்கும் அல்லது நாலு வீடு ஆள்களை வீட்டுக்கு வரவழைத்துப் பேசுவதற்கும் ஒருபாடு வாய்ப்பு இருந்தது. அஸ்மா இப்படித் தான் தொடங்குவாள்.

"உச்சைக்கு என்ன கறி . . ?"

"வெள மீனு . . ."

"மருமவ நல்ல ருசியா வைப்பாளே . . ."

“ம் . . . ம் . . .” ஒரு முனக்கம் மட்டும் வெளிவரும். முனக்கத்தை ஒரு தொடக்கமாக மாற்றிவிடும் சாமர்த்தியத்தோடு சாயிதா கேள்வி வைப்பாள் . . .” தாஸீம்பி அக்காக்கு என்னா . . . ராஜகாரியம் . . . வாக்கா மருமவவாச்சா . . .”

தாஸீம்பிக்கு எரிச்சல் கொஞ்சம் கொஞ்சமாக ஏறிவரும் . . . கேள்விகள் விழும் . . .

“துக்கைக்கு ஒரு லெட்சணம் கெடையாது . . . எல்லாம் அங்கன அங்கன கெடக்கும் . . . மீனு கழுவுனா நாலு செள்ளு இருக்கும் . . .”

“அக்காக்கு ஏழுதண்ணியில கழுவுனாத்தானே பிடிக்கும் . . .” இது சாயிதாதான் . . . அவள் நுணுக்கமானவள். . .

“விர்த்தி கெட்டபருமாத்தம் . . . தின்னுட்டு மலந்து ஒரு கெட . . . ஆம்புளைய பருமாறுற எடத்துல வெவரமுள்ள பொட்டச்சி மலந்து கெடப்பாளா . . . எனக்க நெசீபு வேற என்னத்த சொல்ல . . .”

“சுபைதா நல்ல பருமாத்தம் உள்ளவல்லா . . .”

வேண்டுமென்றே இன்னொரு தும்பை இழுத்துவிட்டு ம் . . . ம் . . . கொட்டத் தயாராகி விடுவார்கள்.

“போளா . . . ஒனக்கு அஞ்சாறு தெரியும் . . . வளவுக்குத் தண்ணி கொண்டுபோவாத துக்கையோ . . .”

“ஐயே . . . உள்ளதா . . ? . . .”

“நான் வாயத் தொறக்கப்படாதுன்னு இருக்கேன் . . . ம் . . . உடுளா . . . துக்கயளுக்க பாடப்பேசுனா . . . எரணம். . . கெடைக்காது . . .”

சிரியோ சிரி என்று சிரிப்பாகத்தான் இருக்கும். இந்தச் சிரிப்புக்கிடையேதான் ஆயிஷாவின் ம்மா, வாப்பா, குடும்பம் எனப் பிச்சி உதறி விடுவார்கள். இந்தக் கொண்டாட்டத்தோடு சாயிதா . . . ஒரு பக்கத்தில் அசரும் தொழுதுவிடுவாள். ஆயிஷாவைப் பார்த்துப் பொசுக்கென அவர்கள் சிரிக்கும்போது ஆயிஷா குழம்பிப்போவாள்.

ஒருமுறை இஷாவுக்குப்பிறகு ஹமீதுசாகிபும் தாஸீம்பியும் பின்வாசலில் நின்று சிரியோ சிரி என்று சிரித்தார்கள். ஏன் இப்படிச் சிரிக்குதுவோ . . . ஆயிஷாவுக்கு ஒன்றும் புரியவில்லை . . . சாயங்காலம்தான் அவளின் வாப்பா வந்துவிட்டு போனார் . . . இரவு தூங்கமுடியாத அளவுக்கு அவளுக்குக் குழப்பமாக இருந்தது. தாஸீம்பியின் சிரிப்புக்கிடையே தெளி

வற்று விழுந்த ஒருவார்த்தை மட்டும் காதைத் திரும்பத் திரும்பக் கீறியது.

"அஞ்சாறு ஒணங்குன முறுக்கு . . ."

வாப்பா கொண்டுவந்து தந்த முறுக்கைப்பற்றிப் பேசிச் சிரிக்கிறார்களோ . . . அழுகை வந்தது . . . வாப்பா அன்று நெச்சோறு கொண்டுவந்தபோதும் இதே சிரிதானே. . . மைதீனிடம் சொல்லி இரண்டு உழுந்தவடை வாங்கித் தின்ற போது என்னவெல்லாம் சொன்னாள்.

"இங்க ஒனக்குத் தராம போட்ருக்குன்னா. . . அவன்ட்ட சொல்லி வாங்குனே . . . அன்னைக்கு என்னன்னா . . . ஒனக்க ம்மா கா கிலோ நாய் கறிய வாங்கிப் பொரிச்சி குடுத்து உட்டுட்டு அங்க கெடந்துபீத்திருக்கா. மரியாதையா இருக்க ணும் . . ."

ஆயிஷாவுக்குப் பல்வேறு நினைவுகள் ஒரேநேரத்தில ஒன்றுகூடித் துளைத்துப்போட்டன. அவர்களின் சிரிப்புச்சிதறி விழுந்த அந்த இரவில் ஆயிஷாவால் ஒரு கண் தூங்க முடியாமல் உடம்பு பற்றி எரிவதுபோல உணர்ந்தாள்.

ஒருமணி இருக்கும். ஹமீதுசாகிபு வீட்டுக்குள் நுழையும் போது . . . வாசலில் கால் சமுட்டும் முன்னால் தாஸீம்பி சொன்னாள்.

"சாப்புடதுக்கா வந்தியோ . . . இன்னைக்கு நோம்பு . . ." ஹமீதுசாகிபு புரியாமல் பாத்தார்.

"சோற கொழச்சி வச்சிருக்கு . . ."

'வச்சிருக்கு' என்ற வார்த்தையின் அர்த்தத்தில் ஆயிஷா குறிவைத்து அடிக்கப்பட்டாள். இதுபோன்ற எத்தனை எத்தனையோ அடிகளைக் கடந்த எட்டுமாதக் காலத்தில் அவள் பட்டாகிவிட்டது. இதற்கு முன்னால் பட்ட அடிகளின் வலியைக் கணக்கிடும்போது இது தட்டிவிடும் வலிதான் என்றாலும் "படச்சவன் இருக்கான். பாத்துக்கிடுவோம் . . ." உள்மன வெதும்பலில் உதடு உச்சரித்துக்கொண்டது.

அன்றைக்கு முழுவதும் கொழஞ்சசோறு பாடுதான் . . . உச்சைக்குப்பிறகு தர்மம் கேட்டுவந்தவனிடம் . . ." உனக்கு ரெண்டு சோறுபோடலாம்னா . . . அதுக்கு வழி இல்லாமலா ஆக்கி வச்சிருக்கு . . ." தாஸீம்பி யாரையும் பாக்கி வைக்காமல் புலம்பினாள்.

அஹமது சாப்பிடச் சாப்பிட யோசித்துக்கொண்டே இருந்தான். தாஸீம்பி சொன்னாள்.

“வேறு என்ன செய்யதுக்கு சாப்பிடு ...”

“ம்மா ...”

“என்னா ...”

“மைனிக்கும் கஷ்டந்தான் ... முடியாது ... ஒனக்கும் கழியாது ... நாலஞ்சி மாசத்துக்கு குச்சித்தம்பி மாமா பிள்ளையள ஒருத்திய இங்கவந்து நிக்கச் சொல்லப்புடாதா ..? ...”

அஹமது ஒருத்திய என்று சொன்னாலும் அவன் இலக்கு ஜலீலாதான்.

“நான் குச்சித்தம்பி மாமாவ வரச்சொல்லுதேன் ... நீ அவர்ட்ட சொல்லிவுடு ...” அஹமது, தாஸீம்பியின் பேச்சை எதிர்பார்க்காமலே எழுந்து போனான்.

காலையிலேயே காதர்சாகிபு கடைக்கு முன்னால் டீ குடிக்க நின்றபோது, செண்டிரிங்காரன்மார்கள் கூட்டத்தில் கூடப்படித்த கணேசன் அடையாளம் கண்டு விசாரித்தான். அவனோடு பேசிக்கொண்டே காலனிபார்க்க நடக்கலாம் என நடந்தபோது ஜலீலாவின் முகம் ஓர்மையில் வந்தது. காலனி தாண்டும் முன்னால் தெரு நடையில் அவள் நின்றால் ஒருமுறை முகம்பார்த்துவிடலாம் என்ற எண்ணத்தோடுதான் காலனியைப்பார்க்க நடந்தான். போகும்போது அவள் இல்லை. ஆனாலும் எட்டிப்பார்த்து விசாரித்துவிடலாமா என்ற தோணுதலை ஏதோ உணர்வு தடுத்துப்போட்டது. காலனிக்கே நடந்தான். ஐந்தாறு வீடுகள் வரிசையாக வேலைநடந்து முடியும் தருவாயிலிருந்தது. எவ்வளவோ முயற்சித்தும் அஹமதால் பழைய வெளங்காட்டை மனதில் கொண்டுவர முடியவில்லை. கணேசனிடம் சொல்லிவிட்டுத் திரும்பி வரும்போதுதான் ஜலீலா அவன் பார்வையில் பட்டாள். நடந்தவன் நின்றுவிட்டான். அஹமதுக்கு முன்னெப்போதுமில்லாத நடுக்கம். தனக்குத்தானே கேள்விகள் கேட்டுப்பார்த்தான். விடை வரவில்லை. ஜலீலா சிரித்துவிட்டு உள்ளே போனாள். நீண்டநேரம் அந்த முகம் அஹமதின் மனதை ஆக்ரமித்திருந்தது. மனம் முழுவதும் ஏதோ தேடுதல். அந்த தேடுதலோடுதான் உபகாரியாகத் தன்னைக் காட்டிக்கொள்ளும் பாவனையோடு ஹைதருக்கு மெடிக்கல் முடிக்க திருவனந்தபுரத்துக்குப் போவதற்கு முந்தியநாள் அஹமது குச்சித்தம்பி வீட்டுக்குப் போனான். சாயா கொண்டுவந்த ஜலிலாவின் விரல் தொட்டு வாங்கிய அவனின் பார்வையை எதிர்கொள்ள முடியாமல் திணறிய அவளின் திணறலை விரும்பி ரசித்தான்.

“ஒரு நாளைக்கு எத்தனை பாய் நெய்வே ...”

ஏற்கெனவே இதே கேள்வியை ஒருமுறை கேட்டிருக் கிறான். ஆனாலும் அவள் பதில் சொன்னாள்.

“மூணு ... நாலு ...”

“மூணா ... நாலா ... அல்லது மூணும் நாலும் ஏழா ..?”

ஜலீலா சரீரம் குலுங்கச் சிரிப்பாய் சிரித்தாள்.

“நல்லா தமாஷ் அடிக்கியளே ...”

அஹமது சிரித்தான்.

சிதறி விழுந்த அந்த நினைவுகளோடுதான் அஹமது சாயங்காலம் கடைப்பக்கம் வந்து குச்சித்தம்பியைத் தேடினான். சாத்தான் கோயில் பக்கம் ஹைதரும் மெடிக்கல் மஸ்தானும் பேசிக்கொண்டு நின்றார்கள்.

ஹைதர் மெடிக்கல் முடித்துவந்த கதைகளையும் பாஸ்போடு ஸ்டாம்பிங் போயிருப்பதையும் சொன்னபோது மெடிக்கல் மஸ்தான் தன் நிலையை நொந்து தவித்தான்.

“காக்கா ... உங்க மெடிக்கல் என்னாச்சி ...”

“அது தட்டிப்புடே ... கள்ளக் கசவாளி பயலுவோ ஏமாத்திட்டானுவோ. நூறுபேருக்கு ஒண்ணா மெடிக்கலு ... ஏஜெண்டுக்கு ஒரு ஆளுக்கு பேர்ல முன்னூருரூவா கமிஷன் ... விசாயும் கெடையாது பேப்பரும் கெடையாது ... ஒரே தட்டுல முப்பதாயிரம் தட்டிட்டானுவோ. இப்போதான் ஆள்வந்து ... நேத்து ராத்திரியே ஆபிஸ காலி பண்ணிட்டானுவோ ... எல்லாம் ஃபிரின்னு நம்மாளுவோ போய் சாடுனானுவோ, அவன் சோலிய முடிச்சிட்டான் ... எனக்க மெடிக்கல் பட்டியல்ல ஒண்ணு கூட ஏறுனதுதான் மிச்சம் ... மெடிக்கல் நடத்துனவன் டாக்டரான்னே தெரியலே ... காதுல வைக்கா மலே கொழல நெஞ்சியில வைக்குதான் ... போனவன் எல்லா வனும் பேய்முளிமுளிச்சானுவோ ... இந்த எழவுல திருவாங் கோட்டுல ஒருத்தனுக்கு ஒடனே வெதைக்கொட்டை ஆப்ரேஷன் பண்ணணும்னு சொல்லிருக்கான் ... நல்லவேளை ரெச்சப்பட்டான் ...”

ஹைதருக்குச் சிரிப்பாய் வந்தது. ஆனாலும் மெடிக்கல் மஸ்தானுக்கு நேராகச் சிரிக்க இஷ்டப்படவில்லை. முகத்தில் சோகத்தை வரவழைத்துப் பாவம்போல நின்றபடி கேட்டான்.

“ஏஜெண்டு எங்க உள்ளான் ...”

“எவனுக்குத் தெரியும் ... பெரிய தாடியும் தொப்பியும் வச்சிட்டு நம்ம கூலிங்கிளாஸ் ஆலிம்ஷா மாதிரி இருந்தான் ...”

"சே..."

"என்ன செய்து எல்லாம் தலையெழுத்துடே..."

ஹைதர் விலகி வருவான் எனப் பார்த்துப்பார்த்து நின்ற அஹமது பொறுமை இழந்து ஹைதரைக் கூப்பிட்டான். ஹைதரை தனியாக் கூட்டிப்போய் அஹமது மெல்ல பேச ஆரம்பித்தான்.

"ம்மாக்குக் கழியலே... மைனி இந்த மாச கடைசியில பிரசவத்துக்குப் போவாவோ..."

ஹைதர் புரியாமல் நின்றான்.

"ஒனக்க வாப்பா எங்கே... ம்மா தேடுனா பாத்துக்கோ. ஒனக்க அக்கா ஜலீலாவ நாலஞ்சிமாசம் ம்மாக்கூட வந்து தொணையா இருக்கச்சொல்லி... ம்மாச்சொன்னா"... ஹைதருக்கு ஒருமாதிரியாகத்தான் இருந்தது. ஆனாலும் அவன் திருவனந்தபுரத்துக்கு அழைத்துப்போய் மெடிக்கல் முடித்து அழைத்து வந்த நன்றிக்கடன் முன்வந்து ஹைதரை மௌனக் மாகியது.

"என்னா... வாப்பாட்டச் சொல்லுதியா..."

"ம்... சொல்லி வரச்சொல்லுதேன்..."

அஹமது ஆனந்தப்பட்டான்... ஒன்றிரண்டு முறை ஜலீலாவின் சிரித்தமுகம் மனதில் வலம்வந்து போனது. திரும்பி நடந்தவனை ஹைதர் நிறுத்தினான்.

"டிக்கெட்டுக்குள்ள ரூவா இன்னும் ரெடியாவல... வாப்பா திட்டுவிளைக்குப் போயிருக்கு..."

அஹமது மௌனமாக நின்றான்.

"என்ன செய்யதுக்கு..?"

"ம்... எப்படியும் ரெடி பண்ணணும்... டிராவல்ஸ் காரன் நேத்தும் போன் பண்ணிக் கேட்டான்... ம்..."

ஹைதர் பரிதாபமாக நின்றான்.

"நீ யாருட்டயாவது கேட்டுப்பாரு... ம்... நடக்கும்... நீ மொதல்ல ஜலிலாவ சொல்லிவிடு... ம்... போட்டா..?"

அஹமது கடந்து போவதைப் பார்த்துக்கொண்டே ஹைதர் கைபிசைந்து நின்றான்.

திட்டுவிளையில் குச்சிதம்பியின் உம்மாவழி சொந்தத்தில் உதுமான் பிள்ளை சாகிபு, ஜலீலா கல்யாண விசயத்துக்கு

முன்னமே ஒபகாரம் செய்வதாகச் சொல்லியிருந்தார்... ஓரளவுக்கு வசதி படைத்தவர்தான் ... ரொம்ப யோசித்துப் பார்த்து ஹைதரிடம் சொல்லிவிட்டுக் குச்சித்தம்பி,

"மக்கா ... ஒருபார்வை பாத்துட்டு வாறேன் ..." எனப் புறப்பட்டுப் போனார்.

பணம் கிடைக்குமா? கிடைக்காதா என்ற தவிப்போடு ஹைதர் குச்சித்தம்பியை எதிர்பார்த்து நின்றபோதுதான் மெடிக்கல் மஸ்தான் வந்துசேர்ந்தது.

ஹைதருக்கு ரொம்பவும் பயமாக இருந்தது. கைக்கு எட்டியது வாய்க்கு எட்டாமல் போய்விடுமா..? அவன் குழம்பினான் ... ஹமீதுசாகிபின் சுபாவம் ஹைதருக்குத் தெரியும்தான் ... ஆனாலும் அவருக்கு நேராக எதையும் காட்டிக்கொள்ளும் நிலையில் இல்லை. உம்மா, தன்னைவிட வயதுமூத்த ஜலீலா, தங்கச்சி ஜமீலா ... பாவப்பட்ட பரிகாசப் பொருளாகிப்போன வாப்பா குச்சித்தம்பி ... அவன் யோசிக்காமலில்லை ... ஒரு நெருப்புத்துண்டு நீண்ட நாட்களாக அவன் நெஞ்சில் புகையத்தான் செய்கிறது. நாலு பெரிய மனுசனைப் போல வாப்பாவையும் நிமிர்ந்து நடக்க வைக்கவேண்டும் ... படச்சவனே ... யா ... ரப்பே ... எனக்க குடும்பத்த உயர்வாக ... எனக்க சகோதரிகளுக்கு நல்ல ஜீவிதத்த கொடு ... தனிமையில் கண்ணில் நீர்கோர்த்துவிடும் ... தூங்காத இரவுகள் உண்டு ... யோசித்து யோசித்து சாத்தான் கோயில் முக்கில் நின்று கொண்டிருந்தான். வாப்பாவைக் காணவில்லை. கடைசி பஸ்ஸில் எப்படியும் வந்து விடுவார் எனக் கலுங்கிலேயே உட்கார்ந்திருந்தான். ஒன்பதரைமணி கடைசி பஸ் வந்தது. அதில் குச்சித்தம்பி வரவில்லை. பலவாறாக யோசித்துக் கொண்டே வீட்டை நோக்கி நடந்தான்.

குச்சித்தம்பி பள்ளிக்கு மேலே கிழக்குப்பக்கம் ஆகாயத்தில் நிலவைத் தொட்டுவிட்டுக் கீழே சாடினார். பலருக்கும் மலைப்புத் தீரவில்லை. பொறாமையாகவும் ஆச்சரியமாகவும் பார்த்தார்கள். மதரஸா தூணில் சாய்ந்து இருந்த குச்சிதம்பியின் முகத்தில் ஆழமான நதியின் அமைதி.

"படச்சவனே ... யா ... ரப்பே ... என்னைய கரை சேத்திட்டியே ரகுமானே ..." கைகளில் ஊதி முகத்தில ஒத்திக்கொண்டபோது தேகம் சிலிர்த்தது ... ஆகாயத்தில் நிலவை உற்றுப்பார்த்துக்கொண்டிருந்த அவரின் பார்வை அதிலிருந்து இன்னும் விலகவில்லை ... மீண்டும் ஒரு முறை துள்ளிப்பிடித்தார். அது அவரை மேலும் பிரகாச மாக்கியது ... அந்த பிரகாசத்தினூடே ஹைதரின் களங்க மற்ற முகம் ... செல்லமோனே ... இனி எத்தன வருசம் கழிச்சி நீ ... வருவே ... நீ வாப்பான்னு வரும்போது உன்னைய வாரிப் பிடிச்சிக்கிட எனக்க ரூஃஹ் கெடக்குமா ... மோனே ... கண்ணில் நீர் சாடியது ... மோதியாரின் அனக்கம்கேட்டு பளிச்செனத் திரும்பினார்.

"என்னா ... ஒரே கினாவுதான் போல ... ம் ... நாளைக்குக் காலையிலதான போறான் ..."

"ஒனக்க மொகத்துல இப்புடி சிரிய பாத்ததே இல்லே ... கேட்டியா ... கேட்டியளா ..." மோதியாரின் வார்த்தை கேட்டியா என்ற ஒருமையிலிருந்து கேட்டியளா ... என மரியாதையாக மாறியதைப் புரிந்து குச்சித்தம்பி மனதுக்குள்ளேயே லயித்துச் சிரித்துக் கொண்டார்.

"அன்னைக்குக் கோட்டாத்துல இருந்து ஒரு ஆலிம்ஸா வந்தாரு ... படச்சவனே... மணம்னு சொன்னா மணம் ... உங்கவீட்டு மணம் ... எங்கவீட்டு மணம் கெடையாது

போங்கோ ... என்ன நீக்கம்பு பிரையோ ... நான் சொன்னேன் ... ஆலிம்ஸா ... எனக்கும் கொஞ்சம் அடிச்சி உடுங்களேன்னு ... போவுமோய் ... அப்புறம் ..., இந்த அலப்பு ஆவாதுன்னு பேசிப் போட்டாரு ... எனக்கு ஒரே கொதி பாத்துக்கிடுங்கோ ... உங்க மொவன் ஹைதர் போனதும் அதுபோல ஒண்ணு கொடுத்து உடனும் ... என்னா ...”

“ஓமக்கில்லாததாவோய் ...”

மோதியாருக்கு அகம் மகிழ்ந்தபோது பள்ளிவேம்பிலிருந்து ஒரு ஒற்றைப்புறா சிறகடித்துப் பறந்து மதராஸா பிறைத்தூணில் உட்கார்ந்தது. மோதியார் புறாவைப் பார்த்துக்கொண்டே சொன்னார்.

“இந்தப் புறா எங்கிட்ட நல்லா பழகிட்டு ... நீ இப்போ இல்லன்னா எனக்க மடியில வரும்...” கொஞ்சநேரம் இமைக்காமலே புறாவைக் குச்சித்தம்பி பார்த்துக்கொண்டே இருந்தார்.

“ஒனக்க மொவன் அரேபியாவுல போய் சம்பாதிச்சபொறவு காலனியில ஒரு எடம் வாங்கி ஊடு கட்டுங்கோ ...”

“எல்லாம் செய்யணும் ...”

“அடுத்தவாரம் காலனியில ஒரு ஊடு பால்காய்ச்சி தெரியுமா. என்னைய கூப்பிட்டுருக்காவோ ... மலையாளி ... சாயிப்புமார் தான் ... மூடுனானுவல்லா கெணறு அதுக்குப் பக்கத்துல ஒரு வேதக்கோயிலு வருதாம் ... வேதக்காரம்மாருவளுக்க ஊடுதான் நெறைய வருதுபோல ... நீயும் ஒரு ஊடுகட்டணும் அதுக்கு நாயன் ... ஹைதருக்கு எல்லா பரக்கத்தும் கொடுக்கட்டும் ...”

“ஆமீன் ...”

“கேட்டியளா இஷாவுக்குப் பொறவு தண்ணி ஓதித் தாரேன்... பிளேனு ஏறதுக்கு முன்னால பயலுக்குக் குடிக்க கொடுங்கோ ... பிலாய் முசிபத்து எல்லாம் ஒழிஞ்சிடும் ...”

குச்சித்தம்பி மோதியாரின் கரிசனத்தில் நெக்குருகி “நான் ஊட்ல எட்டிப்பாத்துட்டு வாறேன் ...” எழுந்து நடந்த குச்சித்தம்பியை மோதியார் பார்த்துக்கொண்டே நின்றார். அந்த முகத்தில் ஒருபாடு ஏக்கங்கள் ... மதரஸா பிறைத்தூணிலிருந்த புறா மோதியாரின் மடிக்கு வந்தது ... அதை செல்லமாகத் தொட்டுக்கொண்டே சொன்னார்.

“ஒன்னமாதிரியே எனக்கொரு மொவ இருக்கா .. ? ...”

இன்னும் இணக்கமாகப் புறா அவரின் உஷ்ணத்தில் லயிப்பில் மடியில் கிடந்தபோது, யாரோ பள்ளி முற்றத்துக்குள் நுழைவதைப் பார்த்த புறா மீண்டும் வேம்பின் கிளைக்குப் போனது. வந்தவர் சுலைமானின் பரிவாரத்திலுள்ளவர் சுலைமானைக் கேட்டார். அவன் பள்ளியின் பின்பக்கம் நின்றதைச் சொல்லி அனுப்பினார்.

சுலைமான் வழக்கம்போலத் தன் பரிவாரங்களுடன் நின்று கொண்டிருந்தபோதிலும் பேசுவதற்கு ஒரு விசயங்களையும் அவன் எடுத்துக்கொள்ளவில்லை. ஒரு ஒற்றை வார்த்தை மட்டும் சொன்னான்.

"எவன் ... எவன் ... அரேபியாக்குப் போறதுன்னு ஒரு வெவஸ்தையே இல்லாம போயிட்டு ... ம் ... நேரத்தோட வீட்டுக்குப் போறேம்பா..." அவன் நகர்ந்து போனபோது பரிவாரங்களும் சோர்வோடு விலகிச் சென்றன.

மோதியார் மதரஸா திண்ணையிலிருந்து எழும்பி டீக் குடித்தால் கொள்ளாம்போல் தோன்றிய உணர்வோடு நடக்கும் போதே புறாவுக்குப் பொரிகடலை வாங்க வேண்டும் என்பதையும் ஓர்மையில் வைத்துக்கொண்டேதான் காதர்சாகிபு டீக் கடைக்குள் நுழைந்தார்.

காதர்சாகிபு ஹோட்டல் பொலிவோடு இருந்தாலும் அடுக்களைச் சுவர் கரடிகள் மட்டும் மரிக்கவே இல்லை. ஊரில் யாரோ ஒருவர் மரித்தபோது கடைக்கு ஒரு நாள் லீவு உட்டு வெள்ளையடிக்காரனுவளைக் கொண்டு வந்தும் கரடிகளை விரட்டும் முயற்சி செத்துப்போனது. கரடிகள் சுவரில் தங்களின் இருப்பை இழக்கவில்லை. காலையில் கடை திறந்தால் இருட்டும் வரை வியாபாரம்தான். புதிது புதிதாக முளைத்து வருகிற காலனி பணிக்காரன்மார்களின் கூட்டம் நாளுக்குநாள் கூடியே வந்தது. காதர்சாகிபு அசைய முடியாத அளவுக்குக் கூட்டம்.

"தாஸா ஒரு டீ போடுப்பா ..."

"மோதியாரே ... டீ முடிஞ்சிபோச்சி ... சாப்பாடு நேரம்லா ..." பளிச்செனச் சொல்லிவிட்டு அடுக்களைக்குள் போனான். மோதியார் மௌனமாக இருந்துவிட்டு வெளியே வந்தபோது, ஐந்தாறு மாசத்துக்கு முன்பு வந்த இன்ஜினியரோடு ஊரின் சில முக்கியஸ்தர்களும் பள்ளிமுற்றத்துக்குள்ளே போனார்கள். நீண்டநேரம் பள்ளியைச் சுற்றி வந்து பேசிக் கொண்டவர்களின் பார்வை முழுவதும் பள்ளி வேம்பிலிருந்தது.

அவர்கள் பள்ளி வேம்பையே கைகாட்டிக் காட்டிப் பேசி னார்கள். காதர்சாகிபு ஹோட்டலின் வெளிப்பக்கம் நின்று பார்த்துக்கொண்டிருந்த மோதியார் பள்ளிவேம்பின் உச்சிக்குப் பார்வையைக் கொண்டுபோய் பார்த்துக்கொண்டே நின்றவர் திரும்பி, சுக்காப்பி சுல்தான் பிள்ளை கடைத்திண்ணைக்குப் போய் அமர்ந்தார். ரொம்ப நாளைத்தைக்குப்பிறகு தம் கடைத்திண்ணைக்கு வந்திருக்கும் மோதியாரை ஆச்சரியமாகப் பார்த்துக்கொண்டே சுக்காப்பி சுல்தான் பிள்ளை சலாம் சொன்னபோது பதில் சொல்லிக்கொண்டார்.

"கட்டன் சாயா போட்டுத்தரட்டா ..."

மோதியார் தலையாட்டியபோது கட்டன்சாயா போட்டு நீட்டினார்.

"கேட்டியளா ... உதுமான் சுசேட்டிக்குப் பக்கத்துல ஹோட்டல் வைக்கப்போறான் ..."

"எப்போம் .. ? ..."

"அடுத்தவாரம் தொறக்குதான் ..."

"நல்லதுதான் ... ஒண்ணு கூட வந்தாதான் சரிபடும் ..."

"ஒண்ணும் நிக்காதே ... முன்னாலே மாஹீன் ஹோட்டல் தொடங்கி மூணேவாரத்துல மூடுனான் ... தாசன் கில்லாடி யிலா ... மூடவச்சிருவான் ..."

மோதியாரிடம் சுக்காப்பி சுல்தான் பிள்ளை கட்டன் சாயாவுக்குப் பைசா வாங்கவில்லை. ஆனாலும் மோதியார் பைசாவை நீட்டினார்.

"இருக்கட்டு வாங்கி உள்ளபோடு ..."

"வேண்டாம் இருக்கட்டு ... வைங்கோ ... ஹைதரு நாளைக்குப் போறானோ ..."

"ம் ..." தலையாட்டினார்.

"படச்சவன் பெரியவன் ... ரெண்டு பொட்டபுள்ளைய எப்படிக் கரையேத்தப்போறாம்னு நெனைச்சேன் ... சரி யாயிட்டுப் பாத்தியளா .. ? ..."

"ம் ..." சிரித்துக்கொண்டார்.

நீண்ட இடைவெளிக்குப்பின்னால் மோதியார் தன் கடைத்திண்ணைக்கு வந்து சிரித்துப்பேசுவது சுக்காப்பி சுல்தான் பிள்ளைக்கு சந்தோசமாக இருந்தது.

"இன்னொரு விசயம் தெரியுமா . . ? . . ." பீடியையும் தீப்பெட்டியையும் நீட்டினார். வாங்கிப்பத்தி புகைவிட்டபடி . . . "என்னா சொல்லு . . ."

"பள்ளி வேம்ப வெட்டப்போறானுவளாம் . . ."

பீடியின் புகை வயிற்றிலிருந்து வெளிவரவில்லை . . . தலையைப்பிடித்துக்கொண்டு இருமினார். உமிழ்நீர் கசப்பாக நாறியபடி வாயில் நிறைந்தபோது . . . காறித்துப்பியபடி . . . "யாரு சொன்னா . . ."

"நமக்குத் தெரியாமலா . . . வேம்புக்கு வேரு பள்ளிய இடிச்சிருமாம் . . . மூவாயிரம் வெலபேசியாச்சி . . . எப்போ வேணும்னாலும் வெட்டுவானுவோ . . ."

"உள்ளதுதானா . . ? . . ."

"வாப்பாண . . ."

"பள்ளி வேம்பு ஊருக்க தலையாக்கும் . . . தலைய தறிச்சிப் போட்டா முண்டத்துல ரூஹ் நிக்குமாஓய் . . ." மோதியாரின் உடல் நடுங்கியது. சுக்காப்பி சுல்தான் பிள்ளை என்னவெல்லாமோ பேசினார் எதுவும் மோதியாரின் காதில் விழவில்லை . . . பதறிய நெஞ்சோடு மௌனமாக இருந்தவர் மெல்ல எழுந்தபோது தலைசுற்றியது. ஆதரவாக மின்கம்பத்தைப் பிடித்துக்கொண்டே . . . தலைநிமிர்த்தியபோது பள்ளிவேம்பில் புறாக்கள் மோதியாரின் வருகைக்காகக் காத்திருந்தன. சுக்காப்பி சுல்தான் பிள்ளையிடம் சொன்னார்.

"கொஞ்சம் வடையும் பஜ்ஜியும் கூடுதலா போடு . . . சாயங்காலம் வாறேன் . . . சுக்காப்பி சுல்தான் பிள்ளைக்குப் புரியவில்லை . . ." ஓனக்கு வியாபாரம் நடக்கும் . . . எல்லாத்தையும் நெறவா போட்டுவை . . . என்கிட்டே ஒரு ரூவா இருக்கு . . . ஓமக்க கையில இருந்து ஒரு ரூவா போட்டு . . . இரண்டு ரூவாக்கு பொரிகடலை வாண்டித்தாரும் . . . புறாக்குப் போடதுக்கு . . ."

சுக்காப்பி சுல்தான் பிள்ளை சிங்கப்பூர் கள்ளன் கடையில் பொரிகடலை வாங்கிக் கொடுத்தபோது மோதியார் சிரித்துக் கொண்டே நடந்துபோனார்.

சாயங்காலம் ஐஞ்சுமணிக்குப் பிறகு பத்து இருபது காலனிப் பணிப்பாரம்மாரோடு மோதியார் சுக்காப்பி சுல்தான் பிள்ளை கடைக்கு வந்தார். சுக்காப்பி சுல்தான் பிள்ளை பறந்துபறந்து கொடுத்தபோதும் சமாளிக்க முடிய வில்லை. மோதியாரும் கூடமாட உபகாரம் செய்துகொடுத்தார். ஒரு கூட்டம் கலைந்துபோனதும் இன்னொரு கூட்டம் வந்தது . . . "தங்கப்பா . . . சூடா உள்ளிவடை சாப்பிடு . . ." என மோதியார் சொன்னபோது, தங்கப்பன் கூட்டமும் சுக்காப்பி சுல்தான் பிள்ளைக் கடையைச் சுற்றிக்கொள்ள வியாபாரம் கொழுத்திக்கொண்டது. காதர்சாகிப் கடையில் நேரம் தாண்டியும் வழக்கமான பணிக்காரம்மார்களை காணாமல் மாஸ்டர்தாசன் என்ன என்பதுபோல வெளியே எட்டிப்பார்த்தபோது சுக்காப்பி சுல்தான் பிள்ளைக் கடையின் முன்னால் கூடிநின்ற கூட்டத்தைப் பார்த்துவிட்டுக் காதர் சாகிபிடம் சொன்னான்.

"வெறவு எடுக்கப்போனதுமாதிரி . . . வெளியேபோய் நைசா பாருங்கோ . . ."

அதே உத்தியோடு வெளியே வந்து பார்த்தவரின் நெஞ்சம் பதறிப்போனது. பளிச்சென அதே வேகத்தில் உள்ளே வந்தவர் "தாசா . . . மோதியாரு கவுத்துட்டாரு . . ."

தாசன் சிரித்துக்கொண்டே சொன்னான். "மொதலாளி பேடிக்கண்டாம் . . . எல்லாஞ் சரியாக்கலாம் . . ."

காதர்சாகிபு தலையைத் தடவிக்கொண்டே யோசித்தார்.

ஹமீதுசாகிபு வீடு களைகட்டி இருந்தது. அவரே முன்னின்று காரியங்களைக் கவனித்தார். குச்சிதம்பியின் வீட்டுக்குக்கூட ஒருமுறை போய்வந்தார் ... ஹைதருக்கு புதுபேன்று சர்ட்டுக்கு டவுணில் துணியெடுத்துத் தைக்கக் கொடுக்க அஹமதிடம் பணம் கொடுத்து அனுப்பி வைத்தார் ... ஹைதருக்கு நினைத்துப்பார்க்க முடிய வில்லை ... அன்று திட்டுவிளையில் உதுமான்பிள்ள மாமாவிடம் பணம் கேட்டுப்பார்க்கப்போன வாப்பா இரவு பதினோரு மணிவரை வீடுவந்து சேராதது ஹைதருக்கு பயமாகவே இருந்தது. விடிந்து வாப்பாவை காணவில்லை ... "போய் பாரு மோனே ..." என விடியு முன்னாலே ம்மா செய்தூன் சொல்லிவிட்டு ஜலீலாவை கூட்டிக்கொண்டு ஹமீதுசாகிபு வீட்டுக்குப் போனாள்.

குச்சித்தம்பி காலைப் பத்துமணிக்கு வீடுவந்து சேர்ந்த போது வாப்பாவின் முகத்தை உற்றுப்பார்த்தான். பணம் கிடைத்ததற்கான ரேகைகள் அதில் இல்லை ... மனம் ஒடிந்து முறிந்து விழுந்தது ... படப்பில் தீப் பிடித்ததைப் போல அவன் கனவுகள் பற்றி எரிந்தன ... ஆனாலும் தழுதழுத்த குரலில் கேட்டான்.

"வாப்பா ... என்னாச்சி ..."

"கெடைக்கல மோனே ... நேத்து ராவு முழுவதும் அவன் நடையில கெடந்ததுக்கு ஆயிரம்ரூவா தந்தான் ..." ஹைதர் நகத்தை கடித்துத் துப்பினான் ... யோசித்தான் "நகத்தக் கடிக்காத மோனே ... தரித்திரியம் ..." செய்தூன் சொன்னதும் கோபமாக அவளைப் பார்த்துவிட்டு வெளியேறிப்போனான்.

ஹைதர், ஹமீதுசாகிபு வீட்டுக்குள் வந்தபோது முன் வீட்டில் அஹமது டி.வி. பார்த்துக்கொண்டிருந்தான் ... ஆயிஷாம்மாவும் தாஸீம்பியும் ஆஸ்பத்திரிக்குப் போயிருக் கும் விபரத்தை அஹமது சொன்னபோது ஹமீதுசாகி பைக் கேட்டான். அவர் குளிக்கப் போயிருப்பதாகச் சொன்னான் ... ஜலீலா அடுக்களையில் நின்றாள் ... ஜலீலாவும் அஹமதும் வீட்டில் தனியாக இருப்பதை உணர்ந்தபோது ஹைதருக்கு ஒருமாதிரியாக இருந்தது.

“எறங்குளா ... இங்க இருக்கண்டாம் ... வீட்டுக்குப் போலாம். அரேபியாவும் மயிருந்தான் ...” இன்னும் என்னமெல்லாமோ மனதுக்குள் பொத்துச்சாடியது.

ஜலீலாவைக் கூட்டிக்கொண்டு போய்விடலாமா ... என்று கூட யோசித்தான் ... அஹமது பற்றி ஹைதருக்குத் தெரியும் ... சின்னம்மா முறைக்காரியோடு முகம் காட்டாமல் அவன் போனில் பேசிய ஆபாச வார்த்தைகள் எல்லாம் ஊருக்குத் தெரிந்து மறந்த கதைகள் ... துபாயிலிருக்கும் மாப்பிள்ளைக்கு போன் பேசவந்த மாஜிதாவின் மனசுக்குள் ஊடுருவி அவளை மண்டியிட வைத்த மாயாஜாலக்காரன் ... என்ன மனிதர்கள்... இது என்ன வீடு ... ஹைதரின் உடம்பு நடுங்கியது ... இந்த தீப் பிடித்த வீட்டில் ஜலிலாவா ... படச்சவனே ... ஒன்றும் செய்ய இயலாதவனாகத் தன்னை நொந்துகொண்டே அஹமதின் எதிரே சோபாவில் சாய்ந்தான்.

“திட்டுவிளையில பணம் கெடைக்கலே ...”

“கெடைக்கலைன்னா ... எப்படியாவது பாரு ... சோத்த உருண்டைபிடிச்சி தரமுடியுமா ..? ...”

ஹைதருக்கு செருப்பால் அடிவாங்கியதுபோல இருந்தது. ஜலீலா எட்டிப்பார்த்து முகம் மலர்ந்தாள்... ஹைதருக்கு அவளை எரித்துவிடும் எரிச்சல் இருந்தது.

“சாயா கொண்டு வரட்டா ..? ...”

“கொண்டு வரட்டான்னா ... கொண்டு குடு ...”

“வேண்டாம் ... நான் போறேன் ...” ஹைதர் எழுந்து வெளியேறினான். அவனின் போக்கைத் தீர்மானிக்க இயலாமல் அஹமது அசைவற்று அப்படியே இருந்தான் ... சின்ன இடைவெளிக்குப்பிறகு ஜலிலாவின் அசைவில் நிமிர்ந்தபோது,

“நாங்க ரொம்பப் பாவம்லா ...” என்றாள். அஹமதின் பார்வை அவள்மீது நிலைத்திருந்தது. “நீங்க எதாவது போட்டு ... எனக்க தம்பிய அனுப்பலாம்லா ... பொறவு வேணும்னா அந்த ரூவாய எடுத்துக்குங்கோ ...”

கண் இமை தட்டாமல் பேசிய அந்த யாசிக்கும் கண்களை அவனுக்கு நேசிக்கத் தோன்றியது. அவன் சரீரத்துக்குள் விவரிக்க முடியாத மாற்றங்கள் உருவாகி வருவதை அவன் புரிந்து கொண்டான்.

“ஜலீலா ஒனக்கச் சுண்டுக்க கீழே மச்சம் இருக்கே ... ம் ... ம் ...” சிரித்தான். அந்த சிரிப்பின் அர்த்தம் புரிய முடியாததாக இருந்தது. இது பரம்பரைத்தன்மை. ஹமீதுசாகிபின் வாப்பாவிலிருந்து தொடங்கி வளர்கிறது. எவனும் அவர்களின் உள்மனதை லேசில் வாசித்துவிட முடியாது. ஜலீலாவும்

அஹமதின் "ம் . . . ம் . . ."க்கு என்ன பொருள் கொள்வது என்பதை அறியாமல் பார்த்தபோது அவளைக் குழப்பமடைய வைக்க அவன் விரும்பவில்லை.

"நான் பாத்துக்கிடுதேன் . . . ஆனா . . . யாருக்கும் தெரியக் கூடாது . . . ம் . . . போ . . ."

அவள் போனாள். அவள் முதுகில் விழுந்த பார்வையைக் கொஞ்சம் கொஞ்சமாக கீழே கொண்டுவந்து அவள் பின் பக்கம் நிறுத்தினான். . . உலர்ந்த அவன் தொண்டைக்குள்ளிருந்து "ஜலீலா . . ." குளறலாகக் குரல் வந்தது. அவள் திரும்பினாள்.

"ஒனக்க தம்பி இன்னும் ஒருவாரத்துல போவான் . . . போதுமா . . . சிரிப்ப காணலியே . . ."

அவள் சிரித்தாள் . . . 'படச்சவனே' . . . நெஞ்சில் கைவைத்து நிமிர்ந்தபோது அஹமதின் பார்வையிலிருந்து கிளம்பிய வெப்பத்தை எதிர்கொள்ளமுடியாத தவிப்போடு தன்னை அறியாமலே மேல் சீலையை இழுத்துவிட்டுக்கொண்டாள்.

அஹமது, ஹைதரைத் தேடி அலைந்து கடைசியில் இலுப்ப மூட்டுமடத்தில் கண்டுபிடித்தான். கல்தூணை வெறித்துப் பார்த்தபடி உட்கார்ந்திருந்த ஹைதருக்கு அஹமது தன்னைத் தேடிவருவான் என்கிற எதிர்பார்ப்புக் கொஞ்சமும் இல்லாம லிருந்தது.

"என்னடே . . . வாழ்க்கை வெறுத்திட்டயா . . . மடத்துக்கு வந்துட்டே . . . ம் . . . சரி சைக்கிள எடு . . ."

அஹமது கொண்டுவந்த சைக்கிளை ஹைதர் சமுட்ட அஹமது பின்னால் ஏறிக்கொண்டே . . . "பள்ளவிளை ஜோஸப் வீட்டுக்கு உடு . . ." என்றான். பள்ளவிளை ஜோஸப் வீட்டில் ஸ்டாம்பு பேப்பரில் கையெழுத்துப்போட்டுப் பத்தாயிரம் ரூபாய் வாங்கிவிட்டு ஜோஸப்பிடம் சொன்னான்.

"எனக்க வாப்பாக்கு எக்காரணம் கொண்டும் தெரியக் கூடாது . . ."

ஜோஸப் தலையாட்டினான் . . . வெளியே வரும்போதே அஹமது சொன்னான்.

"ஹைதரே . . . டிக்கட் ரெடி . . ."

முன் எப்போதுமில்லாத அளவுக்கு ஹைதரின் முகம் பிரகாசமானது . . .

"எனக்க வாப்பா . . . டிக்கட்டுக்கு ஏது பணம்னு கேட்டா என்ன சொல்லுவே . . ."

ஹைதர் மௌனமாக நின்றபோதும் அஹமது யோசித்தான்.

"ம் . . . என்ன சொல்லதுக்கு . . ."

“உதுமான் பிள்ளை மாமா ஏற்பாட்ல சவுமியாபுரத்துல ஒரு சொந்தத்துல கடனா வாங்குனோம்னு சொல்லட்டா?” அஹமதுக்கு இந்த யோசனை சரியாகப்பட்டது.

“எனக்க வாப்பா ... லேசுபட்ட ஆளு இல்லே ... தொளச்சி ... தொளச்சி ... கேப்பாரு ... காலுமாறிறாதே ... ஹறவாபோயிரும். ஒனக்க வாப்பாட்டயும் சொல்லி வை ...” ஹைதர் தலையாட்டிவிட்டுப் போய்விட்டான். அஹமது வீட்டுக்கு வந்தபோது ஆயிஷா அவளின் அறையிலே இருந்தாள். தாஸீம்பி வெளித்திண்ணையில் இருப்பதை மீண்டும் கவனித்துக் கொண்டே ஜலீலாவைத்தேடிக் கிணத்தடிக்குப் போனான். அஹமதை நெருங்காமல் தள்ளி நின்றுகொண்டே ஜலீலா கேட்டாள் ... “சரியாச்சா ...”

“ம் ... எல்லாம் ஒனக்காகத்தான் ...”

எதையோ தன்னிடமிருந்து எடுத்துவிடத் துடிக்கிற அஹமதின் முகம்பார்க்காமல் திரும்பியபோது அஹமது அவளோடு ஏதோபேச முயலும்போது தாஸீம்பியின் அனக்கம் கேட்டு மாறிநின்று வெளியே போனான்.

ஹமீதுசாகிபு ஒன்றிரண்டுமுறை துளைத்துக் கேட்ட போதும் குச்சித்தம்பி வாய் திறக்கவில்லை.

“படச்சவனுக்குப் பொறவு எல்லாம் உங்க பரக்கத்துதான் மச்சான் ...”

“சரி ... சரி ... எல்லாம் நான் பாத்துக்கிடுதேன் ... ஒனக்க மொவன்ட்ட எல்லார்கிட்டயும் வழிசொல்லச்சொல்லு ... மொய்து ஊட்டுக்குப் போவண்டாம் ... என்னா ...”

“மச்சான் ...”

“ஒனக்க இஷ்டம் ...”

“அதெப்பெடி மச்சான் ... உங்களை மீறிப் போவானா .. ? ...”

ஹைதர் எல்லோரிடமும் சொன்னான் ... மொய்துசாகிபை ஒன்றிரண்டுமுறை எதிராகப் பார்த்தபோதும்கூட முகத்தைத் திருப்பிக்கொண்டான் ... ஆனாலும் நேற்றிரவு வாப்பாவிடம் கேட்டான்.

“வாப்பா ... அவர்ட்ட மட்டும் சொல்லாம எதுக்கு விடுதோம். என்ன இருந்தாலும் ஜின்னா மச்சானுக்க மாமாலா ... அதுவுமில்லாம ஆயிஷாக்கா ரொம்ப பாவம் ...”

ஆயிஷாவின் முகம் நினைவில் வந்தது ... மனம் பல விசயங்களை அசைபோட்ட போதிலும் குச்சித்தம்பி சொன்னார். “வேண்டாம்புலே ... ஜின்னா அனுப்புன ஆயிரரூவாய தராம ஏமாத்துனவந்தானலே ... அவன் மூஞ்சியில முழிக்கண்டாம் ...”

ஆயிஷா கூடக் காலையில் வீட்டுக்குப் போனபோது கேட்டாள்.

"ஹைதரே ... எனக்க வாப்பாய பாத்தியா ..."

"ம் ... ம் ..." ஹைதர் உளறினான் ... ஆயிஷா நீண்ட கடிதம் எழுதி கவரை ஒட்டி அவனிடம் கொடுத்தாள்.

ஒன்றிரண்டுபேர் கிண்ணத்தப்பம், அல்வா எனக் கொண்டு வந்தபோது "அவன் புதுசா ... போறான் ... இதெல்லாம் கொண்டுவந்துட்டு ..." எனச்சொல்லும்போதே தாஸீம்பி இடைமறித்து,

"கொண்டாருங்கோ ... புதுசா போனா என்னா ... அவனா சொமக்கப்போறான் ... பிளேனுதானே ..." வாங்கிவைத்துக் கொண்டாள். யாத்திரை ஹைதருக்கானதானாலும் யாத்திரைக் கான தயாரெடுப்பும் பொலிவும் ஹமீதுசாகிபு வீட்டில்தான் வலுப்பெற்றிருந்தது.

அஹமது காருக்குச் சொல்லி இருந்தான். காலை ஆறு மணிக்கு விமானம் ... இரண்டுமணிக்கே திருவனந்தபுரம் போகவேண்டும் ... எல்லா முன் ஏற்பாடுகளோடு இரவு பத்து மணிக்கே ஹமீதுசாகிபு வீட்டில் ஹைதருக்குப் பெட்டி கட்டினார்கள்.

தாஸீம்பி ஜன்னல்பக்கம் நின்று சொன்னாள்.

"நீங்க உங்க கையால கட்டிக் கொடுங்கோ ..."

அட்டைப்பெட்டியில் உடைகள், பொருட்கள் என ஒவ்வொன்றாக வைத்துக் கட்டினார். தாஸீம்பி தெருக் கதவைப் பூட்டிவிட்டு,

"அந்த பார்சல இஞ்ச எடுங்கோ ..." அல்வாவும் கிண்ணத் தப்பமும் இருந்த பார்சலைக் காட்டினாள். ஹமீதுசாகிபு எடுத்துக் கொடுக்கத் தாஸீம்பி பிரித்துவைத்தாள் ...

"ம் ... ஆளுக்கொரு துண்டா தின்னுங்கோ ... திரியா ளுவோ ... ம் ... தின்னுங்கோ ..."

பிஸ்மி சொல்லி ஹமீதுசாகிபு முதல் துண்டைத் தின்றார். குச்சித்தம்பி இரண்டு மூன்று துண்டுகளைத் தின்று விக்கிய போது ஜலீலா சிரித்துக்கொண்டே தண்ணி கொண்டுவந்தாள்.

"நீ தூங்கு ... காலையில ஆஸ்பத்திரிக்குப் போணும்லா ..." தாஸீம்பி ஆயிஷாவை அதட்டினாள். அஹமது யோசித்துக் கொண்டே சொன்னான்.

"வாப்பா ... எனக்குக் காலையில ஒரு முக்கியமான வேலை உண்டு ... ஏர்போட்டுக்கு மாமாயும் நீங்களுந்தான் போணும் ..."

“அவன் புதுசுலாடே ...”

“நான் ஹைதர்ட்ட எல்லாம் விபரமா சொல்லுதேன் ...”

“ம் ...”

கொஞ்சநேரம் பேசிக்கொண்டிருந்துவிட்டுக் குச்சித்தம்பியும் ஹைதரும் வீட்டுக்குப் போனார்கள் ... செய்தூன் அழுதாள். வாப்பாவும் ... மகனும் தூங்காமலே ரெண்டுமணி வரையிலும் குடும்பக் கதைகள் பேசிக்கொண்டிருந்தார்கள். ஜமீலா கட்டன் சாயா இடைஇடையே போட்டுக்கொடுத்தாள். அவளுக்கும் அழுகையாக வந்தது.

ஹைதர் வாப்பாவிடம் சொன்னான்

“வாப்பா ... ஜலீலா அக்காவ ஒடனே அங்க இருந்து கூட்டிட்டு வந்துரணும் ...”

“நானும் ... அதத்தான் மனசில நெனைக்கேன் ...”

“நல்லா இல்லே ... ரெண்டு மூணுநாளுல எதையாவது சொல்லி நம்ம ஊட்டுக்குக் கூட்டிட்டு வந்துருங்கோ ...”

“சரி மோனே ...”

“ம்மாய ... தங்கச்சிய நல்லா பாருங்கோ ... ம்மாக்கு இழுப்புக்கு நல்ல மருந்து வாண்டிக் கொடுக்கணும் ...”

“பொன்னு மொனே ... எல்லா நல்லா பாப்பேன் ...”

வாப்பாவும் மகனும் கைப்பிடித்துக்கொண்டு குழந்தைகளைப் போல அந்த குடிசைக்குள்ளிருந்து பொட்டிப்பொட்டி அழுதார்கள் ... இரண்டுமணிக்கு செய்தூன் முத்தமிட்டு மகனை அனுப்பினாள்.

கனத்த இதயத்தோடும் கலங்கிய கண்களோடும் காரில் ஏறும் முன்னால் ஹைதர் குச்சித்தம்பியைப் பார்த்துக்கொண்டே நின்றான்.

“ஏன் ... மோனே ...”

“வாப்பா ... சும்மாதான் ... வாப்பா ...”

அழுகையை மீறிய சிரிப்பு

ஹைதர் முன்னால் ஏறிக்கொண்டான் ... குச்சித்தம்பி, மோதியார் ஓதிக்கொடுத்த தண்ணியோடு பின்னால் ஏறினார். ஹமீதுசாகிபும் ஏறிக்கொள்ள நடு இரவில் கார் கிளம்பிப் போனது.

தாஸீம்பியும் ஆயிஷாவும் ஆஸ்பத்திரிக்கு ஆட்டோவில் புறப்பட்டுப் போனார்கள். ஆயிஷாவுக்குக் குளிக்க தண்ணீர் கோரிக் கொடுத்த ஈரத்தோடு நின்ற ஜலீலா, அவர்கள் புறப்பட்டுப் போனதும் தெருக்கதவைச் சாத்திக்கொண்டு வளவுக்குக் கிணத்தடியில் குளிக்கப் போனாள். குட்டுவத்தில் தண்ணீர்கோரி நிறைக்க நிறைக்க அவளின் மனம் ஹைதர் இந்நேரம் விமானத்தில் ஏறி இருப்பான் ... விமானம் பறந்து கொண்டிருக்கும் ... ஆகாயத்தில் வேடிக்கைபார்த்த விமானம் இன்று தன் கூடப்பொறப்பை சுமந்து பறப்பதின் அதிசயம் அவள் மனம் முழுவதும் கிடந்தது. கிணத்தடியில் நின்று கொண்டே ஆகாயத்தை நிமிர்ந்து பார்த்தாள். எங்காவது மேகக்கூட்டத்திற்கிடையே விமானம் பறக்கிறதா என்று. இங்கு வருவதற்கு முந்தினநாள் தன்வீட்டு வளவில் நின்று ஜமீலா ஆகாயத்தில் போன விமானத்தைக் காட்டித்தந்து சொன்னாள். “அண்ணன் இதுலதான் போவான் ...” அவளோடு செய்தூனும் நிமிர்ந்து ஆகாயம் பார்த்த ஓர்மை இப்போது அவளுக்குச் சிரிப்பாக இருந்தது.

ஜலீலா இடுப்பிலிருந்த பாவாடையை அவிழ்த்து மார்போடு கெட்டிக்கொண்டே தலையில் தண்ணீரை ஊற்றினாள். நொடியில் பரவிய குளிர்ச்சியில் சரீரம் சிலிர்த்துக்கொண்டது. இரையாளத்தில் பிராயமாவதற்கு முன்னால்வரை குளித்த காலங்களின் குளுமை இதனிலும் கூடுதலானது. ஜலீலா தலையில் தண்ணீரை ஊற்றிக் கொண்டபோது திடீரெனக காற்றில் பரவிய நறுமண வாசனை நாசியில் இழுத்து சுவாசித்துக்கொள்ளலாம் போல இருந்தது. அஹமது முதன்முதலாக வீட்டுக்கு வந்தபோதும் இதே வாசனைதான். உணர்ந்துகொண்டு மின்னலாகத் திரும்பியவள் நடுங்கினாள். அந்த நடுக்கத் தோடு தவித்துக்கொண்டே ஜலீலா கிணத்துக்குப் பின்னால் மறைந்தபோதும் முழுசாகத்தன்னை மறைத்துக் கொள்ள முடியாமல் கண்மூடிய மறுநிமிடம் கிணத்தங் கரைப் பக்கத்தில் ஒரு விசித்திரமரம் நிலத்தைப் பிளந்து கொண்டு முளைத்தது. மரத்தின் கிளைகளெங்கும் கனிகள்.

ஜலீலா பயந்து பார்த்தாள். உச்சிக்கிளையிலிருந்து காலில்லாத சைத்தான் அஹமதை சுமந்து இறங்கிவந்தது. உயரமான கிளையில் தொங்கிய கனிகளை சைத்தான் தன் உயரமான கையால் பறித்துக்கொண்டு அஹமதையும் ஜலீலாவையும் கனியைச் சாப்பிடச்சொல்லி நீட்டியபோது அஹமது பளிச் சென வாங்கிப் புசிக்கத் தொடங்கினான். சைத்தான் அவனை முதலில் ஆசிர்வதித்தது. சைத்தானின் ஆசீர்வாதத்தைப் பெற்றுக் கொண்ட அஹமது, ஜலீலாவைக் கிணத்துமதிலுக்குப் பின்னா லிருந்து இழுத்துத் தூக்கினான். அவனுக்கு முன் எப்போது மில்லாத அளவுக்கு பலம் கூடிப்போயிருந்தது. சைத்தான் இன்னொரு கனியை ஜலீலாவிடம் நீட்டிக்கொண்டே நின்றதைப் பார்த்த அவள் வாங்கிக்கொண்டவள் தன் நிர்வாண உடலை அஹமதின் உடலோடு மூடிக்கொண்டே,

“நீ என் தேவன்” என்றாள்.

அஹமதின் உஷ்ணமூச்சு ஜலீலாவின் காதுமடலை உரசிச் சென்றபோது இருவருக்கும் புதுமொழி வசமாகி இருந்தது. கண்ணியத்தோடு சைத்தான் திரும்பி நின்றுகொண்டான். சற்றுநேரத்திற்குப்பிறகு திரும்பிப் பார்த்த சைத்தான் வெட்க மாகச் சிரித்துக்கொண்டே அந்த கனிமரத்தோடு “மீண்டும் சந்திக்கலாம் ...” என விடைபெற்றுக் காற்றில் பறந்துபோனான். மீண்டும் சந்திக்கலாம் எனச் சொல்லிப்போனது சம்பிரதாயத் துக்குத்தான் என நினைத்திருந்த ஜலீலாவின் எண்ணத்தைப் பொய்த்துப் போகும்படியாக இன்னொரு நடுஇரவில் சைத்தான் மீண்டும் பின்வாசல் வழியாக வந்தது. அதன் முகம் அன்று காலையில் கிணத்தடியில் பார்த்ததுபோலப் பயமூட்டுவதாக இல்லை. புன்னகைப்பூக்கள் பூத்துக்கிடந்தன. ஜலீலாவை உரிமை யோடு இழுத்துப் பிடித்துக்கொண்டது. ஜலீலா விலகிநின்று சைத்தானோடு மன்றாடினாள். சைத்தான் அவளுக்குத் தைரிய மூட்டும் விதமாகப் பல்வேறு கதைகள் சொல்லத் தொடங்கியது. கதைகேட்டு முடித்துக்கொண்டு ஜலீலா கேட்டாள்,

“இப்படியெல்லாமா உலகம் இருக்கிறது ...”

“நான் சொன்னது ஒரு துளிமட்டும்தான் ...”

ஜலீலா ஆச்சரியப்பட்டுக்கொண்டே சொன்னாள்.

“எனக்குப் பயமாக இருக்கிறது ... யாராவது வந்துவிடு வார்கள் ...”

“யாரும் வரமாட்டார்கள் ... அப்படியே யாராவது வந்தால் நான் உன்னை தூக்கி முழுங்கிவிடுவேன் என் வயிற்றுக்குள் பத்திரமாக இருந்துவிடலாம் ...”

ஜலீலா சிரித்துக்கொண்டே சைத்தானின் மார்பில் சாய்ந்தாள். சைத்தானின் மார்பிலிருந்து வந்த நறுமண வாசனையை இழுத்துச் சுவாசித்துக்கொண்டே ,

"நீ என் தேவன் ..."

சைத்தான் அவளைப் பிடித்துக்கொண்டது. காற்றில் கலந்து, நீரில் நடந்து சைத்தான் இறுதியாக மீண்டும் நிலத்தில் கிடத்தி மறைந்தது.

மறுநாள் காலையில் தாஸீம்பி ஜலீலாவை ரொம்ப நேரம் நோட்டமாகப் பார்த்தபடி "ஏம்புளா ... சைத்தான் பிடிச்சவமாதிரி இருக்கே..."

"ஒண்ணுமில்லே ..."

"மூஞ்சி சொல்லுது ..."

ஹமீதுசாகிபு எட்டிப்பார்த்து "சொக்காரன்போன வருத்தம் இருக்கும்லா ... சாயா கொண்டா ..."

ஜலீலா சாயா எடுக்கப்போனாள். அடுக்களைக்குள் போனதும் அவளுக்கு அழுகை வந்தது. சைத்தானை சபித்தாள். ஹமீதுசாகிபுக்குச் சாயா கொண்டு கொடுத்தபோது அவர் தன்னை விசித்திரமாகப் பார்ப்பதைப்போலவே ஜலீலாவுக்குத் தோன்றியது. பளிச்சென நகர்ந்து திரும்பியவள் கண்களில் வழிந்த நீரை லாவகமாகத் துடைத்துக்கொண்டதை ஆயிஷா கவனித்தாள். "மாத்திரை தின்ன வென்னி கொண்டா ..." எனச் சொல்லிவிட்டு ஆயிஷா அறைக்குள் போனாள். பின்னாலேயே ஜலீலா வென்னி கொண்டு போனபோது ஆயிஷா மெல்லக் கேட்டாள்.

"ஏன் ஒரு மாதிரியா இருக்கே ..."

"ஒண்ணுமில்லக்கா சும்மாதான் ..."

ஆயிஷா மெல்ல பார்த்துக்கொண்டே சொன்னாள்.

"ஒனக்க வாப்பாட்டச் சொல்லி ஒடனே ஊட்டுக்குப் போ ..."

ஜலீலா தலைகுனிந்து உட்கார்ந்திருந்தாள்.

அதிகாலையே எழுந்துவிட்ட செய்தூன் உறக்கப்பாயிலேயே குச்சித்தம்பியைத் தட்டி எழுப்பிச் சொன்னாள் "போய் ... ஜலீலாவக் கூட்டிட்டு வாங்கோ ... மனசுக்கு என்னமோ போல இருக்கு ..."

குச்சித்தம்பி கண்களைக் கசக்கிக்கொண்டே "கினாவு என்னமும் கண்டியா ..? ..." எனக்கேட்டபோது "சைத்தான் கனவு ..." எரிச்சல் பட்டுக்கொண்டாள். குச்சித்தம்பிக்கும் ஜலீலா வீட்டிலில்லாமலிருப்பது என்னமோ போலத்தான் இருந்தது. ஜலீலா ஹமீதுசாகிபு வீட்டிலிருப்பது அவருக்குக் கொஞ்சமும் இஷ்டப்பட வில்லை. ஹைதருக்கு உபகாரம் செய்திருப்பதால்தான் மறுக்கமுடியாமல் அன்று அனுப்பி வைத்தது.

"என்னா ... சொன்னது ஓர்மை உண்டுல்லா ..? ..." செய்தூன் மீண்டும் அனக்கினாள்.

"சரி கூப்பிட்டுட்டு வாறேன் ... கொஞ்சம் கழியட்டு ..." யோசித்துக்கொண்டே கிடந்தவரின் மனதுக் குள் ஹைதரின் முகம்வந்து போனது. குளித்துமுடித்து விட்டு ஹமீதுசாகிபு வீட்டுக்குப் போகும்போது மணி பதினொண்ணுக்கு மேல ஆகியிருந்தது. வாசலில் கால் சமுட்டியதுமே முன்னறையிலிருந்த மொய்துசாகிபைப் பார்த்துக்கொண்டே பளிச்செனத் திரும்பினார்.

"என்னடே" என ஹமீதுசாகிபு கேட்டபோது குச்சித் தம்பி "பொறவு வாறேன் ..." எனச் சொல்லிவிட்டு வெளியேறிப்போனார். குச்சித்தம்பி வருவதற்குப் பத்து நிமிசத்துக்கு முன்னால்தான் மொய்துசாகிபு வந்தார். ஒரே ஊராக இருந்தபோதும்கூட மகளைப்பார்த்து நீண்டகாலமாகிப் போனதைப்போலத் தோணுதல் உண்டானதை ஆயிஷாவின் கல்யாணப் போட்டோவைப் பார்த்தபடி சுபைதாவிடம் சொன்னபோது,

“நாளைக்குக் காலையில போங்கோ கொஞ்சம் அச்சப்பம் பொரிச்சித் தாறேன் ...” சொல்லிக்கொண்டே மைதீனைச் சொல்லிவிட்டு அச்சப்பம் செய்ய சாதனங்களும் வாங்கிக் கொண்டவளின் மனதுக்குள் றெக்கை முளைத்தது.

“பிள்ளே ஒண்ணுஞ்செய்யண்டாம் ... நான் போய் பிள்ளைக்கு மொகத்த எட்டிப்பாத்துட்டு வந்துடுதேன் ...” அவள் கேட்கவில்லை மொய்துசாகிபுக்கு இரவு சரியாகத் தூங்க முடியாமல் போனது. அவருக்கு ரொம்பவும் ஆச்சரிய மாக இருந்தது. தனக்கான தவிப்பு ரொம்பவும் வினோதமாகப் பட்டது. பத்து எட்டு வைத்தால் பார்க்கும் தூரத்தில் இருக்கும் மகளைப் பாக்க ... ஏதோ வெளியூர் புறப்படுவதைப்போன்ற தயார் எடுப்பு ... சிரித்துக்கொண்டார். உள்ளூரில் மகளைக் கெட்டிக்கொடுக்காமல் இருந்திருந்தால் நன்றாக இருந்திருக் குமோ என்றுகூடத் தோன்றியது. சுபைதா வேறு என்னவெல் லாமோ சொல்லுகிறாள்.

குச்சித்தம்பி பணம் கேட்டு வந்த கதையைக் கேட்கச் சொன்னாள் ... ஜின்னா பதில்கடிதம் போடாத விபரம் ... ஹைதர் போகும்போது ஒரு வார்த்தை போலும் சொல்லாதது எல்லாம் ஆயிஷாவிடம் கேட்கச் சொல்லி ... இன்னும் ஓர்மை வரவரப் பலதும் சொன்னாள் ... எல்லா ஓர்மைகளோடும்தான் கிளம்பி வந்தார். வாசலில் மொய்துசாகிபைக் கண்டபோதே தாஸீம்பியின் முகம் ஒரு தினுசாகிப் போனது. ஆனாலும் பளிச்சென முகம்மாத்திச் சிரித்தபடி உள்ளே கூப்பிட்டு இருக்கச் சொல்லிவிட்டு வளவில்நின்ற ஹமீதுசாகிபைக் கூப்பிட்டு வந்தாள். இதற்கிடையில் அறையிலிருந்த ஆயிஷா, வாப்பாவின் சத்தம்கேட்டு ஓடிவந்து வாப்பாவின் கையைப் பற்றும் ஆவலோடு நின்றாள். மொய்துசாகிபின் எதிரே சோபாவில் அமர்ந்த ஹமீதுசாகிபு அசையவில்லை. வாப்பா வும் மகளும் எதுவும் பேசிவிடக்கூடாது என்பதைத் தீர்மானித் துக் கொண்டவராக மொய்துசாகிபிடம் பேச்சுக் கொடுத்துக் கொண்டே இருந்தபோதுதான் குச்சித்தம்பியும் வந்துபோனது.

“ஆயிஷாம்மா ... வாப்பாக்குக் குடிக்க என்னமும் கொண்டு வா ...” ஆயிஷா உள்ளே போனாள். பன்னிரண்டரை வரை நேரம் போனது. மொய்துசாகிபால் எதுவும் பேசமுடிய வில்லை. முகந்தெரியாத ஒரு அந்நிய வீட்டிலிருப்பதுபோலத் தோன்றியது. ஹமீதுசாகிபின் பேச்சு சாமர்த்தியம் நேர்த்தி யோடு மொய்துசாகிபை வெவ்வேறு பக்கங்களுக்கு இழுத்துப் போனது. ஆயிஷாவால் கதவுக்குப் பின்னாலும் முன்னாலுமாக நின்று மொய்துசாகிபைப் பார்க்க மட்டுந்தான் முடிந்தது.

தாஸீம்பி எட்டிப்பார்த்து "சாப்பிட்டுட்டுப் போலாம்" என்றாள். திடீரெனத் தாஸீம்பி அப்படிச் சொன்னதுகூடத் தன்னை சாமர்த்தியமாகப் போகச் சொல்கிறாள் என்றே தோன்றியது. ஆயிஷாவைப் பார்த்தார். ஆயிஷா "வாப்பா இங்க சாப்பிடண்டாம் ..." என்பதைக் கண்ணால் சொன்ன போது "வேண்டாம் ... நான் கௌம்புதேன் ... அடுத்த மாசத் தொடக்கத்துலயே சூல்வச்சிரணும் ..."

"படச்சவன் உதவியாலே சிறப்பா வச்சிடலாம் ..." எனச் சொல்லிக்கொண்டே ஹமீதுசாகிபு எழுந்தார். அவர் தன்னை வழி அனுப்ப எழுந்துவிட்டார் என்பதைப் புரிந்துகொண்டு மொய்துசாகிபு மெல்ல எழுந்தபடி ...

"செரி நான் வாறேன் ... மோளே வாறேன் ..."

படி இறங்கிப்போன வாப்பாவை ஆயிஷா சோகமாகப் பார்த்துக்கொண்டிருந்தாள். வாப்பா தெருதாண்டிப்போனதும் வீட்டுக்குள் திரும்பியபோது வாப்பா கொண்டுவந்த அச்சப்பம் குத்துப்போணியிலிருந்தது. திறந்து ஒன்றை எடுத்துத் தின்ற போது சுபைதா ஊட்டியதைப்போல இருந்தது.

மொய்துசாகிபு வீட்டு நடையில் கால் சமுட்டப் பொறுக்கா மல் அவரின் முகத்தை சுபைதா ஊடுருவிப் பார்த்தாள்...

"எதுக்கு எனக்க மூஞ்சிய இப்படிப் பாக்குதே ..."

"ஒங்க மூஞ்சியப்பாத்தா தெரியும் மொவ எப்படி இருக்கான்னு." மொய்துசாகிபு சிரித்துக்கொண்டார்.

"ஆயிஷா நல்லா இருக்கா ... இன்னும் பத்து இருவது நாளுதானே ... நம்மோ ஊட்டுக்குக் கூட்டிட்டு வந்துடலாம் ..."

"சொன்னியளா .. ? ..."

"ம் ..." தலையாட்டினார்.

"சாப்பிடச் சொன்னாவுளா .. ? ..."

"ஹமீதுசாகிபு கோழிவாங்கப் போனாரு ... நான்தான் வேண்டாம்னு சொன்னேன் ..."

"ஆயிஷாக்க வயிறு ரொம்பப் பெரிசா இருக்கா ..."

"நீ சூலியா இருந்த மாதிரித்தான் இருக்கு ..."

"அடிவயிறு எறங்கி இருக்கா ..."

"அப்படித்தான் தோணுது ..."

"யா ... ரப்பே ... அப்போ சோகமா பெறுவா ..."

மொய்துசாகிபு கடந்துபோன பிறகும் சுபைதா விட வில்லை. தொணதொணத்துக்கொண்டே பின்னால் வந்தாள்.

"மோந்தியில தட்டுக்குப் போவப்புடாதுன்னு சொன்னி யளா . . ."

தலையாட்டினார்.

"பைத்தியாரி மேகத்த பாக்கேன் . . . நச்சத்திரத்த பாக்கேன்னு . . . வானம் பாத்துட்டு நிப்பா . . ."

"பிள்ளே அவ சின்னபிள்ளை இல்லே . . .நல்ல வெவரம் உள்ள பிள்ளதான் . . . நீ சும்மாகெட . . ." மொய்துசாகிபு எரிச்சலோடு சொன்னபோது சுபைதாவின் மூஞ்சி சுண்டிப் போனது. ஆனாலும் ஆயிஷாவை சூல்வைத்துக் கூட்டிவர நல்லநாள் பார்ப்பதற்காகக் காலண்டரைத் தூக்கிக்கொண்டு சுபைதா வளவு நடைக்குப்போனபோது வீட்டுக்குள் இருக்க இஷ்டப்படாமல் தெருவிறங்கிப் பள்ளிப்பக்கம் வந்தார். அவருக்கு லேசாகத் தலைவலிப்பதைப்போல இருந்தது. பள்ளிவேம்பின் காற்றடிபட்டால் கொள்ளாம்போல தோன்றியபோது மெல்லப் பள்ளி முற்றத்துக்குள் நடந்து மதரஸா திண்ணைக்கு வரும் போது மோதியாரின் மடியிலிருந்து இரண்டொரு புறாக்கள் பறந்துபோயின. மோதியாருக்கு ஸலாம் சொல்லிக்கொண்டே நேராகப் பள்ளிவேம்பின் கீழ்போய் மொய்துசாகிபு உட்கார்ந்ததை ரொம்பவும் அலுசுவமாக மோதியார் பார்த்துக்கொண்டே,

"என்னா . . . பதிவில்லாமா . . ."

"ஆமா . . . தலைவலிக்கு . . . கொஞ்சம் காத்தோட்டமா இருக்கலாம்னு . . ." .

"இந்த காத்தோட்டம் நெலைக்காது . . ."

"என்ன சொல்லுதியோ . .."

"வேம்ப வித்தாச்சி .. "

மொய்துசாகிபு அதிர்ந்து போனார். வேம்பமுத்துப் பொறக்கிப் பிச்சபெருமாள் கடையில் கொடுத்து இழுவுன கருப்பட்டியும் பொரிகடலையும் வாங்கிதின்னு சுகித்த ஓர்மையின் நரம்புகள் சிலிர்த்துக்கொண்டன.

"நானும் இப்படித்தான் நம்பலே . . . உள்ளதுதான் . . . பள்ளியாடிப் பக்கத்துல மூணுநாலு பேரா வந்து பாத்துட்டுப் போனானுவோ . . . மிக்கியவாறும் பத்துப் பதினஞ்சி நாளுல தறிப்பானுவோ . . ."

அண்ணாந்து பார்த்தார். ஆகாயத்தை வேப்பமரம் தாங்கி நின்றது. சின்னப்பையனாக இருக்கும்போதே இப்படித் தான் இருக்கிறது.

மொய்துசாகிபின் மனதை வேப்பமரம் ஆக்ரமித்தது. பள்ளிக் கொடிக்கட்டுக்குக் கொடிமரம் ஏத்தும்போது இரண்டு வடம் வேம்புக்குத்தான் வரும் மூன்று நான்குபேர் நின்றால் தான் வேப்பமரத்தில் வடம் கட்ட ஒரு சுற்று வரும். மொய்துவும் ஒன்றிரண்டு முறை வடம் கட்ட நின்றிருக்கிறார். பேரனோ பேத்தியோ பிறந்தால் பள்ளி வேம்படிக்குக் கொண்டுவந்து புறாகாட்டிக் கொடுக்கவேண்டுமென்ற ஆசைப்பூ மொட்டாகவே அவர் மனதுக்குள் கிடக்கிறது.

ஆயிஷாவின் பிரசவச்செலவும் சூல் அழைப்புச் செலவும் எப்படிச் சரிகட்டுவது என்ற யோசனையும் எட்டிப்பார்த்தது. வீடுகாணும் செலவுக்கு மேலஊர் செல்லையாவிடம் நோட்டெழுதி வட்டிக்கு வாங்கிய பணத்துக்குத் தினமும் நூறுரூபாய் கொடுத்துத் தீர்க்கலாம் என்ற யோசனையோடு கடந்த மாதத்திலிருந்துதான் கொடுக்கத் தொடங்கி இருக்கிறார். கடையிலும் முன்புபோல வியாபாரம் இல்லை. உடம்பிலும் முன்புபோலப் பலம் இல்லை. மைதீனை வெளிநாட்டுக்கு அனுப்பிவைக்கலாமா என்கிற யோசனையும் ஆறேழு நாட்களாக மனதைக் குதறுகிறது. ஹைதர் அரேபியாவுக்குப்போன மறுநாள் சுபைதா சொன்னாள்.

"மருமவன் ஹைதருக்கு விசா கொடுத்து அவன் போயாச்சில்லா... ஆயிஷாட்டச் சொல்லி... மைதீனுக்கும் ஒருவிசாக்கு ஏற்பாடு பண்ணச்சொன்னா என்ன..?..." என்கிற யோசனையைக் கேள்வியாக வைத்தாள். மைதீனும் இஷ்டப்பட்டுச் சொன்னான். யாரிடம் போய் கேட்க. மொய்து சாகிபுக்கு ஜின்னா கடிதம் எழுதியபோது பதில் கடிதம் போட்டுவிட்டு ஐந்தாறு மாதங்களாக போஸ்ட்மேனை வாய் பார்த்து நின்றதுதான் மிச்சம். ஒருமாயமும் புரியவில்லை. பெத்தமகளோடு போய் நாலுவார்த்தை பேசமுடியாத சிக்கலுக்குள்ளாகிப்போன தன் வாழ்வைக் குறித்த துக்கம் தன் ரத்தத்தில் கலந்து கிடப்பதாகவே தோன்றியது. தூங்காத இரவுகளில் மெதுவாகக் கேட்பார்.

"நான் யாருக்கு என்ன கெடுதல் செய்தம்னு என்னைய இந்த பாடுபடுத்துதே... ஒண்ணுமில்லன்னா எனக்க ரூஹ்யாவது எடு..." எப்படியெல்லாமோ புலம்பிப்புலம்பிப் படுத்தாலும் தூக்கம் வராது. சுப்ஹானல்லாஹ் சொல்லிப் பார்ப்பார் அல்ஹம்துலில்லாஹ் சொல்லிப் பார்ப்பார். குல்ஹுவல்லாஹ்

அஹது ஸூரா ஓதிப்பார்ப்பார். ஆனாலும் உறக்கம் வராது. நடுவீட்டில் வந்து உட்கார்ந்து ஹமீதுசாகிபு கம்பீரமயிரில் முப்பதினாயிரம் ரூவாயைத் தூக்கிப்போட்டுத் தென்னந்தோப்புப் பத்திரத்தைத் தட்டிக்கொண்டுபோன காட்சிதான் ஒரு கரும் பூச்சையைப்போல மனம் முழுவதும் விழுந்து பிராண்டுகிறது. திருவிழாக்கடைகளில் ராத்திரிபகல் உறங்காமல் உளைத்து உண்டாக்கிய சக்கரத்தில் வாங்கிய தென்னந்தோப்பு... அந்த தோப்பின் தரையோடு உரையாடிய ஓர்மைகள் ... படச்சரப்பே மொய்துவுக்குத் தூங்காத இரவுகள் எல்லாமே துனியாவில் இதுதான் தனக்கான கடைசிஇரவு என்றே தோன்றும்.

மோதியார் சத்தமாகக் கேட்டார்.

“என்ன அனக்கத்த காணலே... மொய்தாக்கா ஒறங்கிட்டியளா..?”

“இல்லே சும்மாதான் இரிக்கேன்... ஆமா ஒமக்க குச்சித் தம்பிய காணல...”

“அவன் இப்போ அரேபியாகாரனாயிட்டாம்புலா..?..” மோதியார் பலமாகச் சிரித்தார். சிரித்து முடிக்கும் வரை பொறுமையாக இருந்துவிட்டு மொய்துசாகிபு கேட்டார்.

“பள்ளி வேம்புக்கு என்ன வயசு இருக்கும்...”

பள்ளியாடிக்காரன் பாத்துட்டுப் பளிச்சின்னு சொன்னான்... இருநூத்தம்பது வயசுக்கு மேல இருக்கும்னு...”

மொய்துசாகிபு அப்படியே உட்கார்ந்திருந்தார். பள்ளி வேம்பின் காத்து முகத்தோடு வீசியது. அது சின்னபுள்ளையில் மொய்துவின் உம்மா அவரின் தலையைத் தடவிவிட்டதைப் போன்ற சுகத்தோடு.

“படச்சவன் யாருக்கு எப்போ கண்ணத் தொறப்பான்னு தெரியாது...” மோதியார் அடிக்கடி மதரஸா திண்ணையிலிருந்து சொல்வதுபோல சுக்காப்பி சுல்தான் பிள்ளைக்குப் படச்சவன் கண்ணைத் திறந் திருந்தான். சுக்காப்பியில் என்ன மாயப்பொடியைப் போட்டாரோ தெரியவில்லை காலனி பணிக்காரன்கள் ஒரே மூச்சில் ரெவ்வெண்டு சுக்காப்பி குடித்தனர். மொளவுபஜ்ஜியும் முட்டைபோண்டாவும் போட்டு முடியும் முன்னால் பாத்திரம் காலியானது. பஜ்ஜியோடு சட்னியும் அறிமுகப்படுத்தினார். காதர்சாகிபு தலையைத் தடவித்தடவி உட்கார்ந்திருந்தார். தாசனுக்கு ஒன்றும் ஓடவில்லை.

உதுமான் புதிதாகத் திறந்த ஹோட்டலிலும் வியாபாரம் சிறப்பாகவே நடந்தது. ஒரட்டியும் குருமா வும் வெளிப்படுத்திய ருசியில் பலரின் நாக்குகள் தொங்கின. தொங்கிய நாக்குகளோடு நாளுக்குநாள் உதுமானின் ஹோட்டலில் வியாபாரம் உயர்ந்து கொண்டேபோனது. தாசனும் காதர்சாகிபும் வாய் பார்த்து நின்றார்கள். காலையும் உச்சைக்கும் உதுமான் வியாபாரத்தைப் பிடித்துக்கொள்ள, சாயங்காலம் சுக்காப்பி சுல்தான் பிள்ளை மிச்சத்தைக் கூட்டி அள்ளிக் கொள்ளக் காதர்சாகிபால் தலையைத் தடவி வாய் பார்க்க மட்டுமே முடிந்தது.

சாயங்காலம் காலனி பணிக்காரன்மாரோடு வந்த மோதியார் சுக்காப்பி சுல்தான் பிள்ளைக் கடையில் சாயா குடித்துவிட்டு சிங்கப்பூர் கள்ளன் கடையில் பொரிகடலை வாங்கிக்கொண்டு பள்ளிமுற்றத்துக்குள் போகும்போது, கடையின் வெளியே நின்று காதர்சாகிபு மோதியாரைக் கூப்பிட்டார். மோதியார் காது கேட்காதவரைப்போலப் பளிச்செனப் பள்ளி வேம்பை நோக்கிப் போய்விட்டார்.

“தாயளி அவனும் அவனுக்க புறாவும் ... கேக்காதது மாதிரி போறான் ...” தாசனிடம் எரிச்சலோடு சொல்லிக் கொண்டே தலையைத் தடவினார்.

“மொதலாளி ரெண்டுநாளு ஊருக்குப்போயிட்டு வாறேன் ... எல்லாஞ் சரியாவும் ...”

தாசனைக் கொஞ்சநேரம் பார்த்துக்கொண்டே நின்ற காதர்சாகிபு சிரித்துக்கொண்டே தாசனை இரவே அனுப்பி வைத்தார். தாசன் ஊருக்குப் போய்விட்டு வந்த மூன்றாவது நாள் உதுமான் ஹோட்டலைப் பூட்டினான். மறுபடியும் காலைக் கூட்டம் காதர்சாகிபு கடைக்குவந்தது.

ஜமால் சொன்னான் ... “என்ன மாயமோ ஒரு எழவும் புரிய மாட்டேங்குவு ...” ஜமால் கடந்துபோனபிறகு வழக்கம் போலத் தன் பரிவாரங்களுடன் நின்ற சுலைமான் இன்றைக்கு எடுத்துக்கொண்ட விசயம் செய்வினை பற்றியதாக இருந்தது. மியன்னா சொன்னார். “இதெல்லாம் சும்மாப்பா ... செய்வினை யாவது மயிருவினையாவது ... வேற வேல மயிரு இல்லாம திரியானுவோ ...”

“மயிரு கணக்க பேசாதையும் ... செய்வினை உண்டு ... இதுல பலவகை இருக்குப்பா ... கைமருந்து கேள்விப்பட் டிருக்கியளா ... சாப்பாட்டுல கலந்து கொடுத்தா போதும் அடிமையாயிருவான் ... பண்டு மத்தவருக்கு அவருக்குப் பொண்டாட்டியே கைமருந்து வச்ச கதை ஓர்மை உண்டா வோய் ... கோரி சாயிப்புக்க மொவன்... இப்போ திருவனந்த புரத்துல இருக்காவுளே ...”

“ஆமா ...”

“பையன் ரூம்ல போய் லைட்ட அணைச்சிட்டுக் கெடந் துருவான் ... லைட்ட யாராவது போட்டா ... லைட்ட போடாதைங்கோ ... நான் பொம்பளை ... நிர்வாணமா இருக்கேன் ... லைட்ட அணைங்கோ ... லைட்ட அணைங் கோன்னு சத்தம் ... வாப்பாகாரரு ஒப்பாரி வச்சிட்டு ஆத்தங்கரைப்பள்ளிக்குக் கொண்டு போனாரு ... பையன் ஆடுனான் ... சத்தம் பொம்பளைக்க சத்தம் ... நேச்ச கொடுத் தவன் கையைப் பிடிச்சிருக்கான் ... ஒரு பொட்டச்சிய வெக்க மில்லாம தொடுதியலே ... தூ ...ன்னு துப்பிருக்கான் ... வல்ல சாதியுமா கடைசியில திருவனந்தபுரத்துல இருந்து வந்த ஆலிம்ஷா குரானத் தூக்கித் தலையில வச்சிருக்காரு ... அதுக்குப் பொறவுதான் ஒப்பாரி வச்சிட்டு ... எனக்க மேலு காந்துவு ... எனக்க மேலு காந்துவுன்னு ஓடியிருக்கு ... சொத்துத்

தகராறுல அவனுக்க குடும்பத்துலதான் ஒருத்தன் செய்தது ... அந்தக் குடும்பம் ஊரவுட்டுப் போச்சி இல்லியா .. ? ...” கூட்டம் சுலைமானுக்கு எதிராக மௌனமாக நின்றது.

“விஞ்ஞான வளர்ச்சி, மயிருவளர்ச்சின்னு சொல்லு தானுவோ ... தோசம் தட்டுன பிள்ளையளுக்கு டாக்டர் மாருட்ட மருந்து கொடுத்துக் குணமாக்கச் சொல்லு பாப்போம் ... ஒரு மயிரும் புடிங்கிடமாட்டானுவோ ... ஒரு தேங்காயிலயும் எலுமிச்சம் பழத்துலயும் தூப்புக்காரன் சரியாக்குவான் ... பேசுதியளே, வேற வேலை மயிரு இல்லாம ... இருபத்தேழு நாளா தின்ன மேனிக்கே பேண்டுட்டுக் கெடந்த எனக்க குட்டியாப்பா மொவனுக்குப் பாக்காத டாக்டர் கெடையாது ... ஆசுபத்திரியில பையலப் பாக்கவந்த அவ்வாம்மா பெத்தா ... திங்கவச்ச வெத்திலைய எடுத்துப் பயலுக்க வயித்துல ஓதிட்டே தடவுனா ... அவ்வளவுதான் பளிச்சின்னு பேதி நின்னு ... டாக்டர்மாருவோ மேல ஒருத்தன் இரிக்காம்னு வாயப்பொளந் தானுவோ...” சொல்லிவிட்டு மூச்சிவிட்டுக்கொண்டே சுக்காப்பி சுல்தான் பிள்ளையைப் பார்த்து “ஏழு சுக்காப்பி போடும் ...” என்றபோது கூட்டம் அவனோடு சேர்ந்து அவரின் கடையைச் சுற்றிக்கொண்டபோதுதான் பள்ளியாடிக்காரனுவோ நாலஞ்சி பேராகப் பள்ளிமுற்றத்துக்குள் போனான்கள். சுக்காப்பியைக் குடித்துக்கொண்டு சுலைமானும் பரிவாரங்களும் பள்ளி முற்றத் துக்குள் வேகவேகமாக வந்தனர்.

நாளைக்குக் காலையில் பள்ளிவேம்பை வெட்டும்பணி யைத் தொடங்கிவிடுவதாகச் சொன்னபோது,

“எத்தனை நாளுல முடியும் ...” என்றான் சுலைமான்
“பதினைஞ்சில இருந்து இருவதுநாளுக்குள்ள முடியும் ...”

சுலைமான் பள்ளிவேம்பை நிமிர்ந்து பார்த்தான் ... மௌனமாக ஒன்றும் சொல்லாமல் வெளியே வந்துவிட்டான்.

வெள்ளிக்கிழமை ஜூம்மாவுக்குப்பிறகு வேம்பை வெட்ட சிலர் எதிர்ப்புத் தெரிவித்தனர். சுலைமானும் எதிர்த்தான். ஆனாலும் பலர் எதைவெட்டினால் நமக்கென்ன என்பது போலப் போனார்கள். முக்கியஸ்தர் சொன்னார்,

“ஹவுளுல தண்ணி நாசமாகுது ... வேப்பங்கொள உழுந்து தண்ணி கெடுது ... வேம்புக்க வேரு பள்ளிச் சுவர இடிக்குது ... இனிப் புதுப்பள்ளி கெட்டப் பிளானு ரெடியா இருக்கு ... இன்னும் நாலஞ்சி மாசத்துல வேலை ஆரம்பிச்சாலும் ... வேம்ப எடுத்துத்தான் ஆகணும் ...”

மௌனமானவர்களுக்கு மத்தியிலிருந்து சுலைமான் சொன்னான் "என்ன வேணும்னாலும் செய்ங்கோ ... வேம்ப எடுக்கது நல்லது இல்லே ..." மோதியாருக்கு சுலைமானைப் பிடித்துப்போனது. ஆனாலும் அவர் வாய்திறக்க முடியாது மௌனமாகவே இருந்தார்.

பத்துப் பதினான்கு பேர் பள்ளியாடிக்காரன் தலைமை யில் வினோதமான வெட்டுக்கத்திகளோடு பள்ளி முற்றத்துக்கு அதிகாலையே வந்தார்கள் ... மோதியார் புறாக்களைப் பார்த்து நேற்றே சொன்ன ஓர்மை வந்தது.

"போங்கோ ... போங்கோ ... எங்கயாவது போய் பொழச்சிக்கிடுங்கோ". அழுகை வந்துவிட்டது. தான் அழுவதை யாரும் பாத்துவிடக்கூடாது என்பதற்காகக் கண்ணீர் விழு முன்னாலேயே துடைத்துக்கொண்டார் . . . புறா கிறுக்கன் ... என்று மறைமுகமாகப் பேசுவதெல்லாம் அவர் அறியாமலில்லை.

ஆறுமணிக்கு வந்தவர்களால் பத்துப் பதினொரு மணியான பிறகும் மரத்தில ஏற முடியவில்லை. வேடிக்கை பார்க்க நிறையக் கூட்டம். நாடார்மார்களும் பிள்ளைமார்களும் செட்டியார்மார்களும் கூட உண்டு. வடம் போட்டுப் பார்த்தார் கள். பிடித்துக்கொண்டு மேலே ஏறிவிடலாம் என்று தோதுப்பட வில்லை. தெரிந்த எல்லா அடவுகளும் போட்டுப் பிரயோஜன மில்லாமலிருந்தது. பதினொரு மணிக்குப்பிறகு ரெண்டு உயர மான ஏணியைக் கொண்டுவந்து இணைத்துக் கெட்டி வைத்த பிறகே பத்துப்பதினான்குபேர்களும் வேம்புக்குள் போக முடிந் தது. முதல் கட்டமாகக் குழைகளை வெட்டி எறக்கும் வேலையை துருசமாக செய்துகொண்டிருந்தனர். குழையோடு ஒரு பெரிய கொப்பு மதரஸாவுக்கு முன்னால் மோதியாரின் காலடியில் விழுந்தது. அந்தக் கிளையின் மத்தியில் ஒரு புறாக்கூடும் சில முட்டைகளும் சிதறிக் கிடந்தன. நிமிர்ந்து பார்த்தார். ஆகாய வெளி முழுவதும் பறவைகள் அலறிஅலறிப் பறந்தன.

பள்ளிவேம்பு இருந்த இடம் தெரியாமல்போன மூன்றாவது நாள் சாயங்காலத்துக்கு முன்னால் குச்சித் தம்பி வாசலில் நின்று உள்ளே வராமல் சுபைதாவைக் கூப்பிடும்போதே ஈசிச்செயரில் சாய்ந்து கிடந்த மொய்து சாகிபு தலைதிருப்பிக் கேட்டார்.

“உள்ளே வாயம்புடே . . . ஒனக்கென்னா பைத்திய மாடே . . .” குச்சித்தம்பி பதில்பேசாமல் மீண்டும் சுபைதாவைக் கூப்பிட்டார். மொய்துசாகிபுக்கு அவனைப் புரிந்துகொள்ள முடியவில்லை. . . மூடுந்தலையு மில்லாமல் அன்று அவன் பேசிவிட்டுப் போனபிறகு மொய்துவுக்குக் குழப்பங்களே மிஞ்சி இருந்தன. போன மாசம் ஒரு வெள்ளியாச்ச காலையில் எரயாளத்தங்கரைத் தோப்பில் பாக்குப் பொறக்க வந்தவனிடம் மொய்து சுகம் விசாரித்தபோதும் ஒனக்கு வந்ததுக்கு எனக்கென்ன என்பதுபோலக் குச்சித்தம்பி சிலுப்பிக்கொண்டு போன போதுதான் இந்தப் பயலுக்கு நம்மகிட்ட ஏதோ விரோதம் இருக்கு எனப் புரிந்துகொண்டார். ஆனாலும் அவனைப் பார்த்து ‘நமக்குள்ள என்ன பிரச்சனடே’ எனக் கேட்க வேண்டும் என்பது தோற்றுப்போய்க்கொண்டே இருக் கிறது. பள்ளிவேம்பு தறிக்கும்போது கொப்புகளை இழுத்துப்போட்டுக்கொண்டே பள்ளிமுற்றத்தில் நின்ற வன் தன்னைப் பார்த்து முகத்தைத் திருப்பிக்கொண்ட போதும் மனம் வலித்துக்கொண்டே இருந்தது. நீண்ட நாட்களுக்குப் பிறகு குச்சித்தம்பி வாசலில் வந்து நிற் கிறான் என்றாலும் இரண்டுதடவை கூப்பிட்டுப் பார்த் தார். குச்சித்தம்பி அனங்கவில்லை. மீண்டும் ஒருமுறை குச்சிதம்பியின் சத்தம்கேட்டு சுபைதா வாசலுக்கு வந்தாள்.

“அக்கா ஆயிஷாக்கு ஒரு மாதிரியா வருதாம் . . . ஒடனே வந்து கூட்டுட்டுப் போவணுமாம் . . .”

மொய்துசாகிபுக்குத் தூக்கிவாரிப்போட்டது. சுபைதா தலையில் கைவைத்தபடி வியர்வை கொட்ட நடுங்கினாள். அவளுக்கு ஒன்றும் புரியவில்லை . . . உச்சைக்கே அவளின் இடதுகண் துடித்தது . . . என்ன நீக்கம்புக்கு இந்தக் கண்ணு

துடிக்குது எனப் பயந்துகொண்டே ஸலவாத்தை ஓதி ஊதி விரலால் தடவிய ஓர்மையோடு நெஞ்சடிப்புக் குறையாமல் குழம்பிப்போய் நின்றாள். விபரம் கேட்கலாம் என்றால் பாளறுவான் தெரு தாண்டிவிட்டான் ... ஆனாலும் சத்தம் போட்டுக் கூப்பிட்டுப்பார்த்தாள். காதில் ஈயத்தைக்காச்சி ஊத்திக்கொண்டவனைப்போலக் குச்சித்தம்பி அனங்காது போனான்.

“நான் போய் பாத்துட்டு வரட்டா ...” தலையில் சீலையைப் போட்டுக்கொண்டு தெரு இறங்கியவளிடம்,

“பிள்ளே ... நில்லு ...” மொய்துசாகிபுவும் பின்னால் வேகமாக நடந்தார். இருவருமாக முதல் தெருவுக்கு வந்து ஹமீதுசாகிபு வீட்டுக்குள் நுழைந்தபோது தாஸீம்பி ஒரு மாதிரி மூஞ்சியை இறக்கி வைத்திருந்தாள்.

போனமாசம் சுபைதாவின் குட்டியாப்பா மகனுக்கு மஞ்சள்காமாலை கண்டு கிடந்தபோது நாட்டுமருந்து கொடுக்கப் பாதுசா எழனி வெட்டிக்கேட்டார் ... மொய்துசாகிபு வெட்டுக் காரனைக் கூட்டிப்போய் அஞ்சாறு எழனி வெட்டிக் கொடுத் ததை அறிந்தபோது தாஸீம்பியின் மூஞ்சி இப்படித்தான் இருந்தது. மொய்து சுபைதாவிடம் வந்து சொன்னார்.

“நெசீபு பாத்தியா ... தோப்ப எழுதிக் கொடுத்துட்டு ... பிச்சைக்காரப் பயலப்போல ரெண்டு எழனி வெட்ட வேண்டியதா போச்சி ... தோப்புல கால் சமுட்ட முடியாம ஒரு நடுக்கம் பாத்துக்கோ ... மலத்த சமுட்டுன மாதிரி ...” சுபைதாவுக்கு உடல்முழுவதும் வலித்தது ... அந்தத் தோப்புக்குள் உரிமையோடு நடந்த அவளின் கால்கள் இப்போது நடுங்கின. மறுநாள் காலையில் மெல்ல நடந்துபோய் வேலிக்கு வெளியே நின்று சுபைதா தோப்பைப் பார்த்தாள். சுபைதாவின் கண் களில் உருண்ட நீர்த்துளி அந்தத் தோப்பின் வேலிக்கரையோரம் விழுந்தது. வடக்கு மூலையில் நின்ற காட்டு நெல்லிமரம் அவளின் கருவிழிக்குள் அசைந்தாடியது. ஆயிஷா பிராய மாவதற்கு முன்னால் வரை அதில் பயலுவளைப்போலச் சரசரவென ஏறிக் காட்டு நெல்லிக்காய் பறிப்பாள்.

“பிள்ளே ... நீ பொட்டபிள்ளலா இப்புடி மரம் ஏறலாமா .. ?

“பொட்டபுள்ளனா என்னா ...”

மொய்து சிரித்துக்கொண்டே மகளின் நேர்கொண்ட பார்வையை ரசிப்பார்.

“வாப்பா ... ஆம்புளையளுக்குன்னா ... ரெண்டு கொம்பு உண்டுமோ ...”

"பிள்ளே ... இப்படியெல்லாம் பேசாதே ... பொட்ட புள்ளைக்கு ஒரு அடக்கம் வேண்டாமா ..?"

ஆயிஷா மௌனமாக நிப்பாள். அவளுக்குள் ஆயிரம் கேள்விகள் எழும். ஆனாலும் முட்டிமோதிக் காற்றுப்போன பலுனாய் சுயம் இழந்துபோகும்.

ஆயிஷா பிள்ளைகளையெல்லாம் கூட்டிப்போய் காட்டு நெல்லிக்காயை மட்டைவைத்துத் தட்டிப்பறித்துக் கிணற்று மதிலில் உப்பு வைத்துச் சவச்சி முழுங்கித் தண்ணி குடித்துவிட்டு,

"படச்சவனே ... தண்ணி என்னா ... இனிப்பு ..." என சுபைதாவிடம் சொல்லும்போது மடியில் இழுத்துப்போட்டுக் கொண்ட அவளின் செல்லமகள் ஆயிஷா அஞ்சாவது மாசத்தில் குச்சித்தம்பியிடம் ஆசைஆசையாக நாக்கில் எச்சில் ஊற ஒரு காட்டு நெல்லி பறித்துக்கொண்டுவரக் கேட்டபோது ... தாஸீம்பி உள்ளிருந்து சொன்னாளாம்.

"லே ... பறிக்கண்டாம் ... அத பாட்டம் கொடுத்திருக்கு ... பொறவு பாட்டக்காரன் சத்தம் போடுவான் ..." குச்சித்தம்பி நின்றுவிட்டார். ஒரு முள்ளம்பண்ணி ஆயிஷாவின் உடல் முழுவதையும் குத்திக் கீறியதைப்போல இருந்தது. சுபைதா கேள்விப்பட்டபோது ... மேலே கைதூக்கி யா ரப்பே என அலறிப்போனாள். அந்தக் காட்டு நெல்லிமரம் அவள் மனதுக்குள் மரித்து விழுந்தது. இனி கபர் அடக்கம் செய்ய வேண்டியது தான் பாக்கி. மைதீனை வடசேரி சந்தைக்கு அனுப்பி நயம் காட்டு நெல்லிக்கா ஒரு பக்கா நிறைய வாங்கிக் கொடுத்து விட்டாள் ... நார் பெட்டியில் நெல்லிக்காயைப் பார்த்துவிட்டுத் தாஸீம்பி அப்போதும் மூஞ்சியை இப்படித்தான் வைத்திருந்தாள்.

சுபைதாவும் மொய்துசாகிபும் அவர்களின் முகபாவனை பற்றிக் கவலைப்படாமல் வீட்டுக்குள் நுழைந்து ஆயிஷாவின் அறைக் கதவைத் தள்ளிக்கொண்டு உள்ளே நுழைந்தபோது ஆயிஷா மய்யத்தைப்போல மலந்து கிடந்தாள் ...

"மோளே ... ம்மா ... மோளே ..."

சுபைதாவுக்குக் கண்ணீர் பொட்டிச்சாடியது.

"பிள்ளே ஏன் இப்படி கெடக்குதா ..? ..."

ஜலீலாவும் தாஸீம்பியும் வாசலில் மௌனமாக நின்றார்கள். தாஸீம்பிதான் முகத்தில் சோகம் காட்டிப்பேசினாள்.

"பனிரெண்டு மணிக்கு ஆசுத்திரிக்குக் கூட்டிட்டு போனேன் ... சும்மாதான் வந்தா ... லேடி பாத்துட்டு பிரஸ்ஸரு எக்கச்சக்கமாக ஏறிட்டுன்னு மருந்து எழுதித் தந்தா ... கொறையலன்னா ... நேரத்தையே வயித்த கீறி எடுக்கணும்னு ..."

தாஸீம்பி சொல்லி முடிக்கும் முன்னால் சுபைதா சத்தமாக அழுதாள் . . .

“பிள்ளே இப்புடி கெடக்குதுல்லா . . . பாத்துட்டுதான இருக்கியோ . . .” மொய்துசாகிபு பொதுவாகச் சொன்னார் . . .

“அவ இப்பா சும்மாதான கெடக்கா . . .”

“மூஞ்சிய பாத்தா தெரியலியா . . . ஏழுமாசத்துலயே நாங்க கூட்டிட்டு போறோம்னு சொன்னோம் . . . ஒம்பதுக்குத் தான் உடுவேன்னு சொன்னியோ . . . இப்போ என்னடான்னா ஆள் சொல்லிக் கூட்டிட்டுப் போங்கோன்னு சொல்லுதியோ . . . எனக்க குடும்பக்காரங்கோ கேட்டான்னா என்ன சொல்லு வோம் . . . யாரா இருந்தாலும் படச்சவனுக்கு பேடிச்சி நடக்கணும் . . .”

ஹமீதுசாகிபுக்குக் கோவம் வந்துவிட்டது . . .

“நான் ஒம்மளமாதிரி இல்லவோய் . . . அஞ்சுநேரத் தொழுகையாளியாக்கும் . . .”

“தொழுதுட்டா என்ன வேணும்னாலும் செய்யலாமா . . ? . . .”

“கூடுதல் பேசண்டாம் . . . ஒம்ம மொவள கூட்டிட்டுப் போறதுக்கு இஷ்டமில்லன்னா . . . உட்டுட்டுப் போவும் . . . பொறவு ஒண்ணு கெடக்க ஒண்ணு ஆச்சின்னா . . . எங்கள்ட்ட ஒண்ணுஞ்சொல்லப்புடாது . . .”

மீண்டும் பதில்பேச வாயெடுத்த மொய்துசாகிபை சுபைதா அனக்கி நிறுத்திவிட்டு,

“அப்போ சூல் வைக்கண்டமா . . ? . . .”

“போளா . . . சூலும் மண்ணாங்கட்டியுந்தான் . . . நான் ஆட்டோ கூட்டிட்டு வாறேன் . . .”

மொய்துசாகிபு வெளியேறிப்போனார்.

ஹமீதுசாகிபுக்கு வருத்தமாக இருந்தபோதும் தாஸீம்பி ஒன்றும் பேசவில்லை. சுபைதா உசுப்பியபோது ஆயிஷா மெல்லக் கண்திறந்துபார்த்து உம்மாவைக் கெட்டிக் கொண்டாள் . . .

“நம்ம ஊட்டுக்குப் போவோம்மா . . . என்னைய கூட்டிட்டுப் போம்மா . . .” அழுதுகொண்டே உம்மாவின் தோளில் சாய்ந்த போது ஆயிஷாவின் சரீரம் கொதித்ததை சுபைதாவால் உணர முடிந்தது.

“மேலெல்லாம் நல்லா சுடுதே மோளே . . . பேடிச்சியளா . . .”

“எனக்குக் கிறுக்குப் பிடிச்சிரும்போல இருக்கும்மா . . .” தாஸீம்பி சிரிப்பை அடக்கமுடியாமல் ஒருமாதிரி கோண

மூஞ்சியோடு வெளித்திண்ணையில் நின்ற ஹமீதுசாகிபைப் பார்த்தாள். ஜலீலாவுக்குக் குமட்டியது. இடி உழுந்த பாவி இப்படி இருக்காளே என உள்ளே புலம்பிக்கொண்டாள்.

கொஞ்சநேரத்திலேயே மொய்துசாகிபு ஆட்டோவோடு வந்தபோது சுபைதா, ஆயிஷாவின் துணிமணிகளையெல்லாம் எடுத்து அடுக்கி முடித்திருந்தாள்.

"ம் . . . எல்லார்ட்டயும் சொல்லிட்டு எறங்குமோளே . . ." அவர் முகம் இறுக்கமாகவே இருந்தது. அந்த இறுக்கமான முகத்தைக் குறித்த துக்கமோ வருத்தமோ ஹமீதுசாகிபு வீட்டில் யாருக்கும் வரவில்லை.

"ஆயிஷா சூலுக்கு சொல்லிவிடணும் என்னா . . . தலை பாத்திஹா ஓததுக்கு . . . இங்க நல்ல ஆலிம்ஷா உண்டு . . . அவரத்தான் கூப்பிடணும் . . . ம் . . ." போனவாரம் மம்மலி கல்யாணத்தில் பாத்தபோது வள்ளவிளை மாமி சொன்னது மொய்துசாகிபுக்கு ஓர்மையில் வந்தபோது மொய்து தளர்ந்து போனார் . . . தான் சவலைப்பிள்ளையாக உருமாறிப்போனதை உணர்ந்தபோது தனக்கு சக்கராத்துகால் வந்துவிட்டதாகவே தோன்றியது. இவபெத்துப் பொழச்சி தள்ளயும் பிள்ளயுமா கொண்டு சேக்கதுவர எனக்க ரூஹ எடுத்துராத ரப்பே . . ." இருதயம் விரிந்து சுருங்கியது.

ஆயிஷாம்மா புறப்பட்டாள். மடிநிறைத்து உறவினர் சூழ அழைத்துப்போக வேண்டிய மகளை சீக்காளியைப் போலத் தோளில் சாய்த்து கைத்தாங்கலாக அழைத்துக்கொண்டு ஆட்டோவில் ஏறி சுபைதா சொன்னாள்.

"வீட்டுக்குப் போவண்டாம் . . . ஆசுத்திரிக்கு போங்கோ . . ." ஆட்டோ தெரு தாண்டித் திரும்பாமல் நேராகப் போவதைப் பார்த்து ஹமீதுசாகிபு சொன்னார் . . . "பிள்ளே ஆட்டோ அவ வீட்டுக்கு போவலே . . . நேரால்லா போவுது . . ."

"எந்த நீக்கம்புலயும் போட்டு . . . இஞ்ச வாருங்கோ . . ."

ஹமீதுசாகிபு மௌனமாகவே இருந்தார்.

"நீங்க எதுக்கு ஒருமாதிரி இருக்கியோ . . ."

"ம் . . . இல்லே . . . மனசுக்கு என்னமோ மாதிரி இருக்கு . . . ஜின்னாட்ட போன் பண்ணி என்னான்னு கேட்ருக்கலாம் . . . அவனுக்கு போன் பண்ணுவோமா . . ? . . ." கதவுக்குப் பின்னால் நின்ற ஜலீலாவைச் சாயாபோடச் சொல்லி அனுப்பிவிட்டு தாஸீம்பி சொன்னாள்.

"உங்களுக்கு லூசா பிடிச்சிருக்கு. அந்த பொண்டாட்டிக் கிறுக்கன் . . . எல்லாத்தயும் போட்டுட்டு வருவான் . . . ஒண்ணும்

வேண்டாம் ... பேசாம போங்கோ ... இப்போ நானூறு ரூவாய்க்கு மருந்து எழுதி உட்ருக்கா ... டாக்டர் சொன்னதுல இருந்து அவ ஒருமாதிரி மண்டைக்கு வெளி இல்லாதவ மாதிரியாக்கும் முழிச்சா ... நம் தலையில உழுந்திராம இருக்கணும் மைதீன்சேகேன்னு நேமிசம்வச்சிட்டே வந்தேன் ...”

“பிள்ளே என்னமும் ஆச்சின்னா ... யாருளா பதில் சொல்லுது ...”

தாஸீம்பி பவ்யமாய் சொன்னாள்.

“அவ நெசீபு நாமே என்ன செய்யமுடியும் ...”

ஹமீதுசாகிபு சிகரெட்டைப் பற்றி இழுத்துக்கொண்டு மௌனமாகவே இருந்தார். அவருக்கு ஒன்றும் ஓடவில்லை. நிறைய விசயங்கள் தகரும் என்பதை உணர்ந்தபோது அவருக்கு முன் எப்போதும் இல்லாத அளவுக்குக் கைகால்கள் நடுங்கின. மொய்துசாகிபுக்கு ஜின்னா கொடுத்துவிட்ட கடிதத்தில் இருந்த இரண்டு ஐநூறு ரியால் நோட்டை எடுத்துக்கொண்டு கடிதத்தை துண்டுதுண்டாகக் கிழித்து காற்றில் வீசிய காட்சி அவரைப் பீசணப்படுத்தியது. ஆயிஷா விஸ்வரூபமாய் எழுந்து நின்று அவரைத் துண்டுதுண்டாகக் கிழித்துக் காற்றில் வீசினாள். அவரின் பிடரி வியர்த்தது. எங்கள் பிடரிகளை நரக நெருப்பி லிருந்து பாதுகாப்பாயாக என்று வெள்ளிக்கிழமை ஜூம்மாவில் ஆலீம் கேட்ட துவாவின் பின்னால் “ஆமீன் ...” சொன்னது ஓர்மையில் வந்து உபத்திரப்படுத்தியபோது ஹமீதுசாகிபுக்கு மரிப்பு பயம் வந்தது. சந்தூக்கில் தூக்கிப்போய் கபர்குழியில் கிடத்திப் பனங்கம்பு அடுக்கி மண்தட்டி மூடும் காட்சி “... படச்சவனே ... யா ... ரப்பே ...” அலறவேண்டும்போல இருந்தது. முகம் தெரியாத யாரோ ... நாக்கைப்பிடித்து இழுத்து வைத்துக்கொண்டதுபோல இருந்தது ... ஆனாலும் திமிறிக்கொண்டு கத்தினார் “பிள்ளே ... ஜலீலா ... தண்ணி கொண்டா ...”

ஜலீலா வேகமாகத் தண்ணிகொண்டு வந்தாள். தண்ணியைக் கைநீட்டி வாங்கிவிட்டு ஜலீலாவின் முகம் பார்க்க பயமாக இருந்தது. நேற்று முந்திய இரவு சாமத்தில் ஒண்ணுக்கிருக்க வளவுக்குப் போனபோது, சமையலறைவாசலில் தூங்கிக்கிடந்த ஜலீலாவின் விலகிய ஆடையை வைத்தகண் வாங்காமல் திரும்பத் திரும்ப சைத்தானைப்போல நின்று பார்த்துப் பார்த்துக் கொதித்துப்போன எச்சித் தனத்தின் பயத்தில் தண்ணீரை ஒரே மூச்சில் குடித்துவிட்டு சரிந்து கொண்டவர் அப்படியே தூங்க முயற்சித்துத் தோற்றுப்போனார். மீண்டும் எழுந்து உட்கார்ந்தவருக்கு தலைசுற்றியது.

“ஜலீலா தண்ணி கொண்டா ...”

“இப்போதானே தந்தேன் ...”

“இனியும் வேணும் கொண்டா ...”

ஜலீலா இரண்டாவதாகக் கொண்டுவந்த தண்ணீரயும் ஒரே மூச்சில் குடித்தபோதும் தொண்டைப் பிரதேசத்தின் வறட்சி மாறவில்லை. தண்ணீரைத்தான் குடித்தோமோ ... அல்லது தனக்குள் இருந்து யாராவது குடித்துக் கொண்டார்களோ என்கிற வினோத எண்ணம் அவரைப் பயப்படுத்தியது. தலையை உலுப்பிக்கொண்டே எழுந்து உட்கார்ந்ததைப் பார்த்துக்கொண்டே தாஸீம்பி கேட்டாள்.

“கள்ளுகுடிகாரன் வந்தது மாதிரி வாறியோ ...”

“எனக்குத் தலைசுத்துது பாத்துக்கோ ...”

“ஒண்ணுஞ் செய்யாது படச்சவனேன்னு இரிங்கோ ... ஜலீலா இஞ்சிச் சாயா போடு ...” எனச் சொல்லிவிட்டுத் தாஸீம்பி பக்கத்தில் உட்கார்ந்தபோது ஹமீதுசாகிபு மெதுவாகக் கேட்டார்.

“ஆஸ்பத்திரிக்குத்தான் போயிருக்கும் ... போய் பாக்கண்டாமா .. ?”

“சொல்லி உடட்டு ...”

“அந்தப் பிள்ளைக்கு மூஞ்சி ரொம்பவும் வெளறிப்போச்சி பாத்துக்கோ ...”

“இபுலீசு புத்தி இருந்தா இப்புடித்தான் ... மாப்பிளைய முடிஞ்சி வச்சிக்கிடலாம்னு பாத்தா ... சுபைதா இல்லே, சுபைதாக்க உம்மா சந்தைக்காரி வந்தாலும் நடக்காது ...”

“எதுக்கும் அஹமது வந்தாம்னா சொல்லிப் பாக்கச் சொல்லு ...”

“ம் ...” சாயா குடிச்சிட்டுப் பேசாம படுங்கோ ...”

சாயா கொண்டுவந்த ஜலிலாவின் முகத்தை நிமிர்ந்து பார்க்க முடியாத தைரியக்குறைவோடு கைநீட்டி வாங்கிக் கொண்டே மௌனமாக இருந்தார்.

பள்ளிக்கூடத்தின் எதிரிலேதான் போஸ்ட்ஆபிஸ் இருந்தது. அதற்கு முன்னால் ஸ்ரீகிருஷ்ணனின் பலசரக்குக் கடையாக இருந்ததால் பலரும் போஸ்ட் ஆபிஸை ஸ்ரீகிருஷ்ணனின் கடை என்றே சொல்வார்கள்.

காலையில் உறக்கம் முழித்த கண்ணுக்கு செய்தூன் குச்சித்தம்பியிடம் இரண்டு காரியங்கள் செய்யச் சொன்னாள். ஸ்ரீகிருஷ்ணன் கடையில் போய் ஹைதரிட மிருந்து எழுத்து வந்திருக்கா எனப் பார்க்கச் சொல்லி விட்டுப் பிறகு ஹமீதுசாகிபு வீட்டுக்குப்போய் ஜலீலாவை யும் கூட்டிவரச்சொன்னாள்.

சைத்தான் கனவு திரும்பத்திரும்ப வருவதாகவும் அது தனது மனதுக்கு என்னவோபோல இருப்பதாகவும் சொல்லி எப்படியும் ஜலீலாவைக் கூட்டிவரவேண்டு மென்று சொன்னவள், “பிள்ளைய கூப்பிடாம ஊட்டுக்கு வராதைங்கோ ...” எனத் தீர்மானமாகச் சொன்னபோது முகத்தைக் கழுவிக்கொண்டே காதர்சாகிபு கடைக்கு வந்து தாசனின் கையால் சாயா குடித்துவிட்டுக் குளத்துக்குப்போய் கீழ் தோப்பில் வெளிக்கிருந்துவிட்டு நான்கோ ஐந்தோ பாக்குகள் கிடைத்ததையும் எடுத்துக் கொண்டு மாடுகழுவும் சப்பாத்தில் குண்டிகழுவ இறங்கியபோதுதான் இரையாளத்தின் மறுகால் கரையில் நாரைகள் கிடப்பதைக் கவனித்தார்.

தாழையின் மறைவிலிருந்த சவுக்கத்திடம் கேட்க லாமா வேண்டாமா என யோசித்தார். சவுக்கத் ரொம்ப வும் விசித்திரமானவன் ... அவனோடு பேசுவது என்பது

வினையை விலைக்கு வாங்குவதுபோலத்தான். திடீரென வீட்டிலிருக்கும் மணியைக் கழற்றி இரையாளத்தில் கொண்டு போட்டுக் கழுவிக்கொண்டு போவான் ... மணி மௌத்தா போகும் என்ன மயிரப்புடுங்குன கடிகாரம் வச்சிருக்கா னுவோ ...” என அறுத்துக் கிழிப்பான். திடீரென ராத்திரி பத்துமணிக்கு மோதியாரைத் தட்டி எழுப்பி பாத்தியா ஓதணும் எனக் கூட்டிப்போவான் ... வாசலில் கால்முட்டிய தும் ... பொண்டாட்டி சொல்லுவாள் “இந்தக் கிறுக்கு மனுசன் சொன்னாம்னு நீங்க ஏன் வந்தியோ” மோதியார் அறுத்துக் கிழித்துவிட்டுத் திரும்ப வருவார் ... திடீரென ஜன்னலை இடித்துவிட்டுச் சுவர்கட்டுவான் ... எல்லா தர்ஹா போட்டோ வையும் வாங்கி சுவரில் இடைவெளி இல்லாமல் மாட்டி பத்தியும் கொளுத்திவைத்து “அவுலியாக்களே ... அம்புலியாக் களே ... தாய்மார்களே ... ஒங்க காவல்தான் எனக்கு ...” எனச் சொல்லிப் பத்துநாட்களிலேயே எல்லாத்தையும் கழத்திப் பரணில் போடுவான் ... எது கேட்டாலும் திண்டுக்கு முண்டு தான் பதில்வரும் ... சவுக்கத் என்றாலே ஒரு பயம் உண்டு. குச்சித்தம்பி இன்னும் யோசித்தார். கேட்காமல் போனாலும் ஏசுவான் ... என்ன மயிரும் ஆயிட்டுப் போட்டு எனத் துணிச்சலோடு கேட்டார்.

“என்னடே ... ஒருபாடு நாரை கெடக்கே ...”

“இன்னைக்குத்தான் தெரியுமா ..? ... ஊர்ல என்ன மயிரயா புடுங்குதியரு ... காலனி பிராந்தநேசேரி கொளத்தங் கரை வரை போனதில் இருந்தே ... நாரையெல்லாம் ... இரையாளத்துக்கு இடமாறிட்டுல்லா ..?”

அலுசுவாமாகப் பார்த்தார். அழகழகா இருந்தது. கொஞ்சநேரம் பார்த்துக்கொண்டே இருந்தவர் சவுகத் மேலும் பேசி விடக்கூடாது என்ற வேண்டுதலோடு ஓர்மை வந்தவராக ஸ்ரீகிருஷ்ணன் கடையை நோக்கிப் போனார். போஸ்ட் மாஸ்டர் குச்சித்தம்பியின் தலையைக் கண்டதுமே சொன்னார்.

“நீ போப்பா ... இருந்தா ஆறுமுகம் கொண்டு வருவான் ...”

சிரித்துக்கொண்டே நின்றவர். ஸ்ரீகிருஷ்ணன் கடையி லிருந்து மெல்ல நகர்ந்து மதரஸா திண்ணைக்கு வரும்போது, “வாங்கோ ... கேட்டியளா ... வாங்கோ” மோதியாரின் வரவேற்பு குச்சித்தம்பிக்கு ரொம்பவும் இஷ்டமாகிப்போனது. ஊரில் கூடக் குச்சித்தம்பியை ஒருமாதிரிப்பட்ட வேலைக்கு முன்புபோல யாரும் கூப்பிடுவதில்லை ... “கொஞ்சம் மீன் வாண்டித்தா ... கிடாய்க்குக் கொழ முறிச்சிப்போடு ... அஞ்சாறு தேங்கா கெடக்கு தொலியேன்...” இப்படியான கட்டளைகள்

எல்லாம் குச்சித்தம்பியைக் கண்டு பயந்தன. அவருக்கு ஒவ்வொருநாளும் கம்பீரமும் மரியாதையும் வளர்ந்தது. யாரா வது பயலுவோ அவரைக் குச்சித்தம்பி என்று கூப்பிட்டால் கூட மற்றவர்கள் "என்னலே ஒரு மரியாதை வேண்டா மாலே ..." எனச் சத்தம் போட்டார்கள். முகமதுஅலி என்ற அவரின் நிஜப்பெயர் புதிதாக நாமகரணம் பெற்றது. நேற்றுக் கூடத் திடீரெனப் பரிவாரங்களுடன் நின்ற சுலைமான் "மம்மலிக்கா ... மொவன் லெட்டர் போட்டானா ..." என அவன் கேட்டபோது மம்மலிக்கா இரண்டடி வளர்ந்து போனார். சுலைமானோடு கொஞ்சநேரம் நின்று பேசலாம் தான். ஆனாலும் ஹமீதுசாகிபு பார்த்துவிட்டால் அவருக்குப் பிடிக்காது என்பதால் "நான் வாறேன் ..." நகர்ந்து பள்ளி முற்றத்துக்குப் போனார். மதரஸா திண்ணையில் மௌனமாக ஆகாயத்தை வெறித்துப் பார்த்தபடி இருந்த மோதியாருக்குக் குச்சித்தம்பியைக் கண்டபோது இதமாக இருந்தது. நேற்றிரவு திடீரெனப் புறாக்களின் ஓர்மை வந்து நொம்பலத்தோடு தூங்காமல் கிடந்த அவரின் வதங்கிய முகம் வெறுமையானச் சிரிப்போடு குச்சிதம்பியிடம் கேட்டது.

"ஸ்ரீ கிருஷ்ணன் கடைக்குப் போனியளா?"

"இப்பதான் போயிட்டுவாரேன்".

"உண்டுமா?"

"போன அன்னைக்கு ஜின்னா மருமவன் போன் பண்ணி னான் ... அனேகமா இன்னைக்கு நாளைக்குள்ள ஸ்ரீகிருஷ்ணன் கடையிலிருந்து லெட்டர் வரும்னு நெனைக்கேன் ..."

சென்ட் கேக்கலாமா என்று யோசித்தார். ஸ்ரீ கிருஷ்ணன் கடையிலிருந்து தகவல் வந்தபிறகு கேட்பதுதான் உசிதம் என நினைத்துக்கொண்டே மோதியார் அடக்கிக்கொண்டார்.

"என்ன யோசிக்கியோ ..."

"என்னத்த ஒனக்க மவனுக்கு எல்லா பரக்கத்தும் கெடைக்கணும்னு தான் ..." மம்மலிக்காவுக்கு மனம் சந்தோச மானது.

"ம் ... மம்மலி ... இன்னைக்கு ஒனக்க ஹமீதுசாகிபு காணலியே ..."

"நானும் அதான் பாக்கவந்தேன் ... ம் ..."

"அவருக்கு மருமவள ... ஆசுத்திரியில சேத்திருக்காம் ..."

"ஆயிஷாவயா ..? ..."

தலையாட்டினார் ... "ம் ... நேத்து எனக்கு அனிபாக்க வூட்லயாக்கும் சோறு ... ராத்திரி சாப்பாட்டுக்கு போவும் போது பேசிட்டு இருந்துவோ ... அந்தப் பிள்ளைக்கு ரொம்ப அநியாயம் பண்ணுதாவுளாமே என்னவெல்லாமோ சொல்லிச்சிதுவோ ... எனக்கு ரொம்ப சங்கடமா போச்சி ..."

மம்மலிக்கா ஒன்றும் பேசாமல் மௌனமாக இருப்பது மோதியாரைப் பயப்படுத்தியது. விசயத்தை ஆதரவாகப் பேசுவதா எதிராகப் பேசுவதா என்று தெரியாமல் குழம்பிக்கொண்டே பொதுவாகச் சொல்லுவதுபோல சொன்னார்.

"நம்மோ கண்டமா கேட்டோமா ... ஆளுவ சொல்லு தாவோ ... படச்சவன் அறிவான் ... ம் ... ஒம்ம மூத்த மொவ அங்கதான் நிக்காளோ ..."

"ம் ... இன்னைக்குக் கூட்டிட்டுப் போவணும் ... நான் பொறவு வாறேன் ..."

மம்மலிக்கா எழுந்துபோனார். பள்ளி முற்றத்துக்கு வெளியே வந்து நின்று தெருவைப்பார்த்தார். அவர் பார்வை ஹமீதுசாகிபைத் தேடியது. ஜலீலாவை என்ன சொல்லி அழைத்துக்கொண்டுபோவது, உரையாடலை எப்படித் தொடங்கலாமென யோசித்து நின்றார். எப்போதும் ஏழு மணிக்கே மதரஸா திண்ணைக்கு வந்துவிடும் ஹமீதுசாகிபை இன்று காணாதது என்னமோபோல இருந்தது. ஒருவேளை ஆசுபத்திரிக்கு மருமவளைப் பார்க்கப் போய்விட்டாரா ..? ... வீட்டுக்குப் போய் பார்க்குமுன்னால் துப்பு எடுத்துக் கொண்டால் கொள்ளாம்போலத் தோன்றியது.

ஆசுத்திரியில் போய் ஆயிஷாவையும் பாக்கவேண்டும் மொய்துசாகிபு இல்லாமலிருந்தால் கொள்ளாம். முந்தா நேத்துக்கூட ஹமீதுசாகிபு ஆயிஷாக்கு ஒரு மாதிரியா வருதாம்னு போய் சொல்லு எனச் சொன்னபோதுகூட விருப்பமில்லாமல் தான் போனார். அவருக்கு ஒரு பிடிமானம் இல்லாமலிருந்தது. ஹைதர் போன மறுநாளிலேயே எல்லா சந்தோசத்தையும் மீறி ஒரு வெறுமை தொற்றிக்கொண்டது. நாதியற்றுத் தனிமைப் பட்டுக் கிடப்பதை உணர்ந்த மறுநொடியிலேயே ரெண்டு பொட்டப்புள்ளையளையும் கரையேற்றி விடணும் எனத் தீவிர மாக யோசிப்பார். அருகே கிடந்து சுத்தி வந்தவன் உண்ணும் போதும் உறங்கும்போதும் தொட்டடுத்துக்கிடந்த ஹைதரை அரைமணிநேரம் காணவில்லையென்றாலும் தேடிப்பிடித்து "லே ... வாப்பா ..." என அவன் முகம் பார்த்துவிட்டால்தான் அவருக்கு மனநிறைவு வரும். ஹைதரைப் பெத்தபிறகு குழந்தை போதும் என்றுதான் நினைத்தார். இரண்டாவது பிள்ளை

ஆம்புளை பிள்ளை என்றால் மூன்றாவதும் ஆம்புளைதான் பிறக்கும் என்று சக்கொட்ட வைத்தியர் சொன்னதை நம்பிய தன் விளைவுதான் ஜமீலா பிறந்தது. ஆனாலும் மக்களில் ஹைதர்தான் அவரின் உலகம். ஹைதர் அரேபியா போனதி லிருந்து செய்தூன் ஒண்ணுக்குப் பாதியாகிப் போனாள். அவளுக்கு ஒருபாடு கவலை மகனின் ஓர்மைகளை மனம் முழுவதும் பரப்பி வைத்திருந்தவளுக்கு உறங்கமுடியவில்லை... அந்த இழுப்பு சோக்கேட்டுக்காரியின் கவலையை குறித்தக் கவலையும் மம்மலிக்காவுக்கு உண்டு.

பள்ளி முன்னால் நின்ற மம்மலிக்காவுக்குக் காணாமல் போன தன் வாப்பா வந்தால் கொள்ளாம் போல இருந்தது. பள்ளி முற்றத்து வடக்கு மூலையில் உயரமாக வெட்டப்பட்ட பள்ளி வேம்புக்கு இணையாக வளர்ந்து நிற்கும் தெங்கு பண்டு குட்டித் தெங்காக நின்றபோது, அவரின் வாப்பா தோளில் தூக்கிவைத்துக் குச்சங்காளி பறித்துக்கொடுத்ததும்... ஒருபாடு ஈனாபச்சி கதைகளும் தொடர்ச்சியாகவும் தொடர்ச்சி யற்றும் அவர் மனதில் ஓடிக்கொண்டே இருந்தன... சடாரெனத் தெருவை மீண்டும் பார்த்தார்... ஹமீதுசாகிபு வருவதற்கான அடையாளமில்லை... 'எனக்க மொவ எந்த மயிராண்டிட்ட கேக்கணும்'... ரெண்டு மூணுதடவை அவளைக் கூப்பிடப்போய் திரும்பி வந்ததைப்போல் இல்லாமல் எப்படியும் இன்றைக்கு அழைத்துக்கொண்டு போகவேண்டுமென்று தீர்மானித்துக் கொண்டு ஜலீலாவை வீட்டுக்குக் கூட்டிப் போகும் உத்வேகத் துடன் தெருவுக்குள் நடந்தார்.

இப்படியான மௌனம் இதற்கு முன்னால் எப்போதுமே ஆயிஷாவிடம் இருந்ததில்லை. யாரோடும் பேசப்பிடிக்காத ஆழமான மௌனம். கண்கள் குழி விழுந்து உப்பிய ஆயிஷாவின் முகம்பார்த்து சுபைதா பயந்துபோனாள். ஆனாலும் பேச்சுக்கொடுத்துப் பார்த்துப் பார்த்து சலிப்போடு ரொம்ப அதட்டினால் . . . ம் . . . மட்டும் வரும். சுபைதா பொறுமை இழந்தவளாய் அழுது கமறி திட்டிக்கூட்டி வாரினாள். “வௌங்காம போனதுவோ எனக்க பிள்ளைய இந்த கெதிக்கு ஆளாக்கி வச்சிருக்குவுளே . . . படச்சநாயனே நீ பாத்துட்டு தானே இருக்கா . . .” புலப்பத்தோடே சுபைதா ஏகதேசம் எல்லாப் பள்ளிகளுக்கும் நேர்ந்தாள் ஆத்தங்கரைப்பள்ளிக்குத் தங்க கம்பியும் காட்டடவாசாப்பாக்கு கிடாயும் நாகூரில் பிள்ளைக்கு முடி எறக்கவுமாக அவளின் நேமிசங்கள் நீண்டுபோயின.

ஆஸ்பத்திரி படுக்கையில் ஏழாவது நாளாக ஆயிஷா பெரும் அவஸ்தையாக இருந்தபோது காலில் கொஞ்சம் நீர்போட்டிருந்ததால் அவ்வளவு சுலபத்தில் அங்குமிங்கும் நகர்வதுகூட சாத்தியப்படவில்லை. அடிவயிற்றில் குழந்தையின் துடிப்பால் ஒன்றிரண்டு நெளிவுகள் தோன்றுவதும் மறைவதுமாக இருந்தது . . . “படச்சரப்பே நானும் இப்புடித்தான எனக்க ம்மாக்க வயித்துல கெடந்துருப்பேன் . . .” தேகம் சிலிர்த்துப்போனது. அடிவயிற்றில் மெல்லக் கைகளை படர்த்தினாள். அவள் கைக்குள் குழந்தை தவழ்ந்து உருண்டது. அப்படியே ராகத்தாகத் தூங்கினால் கொள்ளாம்போலத் தோன்றியது.

ஆயிஷா கண்மூடிப்பார்த்தாள் அடுத்த நொடியில் இருட்டுக்குள் ஒருபாடு சித்திரங்கள் தொடர்ச்சியாகவும் தொடர்ச்சியற்றும் ஓடின... ஜின்னா குதிரையில் ஒரு மாவீரனைப்போல் பறந்துவந்தான். அவனுக்குப் பின்னால் காற்றில் புழுதிமண்டலம் படர்ந்து உயர்ந்தது. ஜின்னாவின் கையில் முத்துமாலை சுழன்றது. அதை எடுத்து வீசினான். சுற்றிச் சுற்றி அது ஆயிஷாவின் கழுத்தில் வந்து விழுந்தது... நிலாவின் பிரகாசத்தைப்போல மாறிய அவளின் முகம் சிரிப்பை முழுமைப்படுத்தும் முன்னால் அந்த முத்துமாலை நெளிந்து அவள் சரீரம் வழியாகக் கீழறங்கி அவள் முன்னால் படமெடுத்து நின்றது. ஒஸ்தாது சொல்லித் தந்த நரகத்திலுள்ள பாம்பு நினைவுகளைப் பிடித்துக்கொண்டது. அந்தப் பாம்பு ஒருமுறை கொத்தினால் எழுபது அடி பாதாளத்தில் தள்ளி விடும். கண்ணை மெல்லத்திறந்து பாத்தாள். ஆகாயத்தில் பார்த்த ஆண்முகம் பெண்உடல் அவளைப் பார்த்து விசித்திர மாகச் சிரித்துக்கொண்டே தன் கைகளின் கூரிய நகத்தால் வயித்தைக் கீறிக் குழந்தையைத் தூக்கிக்கொண்டு பறந்தது. "யா ரப்பே நாயனே யா முஹையத்தீனே..." அலறினாள். அவளின் அலறல் கண்ணுக்கெட்டிய தூரம்வரை மனிதர்களே இல்லாத ஒரு மலைப்பிரதேசத்தில் விழுந்து நிசப்தமானது... பயந்தவள் தன் கைகளால் மெல்ல வயித்தைத் தடவியபோது தான் மூச்சிவிட்டுக்கொண்டவள் கண்திறந்து பார்த்தபோது அறைக்குள் கிடக்கும் அந்த உறக்க லைட்டை எதையாவது விட்டெறிந்து உடைத்தால் கொள்ளாம்போலத் தோன்றியது.

அவளின் கனத்த வயிறு கீழ்இறங்கி இருப்பதைப் பார்த்துக் கொண்டே வள்ளவிளை மாமி "ஆம்புள பிள்ளைதான் பெறுவா..." எனச் சொன்ன ஓர்மை வந்தது. மீண்டும் அடி வயிற்றை மெல்ல வருடினாள். மீண்டும் மீண்டும் குழந்தை அவள் கைக்குள் தவழ்ந்து உருண்டது... ஜின்னா 'ஆயிஷா' என ஓடிவரவேண்டும். அவன் தோளில் சாய்ந்து கொண்டு பிறக்கப்போகிற குழந்தைக்குப் பேர் தேடவேண்டும்... அவன் கரம்பிடித்துக்கொண்டு வராந்தாவில் காலாற நடக்க வேண்டும்... அவன் கரத்தைப் பிடித்து அடிவயிற்றில் வைத்துக் கொண்டு "உணருகிறாயா உன் குழந்தையின் உஷ்ணத்தை..?..." என எழும் கேள்விக்குப் பதிலாகப் பூப் பூத்த அவனின் புன்னகை முகம் கண்டு கண்மூடித் தூங்கினால்... மெல்ல சிரித்துப் பார்க்க முயற்சித்தபோது உலர்ந்து ஒணங்கி அவளின் உதடுகள் பிரிய மறுத்தன.

நீண்ட நாட்களாகிவிட்டது ஜின்னாவிடமிருந்து போனும் எழுத்தும் வந்து. நேற்றுக்கூட வாப்பாவிடம் நம்பர் கொடுத்துப்

பேசச் சொன்னபோது மொய்துசாகிபு மணிக்கூண்டுவரைக்கும் போய் போன் அடித்துப்பார்த்துவிட்டு ஆயிஷாம்மாவிடம் வந்து சொன்னார்.

“அரபியில என்னவெல்லாமோ ... சொல்லுதானுவோ ... மருமவன்ட்ட பேசமுடியலே மோளே ...”

மகள் எதாவது பதில் பேசுவாள் என எதிர்பார்த்த மொய்துசாகிபுக்கு அவளின் மௌனம் வேதனையாகத்தான் இருந்தது... மகளின் அருகே அமர்ந்து “மோளே ...” எனத் தலையை வருடியபோது அவள் மெல்ல வாய்திறந்தாள்.

“வாப்பா எனக்கு அவாள்ட்ட ஒண்ணு பேசுனா கொள்ளாம் வாப்பா ...”

மொய்துசாகிபுக்கு சங்கடமாக இருந்தது. அவளுக்கான எதையும் யாரோடும் பகிர்ந்துகொள்ள முடியாத அவஸ்தை ... இந்த ஐந்தாறு நாட்களாக பிரஸ்ஸருக்கு ஊசியும், மருந்தும் கொடுத்துக் கொடுத்துப் புரியாமல் தவிக்கிற விமலாவுக்குக் கூட அவளின் ஆழ்மனதை வாசித்துவிடும் ஆற்றல் இருப்ப தாகத் தெரியவில்லை. ஆயிஷா முற்றிலும் தளர்ந்து போனாள். இந்தத் தளர்ச்சியில் அவளுக்குள் ஓடுகிற விசித்திர மனஓட்டங் கள் முன் எப்போதுமில்லாத அளவுக்கு மீண்டும் மீண்டும் அவளை எங்கெங்கோ ஏழுகடல், ஏழுமலை எனப் பாதாள லோகங்களுக்கெல்லாம் கொண்டு சென்றது.

பிள்ளையைப் பெத்துப்போட்டுவிட்டு உதிரப்போக்கு நிக்காமல் கொஞ்சம் கொஞ்சமாக மரித்துப்போன சீனத்தின் சிதைந்த உடல் ஓர்மையில் வந்தது... அவள் ஒரு சிரிப்பும் சிரித்துவிட்டு ... “என்னளா ... ஆயிஷா ... வாறியா ..? ...” எனக் கேட்பதாகத் தோன்றியபோது, அடிவயிறு அனலாகக் கொதித்தது. அந்த உஷ்ணம் உடல்முழுவதும் பரவி அவளைப் பொசுக்குவதாக உணர்ந்தபோது ஈனசுரத்தில் உம்மா என்று முனங்கிச் சாய்ந்தாள்.

சுபைதா நர்ஸிடம் ஓடிப்போய் சொன்ன கொஞ்ச நேரத்தி லேயே விமலா வந்து மீண்டும் பிரஸ்ஸர் கட்டிப்பாத்தாள் ... அவளின் முகம் குழப்பமானது.

“இவங்க புருஷன் உடனே வரமுடியுமா ..? ...”

சுபைதா மௌனமாக நின்றாள். டாக்டர் விமலா யோசனையோடு சுபைதாவைத் தனியாக அழைத்து “நாளைக் குக் காலையில வர பாப்போம் ... இல்லன்னா ... சாயங்

காலம் ... ஆப்ரேசன் பண்ணணும் ... இனி வைக்கக்கூடாது ... துடிப்புக் கொறஞ்சிட்டு ...” நர்ஸிடமும் என்னவெல்லாமோ சொல்லிவிட்டு அவள் வேகமாகப் போனாள்.

வராந்தாவில் சாய்ந்திருந்த மொய்துசாகிபு வெளிறிப் போன மூஞ்சோடு நின்ன சுபைதாவைப் பார்த்துக்கொண்டே “என்னளா ..? ...” என்றபோது அவள் ஆயிஷாவின் பார்வையி லிருந்து தள்ளிவந்து பொட்டி அழுதாள். விசயம் அறிந்தபோது மொய்துசாகிபு நடுங்கினாலும் ... “படச்சவன் பாத்துக்கிடு வான் ... சும்மா இரி ...” எனச் சொல்லிக்கொண்டே ஆயிஷா அருகில் வந்து,

“மோளே ...”

சும்மா கண்மூடிக்கிடந்தவள் பார்வையாலே திரும்பிய போது “தைரியமா இருக்கணும் ... படச்சவன் இருக்கான் ... ஒனக்க மாப்பிளைட்ட சாயங்காலம் மைதீன்ட சொல்லிப் பேசசொல்லுதேன். என்ன மோளே ...” ஆயிஷாவின் கண் களில் நீர்கோர்த்தது. எஞ்சிய இரவிலும் ஊசிபோட்டும் தூங்க முடியாமலே ஆயிஷா வெறித்தபடி கிடந்தாள்.

விடியுமுன்னாலேயே வள்ளவிளை மாமியும் மைதீனும் வந்தார்கள். ஐந்தாறு நாட்களாக வள்ளவிளை மாமி ஆஸ்பத்திரியில்தான் இருக்கிறாள். குளிப்பும் நனைப்பும் இல்லாமலிருப்பதால் சுபைதாதான் வள்ளவிளை மாமியை மைதீனோடு வீட்டில்போய் குளித்துவர அனுப்பிவைத்தாள். மைதீனைத் தனியாக கூப்பிட்டு விபரம் சொல்லி ஹமீதுசாகிபு வீட்டில் போய் விசயத்தைச் சொல்லச் சொன்னாள். மைதீனும் வெளியே நின்றபடி ஜன்னல் கம்பிகளின் இடைவெளியில் ஆயிஷாவைப் பார்த்துக்கொண்டே மௌனமாகப் போனான்.

வள்ளவிளை மாமி ஐந்தாறு நாட்களுக்குப்பிறகு குளித்து விட்டு வந்த மலர்ச்சியில் இருந்தாள் ... சுபைதாவின் ஜீவிதத்தில் மறக்கமுடியாத உபகாரியாய் வள்ளவிளை மாமி கூடவே இருந்தாள். மொய்துசாகிபு வருவதும் போவதுமாக மைதீன் ராத்திரிவந்து வராந்தாவில் தூங்கி கூடுதல் கொறவுகளைப் பார்த்து என ஆஸ்பத்திரி பாடு கழிந்தது. வள்ளவிளை மாமி தான் சாமமும் யாமமும் பாக்காமல் அறுத்துக்கிழித்துக் கொண்டே கெடப்பாள். நேள்ஸ் மாருவளுக்கெல்லாம் வள்ள விளை மாமியைக் கண்டால்போதும் சிரியோ சிரி என்று சிரிப்பார்கள்... அவளின் கவுணியும், அலுக்கத்தும், அவளின் மொழியும், நேள்ஸ் மாருவளுக்கு அலுசுவமானது. வராந்தாவில் நின்றுகொண்டு கூப்பிடுவாள்.

"பிள்ளே ... நேள்ஸ் ... இஞ்சவாளா ..? ..."

விழுந்து விழுந்து சிரிப்பார்கள்...

"துக்கயோ நல்லா கொணட்டுதுவோ ..."

அவளுவளுக்க சிரிப்பைப் பொறுத்துக்கொள்வாள். ஆனால் அவர்கள் பாட்டி என்று கூப்பிடுவதைத்தான் வள்ளவிளை மாமியால் பொறுத்துக்கொள்ள முடியவில்லை.

இந்த ஆறோ ஏழோ நாளில் அஹமது இரண்டுமூன்று தடவை வந்து பார்த்தான்... கடைசி தடவை அவன் வந்த போது ஆயிஷாம்மா மெல்லக்கேட்டாள்.

"அண்ணனுக்கு போன் பண்ணுனியளா ..? ..."

"ம் ... ம் ..." தலையாட்டினான். முகம் வேறுவிதமாக இருந்தது. அவன் தலையாட்டல் ஆயிஷாம்மாக்கு நம்பிக்கை தரவில்லை. அஹமது ஆயிஷாவின் முகம் பார்க்கத் தைரிய மற்றுப் பார்வையைத் திருப்பிக்கொண்டே எழுந்துகொண் டான்... காலையில் ஆஸ்பத்திரிக்கு புறப்படும்போதுதான் ஹமீதுசாகிப் சொன்னார்.

"பெத்ததுக்குப் பொறவு போன் பண்ணுனா போதும் ... அதுக்கெடையில நீ ஒண்ணும் பண்ணாதே ... மொதப்பிரசவம் அவாளுதான் செலவுபாக்கணும் ..."

அஹமதுக்கு என்னவோபோல இருந்தது. ஆயிஷாம்மா பாவம்போலக் கேட்டபோது மனம் பதைபதைத்துப் போனான்.

"ஒண்ணும் கவலைப்படாதேங்கோ மைனி ... நான் ... வாறேன் ..."

அதன்பிறகு அவன் இன்னும் வரவில்லை ... அனேகமாக இன்று வரக்கூடும். தாஸீம்பியும் ஹமீதுசாகிபுவும் இடையில் ஒருமுறை வந்து பார்த்துவிட்டுக் கெப்பர் காட்டிவிட்டுப் போனார்கள். அவர்களின் தகுதிக்கு அந்த ஆஸ்பத்திரி குறைவாகப்பட்டது. என்னவெல்லாமோ பேசிக்கொண்டிருந் தார்கள். ஒரு சடமாக சுபைதா ம் ... கொட்டிக்கொண்டிருந்தாள்.

இன்னொருநாள் தாஸீம்பியின் உறவினர்கள் கொஞ்சம் பேர் திரண்டு வந்து திருவிழா கொண்டாடிப் போனார்கள். தாஸீம்பியின் தங்கச்சி மகளின் குழந்தை அழுதபோது அவள் ஆர்லிக்ஸ் கலக்கிக் கேட்டாள் ... சுபைதா காணாதது போல நின்றுவிட்டாள்... மூஞ்சியைத் தூக்கிவைத்துக்கொண்டு

விருவிருவெனப் புறப்பட்டுப்போனவள் தாஸீம்பிக்கு போன் போட்டுச் சொன்னாள்.

“என்னளா ... பிள்ளே அழுது ... ஆர்லிக்ஸ் கலக்கிக் கேட்டா செத்த மூளிகணக்க நிக்கிதா ... எரணம் கெட்ட துக்கேயா ...”

“அந்தப் போக்கத்த நாயளப் பத்திப் பேசாதே“ போனை வைத்துவிட்டு ஹமீதுசாகிபை விழுந்து பிராண்டினாள். கஞ்சி வெள்ளம் வாங்கவந்த சாயிதாவிடமும் ஒப்பாரி வைக்காத குறையாக ஒருபாடு கொட்டித்தீர்த்தாள். அடுத்த நாள் ஆஸ்பத்திரிக்கு சாயிதா புறப்பட்டுப்போய் சுபைதாவிடம் கேட்டியளா ... மைனி ...” எனத் தொடங்கி எல்லாம் சொல்லி விட்டு பாரம் இறக்கிய திருப்தியில் புறப்பட்டுப் போகும்போது,

“பிள்ளே நில்லு ...”

வள்ளவிளை மாமியைத் திரும்பிப்பார்த்துக்கொண்டே நின்றாள்.

“ஆர்லிக்ஸ் கலக்கிக் கொடுக்கலைன்னா சாடுனாளாம் ... அவ ம்மாக்க மாப்பிளைக்க சக்கரமாளா இஞ்சகெடக்கு ... தூ ...”

சாயிதா பத்திப்போட்ட திருப்தியோடு புறப்பட்டுப் போனாள்.

ஆயிஷாக்கு ஆப்ரேஷன் என்ற செய்தி ஊரில் ஏகதேசம் எல்லோருக்கும் உச்சைக்குப்பிறகு தெரிந்தது... பலரும் பல விதமாகப் பேசிக்கொண்டார்கள்... “அவ ஜீவிதம் இனிக் கண்டுதான் அறியணும். வயித்த கீறுதாவுளாமே ...” மைலாஞ்சி மூட்டுக்கிணத்தில் உச்சைக்குப்பிறகு தண்ணிக்குப்போன பொம்பளைகள் இது சம்மந்தமான கதைகளை அடித்துப் பொடியாக்கிக் கழுவித் தள்ளினார்கள்.

அசருக்குப்பிறகு வழக்கம்போலத் தன் பரிவாரங்களுடன் நின்றுகொண்டிருந்த சுலைமான் இன்றைக்கு எடுத்துக்கொண்ட விசயம் ஆப்ரேஷன் பற்றியதாக இருந்தது.

“கீறுதானே ... எப்புடி தைப்பானுவோ ...”

“ஊசியில புலிக்க நரம்ப வச்சித் தைப்பானுவோ ... பண்டு பார் விளையாட்ல சாலம்துக்க சுண்டு தெறிச்சே ஓர்மை உண்டா ... பயலுக்க சுண்டுல புலிக்கறியத்தான்

வச்சித் தைச்சானுவோ ... உங்களுக்கெல்லாம் ஒலகத்தப்பத்தி என்ன வோய் தெரியும் ...” கூட்டம் வழக்கம்போல வாய் பிளந்தது. ஆனாலும் மியன்னா கேட்டார்.

“புலிக்க நரம்ப எப்புடி எடுப்பானுவோ ...”

“இங்க வா மொனேன்னு புலியக் கூப்பிடுவானுவோ ... அந்தால புலிவந்து நரம்பத்தரும் ... யாருடே இவன் ... சர்க்கஸ்ல புலி கிடக்குல்லா அதெல்லாம் எப்புடி அனக்கமில்லாம நிக்கி... எல்லாம் நரம்பெடுத்த புலியோ ...”

“அதான் நரம்ப எப்புடி எடுப்பானுவோ ...”

“பாம்புக்க பல்ல எப்புடி புடுங்குவானுவோ... டாக்டர் மாருவோ பொல்லாதவனுவடே ...” இறுதியாக, அவன் ஆப்ரேஷன் பற்றி சொன்னது இப்படியாக நிறைவு பெற்றது. “அது ரெண்டும் செய்யும் ... ஆளகொல்லும் ... ஆள ரெச்சிக்கும் ...” எல்லாருக்கும் சாயா சொன்னான் ... பரிவாரங்கள் ஓசிச் சாயாவைச் சப்புக்கொட்டிக் குடித்து முடித்ததும் ... விடைபெற்றுத் தெருவை நோக்கி நடந்தான் ... மறைவிலிருந்து மொய்துசாகிபு அவனை பின்தொடர்ந்துபோய் அறுத்தடித்துப் போடும் களத்துக்கு அருகில் “சுலைமான் ...” என அவனை ஒதுக்காகக் கூப்பிட்டபோது சுலைமான் குழம்பினான். தனக்கு முன்னால் மொய்துசாகிபு கூனிக் குறுகித் தயங்கிச் சொல்ல வருவதைப் புரியமுடியாமல் அதிர்ந்து பார்த்தான்.

“ஒரு பத்தாயிரரூபாய் வேணும் ... கடைய ஒத்திக்குத் தாறேன் ... ஒண்ணு பாப்பியா ... பிள்ளைய ஆசுத்திரியில ...”

“அறிஞ்சேன் ...”

மொய்துசாகிபு மௌனமாக நின்றார். எவ்வளவோ முயற்சித்தும் நிமிர்ந்து நிக்கமுடியவில்லை.

“எனக்கிட்ட இல்லே பாத்துக்கிடுங்கோ ... நான் அடுத்த சொத்த விக்கதுக்காக்கும் பாத்துட்டு இருக்கேன் ... உங்க மொவ உருப்படியக் கழத்தி வைங்களேன் ... எதுக்குக் கடைய ஒத்திக்குக் கொடுத்துட்டு ...”

“இப்போ போய் பிள்ளைக்க உருப்படியக் கழற்றிட்டு ... அது சரியா வராது ...”

“ஒரு ரெண்டு நாள்... பொறுக்கலாமா ..? ...”

“இன்னைக்கு சாயங்காலம் ஆப்ரேஷன் ...” மொய்துசாகிபு சோர்ந்துபோனார். சுலைமான் இயலாமையில் தவிப்பதாகப் பாவலா காட்டி அவருக்காக வருத்தப்படுபவனைப்போல முகம்காட்டி மெல்ல அடிஎடுத்து நகர்ந்து போனான். “சே ...” அவனிடம் கேட்காமலிருந்திருக்கலாமா என்றுகூடத் தோன்றி யது. தானே தேடிப்போய் கேவலத்தை வாங்கிக்கட்டிக் கொண்டதற்கான வருத்தம் வாட்டினாலும்கூட அடுத்தடுத்த நிமிர்தலுக்கான தருணத்தைத் தேடிப்பிடிக்கும் அத்தியாவசி யம் அவருக்கு இருந்தது. எல்லா மண்ணாங்கட்டியும் சரிதான்... மேலஊரு செல்லையாவைப் பார்த்து விசயத்தைச் சொன்னார்.

“பழசே கெடக்க சாயிப்பே ...”

“ஒண்ணும் பயப்படாதே ... எனக்க சதைய அறுத்தாவது தருவேன்.”

செல்லயா ஒன்றும் சொல்லவில்லை. மொய்துசாகிபு மூணு வட்டிக்கு ஒத்துக்கொண்ட நோட்டெழுதிக் கொடுத்துப் பணத்தை வாங்கிக்கொண்டபோது இருதயத்திலிருந்து மூச்சிக் காத்து வெளியே வந்தது. ரப்பு எங்கிட்டதான் இருக்கான் என மனம் சொன்னபோது திரும்பத்திரும்ப இழுத்துச் சுவாசித் தார். இருதயம் குளுமையானபோது நான் ஒம்மள மாதிரி இல்ல ஓய் அஞ்சுநேரம் தொழக்கூடியவனாக்கும் முகத்தைக் கறுத்துக்கொண்டு அவர் வீட்டு நடையில் நின்று ஹமீதுசாகிபு விரல்சுண்டி சொன்னவிதம் நெஞ்சில் பாரமாக விழுந்தது. தொண்டைக்குழியிலிருந்து கசந்துவந்த உமிழ்நீரைக் காறித் துப்பியபடி ஆஸ்பத்திரி நோக்கி நடந்துபோனார்.

ஆஸ்பத்திரியில் உறவினர்கள் கூட்டம் ஆயிஷாம்மா வைச் சுற்றி நின்றது ... சிலர் பொசுக்கென அழுதார்கள்... வள்ளவிளை மாமிக்கு கண்கள் வீங்கிப்போய் இருந்தன. மரிக்கப்போகும் ஒரு ஜீவனைப் பரிதாபமாக உற்றுப் பார்க்கும் பார்வைதான் பலரது முகத்திலும் இருந்தது. ஹெட்நேள்ஸ் வந்து சத்தம் போட்டாள்.

"சும்மா இருக்க பிள்ளையப் பயங்காட்டிக் கொல்லவா பாக்குதீங்க ... போங்க வெளியே ..." எல்லோரையும் வெளியேதள்ளிக் கதவைப் பூட்டினார்கள். வள்ளவிளை மாமியிடம் ஒருநர்ஸ் தனியாக சத்தம் போட்டாள். லேடி டாக்டரும் வரும்போது "இப்படிக் கூட்டமாக இருக்காதீங்க ... ரொம்ப பலவீனமா இருக்கா ..." மொய்து சாகிபு துண்டால் வாயைப் பொத்திக்கொண்டார்.

ஆயிஷாவுக்கு ஆரம்பத்தில் புரியவில்லை. அடிக் கொருதரம் டாக்டர் வருவதும் போவதுமாக இருந்த போதே தன்னை என்னமோ செய்யப்போகிறார்கள் என்று புரிந்திருக்கவேண்டும் பயந்து படபடப்பாகக் கிடந்தவளிடம் ஹெட்நேள்ஸ் வந்து மெல்லச்சொன்ன போது உறுதிப்படுத்திக்கொண்டாள். உப்பிய வயிற்றை மெல்லத்தடவியபோது இதைக் கிழித்துக் குழந்தையை எடுக்கப்போகிறார்கள் என அவள் நினைத்தபோதே குலைநடுங்கியது. நேள்ஸ்மாருவளெல்லாம் உள்ளே நுளைந்து அறைக்கதவைச் சாத்தும் முன்னால் எல் லோரையும் வெளியே அனுப்பிவிட்டனர். ஆப்ரேஷனுக் காக ஆயிஷாவைத் தயார்படுத்தும் பணி தொடங்கிய போதே ஆயிஷாவின் சரீரம் கூசியது. மலத்தை செயற்கை யாக வெளியேற்றியபோதே அவளின் பாதி ரூஹ் போய் விட்டது போலத்தான் தோன்றியது. உம்மா என்று அலற வேண்டும்போல இருந்தது. திரும்பத்திரும்ப மனம்

ஒதி எறியப்படாத முட்டைகள்

ஜின்னாவையே தேடியது. அவன் மார்பில் சாய்ந்துகொண்டு அலறி அலறி அழுது மரித்தால் கொள்ளாம்போலத் தோன்றியது. உன்னைய கொல்லப்போறாளுவோ ... மனம் திரும்பத் திரும்ப சொல்லிக்கொண்டே இருந்தது.

“பயப்படப்புடாது ... தைரியமா இருக்கணும் ...” ரோமத்தை அகற்றிக்கொண்டிருந்த நர்ஸ் ஆயிஷாவின் முகம் பார்த்துக்கொண்டே சொன்னபோது கக்கூஸ் அரையின் சிமெண்டு சன்னல் வழியாகத் தெரிந்த ஆகாயம் பார்த்தாள். ஆண்முகம் பெண்உடல் கொண்ட மேகச்சித்திர ராட்சசி அந்த சிமெண்டு சன்னல் வழியாக எட்டிப்பார்த்தாள் ... திடீரென ராட்சசியின் உதடு அசைந்து குரல் வந்தது. “சீக்கிரம் ரெடியாவு ... இஸ்ராயில் இப்போ வருவாரு ...” ஆயிஷா பொலபொலவென அழுதாள் ...

“எனக்கு அவாள பாக்கணும் ... எங்க ம்மாட்டச் சொல்லுவியளா ...” நர்ஸ் புரியாமல் பார்த்துக்கொண்டே வேகவேகமாகப் படுக்கைக்குக் கொண்டுவந்து ஆயிஷாவைப் படுக்கவைத்துவிட்டு அறையின் கதவைத் திறந்தபோது சுபைதா எட்டிப்பார்த்தாள்.

“ரொம்பப் பயப்படுதாங்கோ ... இப்புடி பயந்தா ஆபத்தா யிடும் ...”

செல்லமோளே ... என சுபைதா அள்ளிப் பிடித்துக் கொண்டே ஆயிஷாவை மடியில் சாய்ந்துகொண்டாள்.

“உம்மா ... அவாள்ட்ட வாப்பா பேசிச்சா ...”

“அவரு கெடைக்கலியாம் ...”

“அஹமதுட்ட சொல்லியாவது பேசச்சொல்லும்மா ...”

“சொல்லி உட்ருக்கு மோளே ... இப்போ வந்திரு வாவோ .. ? ...”

ஆயிஷா அப்படியே கெடந்தாள். மடியிலிருந்து ஆயிஷா வின் தலையைத் தலையணையில் வைத்தபடி சுபைதா எழுந்து மொய்துசாகிபைத் தேடினாள். வராந்தா தூணில் சாய்ந்து அழுதுகொண்டிருந்த வள்ளவிளை மாமியிடம் விசாரித்தபோது மொய்துசாகிபு மருமவனிடம் போன் பேசுவதற்காகப் போயிருப் பதை அறிந்துகொண்டே வெளியே எட்டிப்பார்த்தாள். வாடிய முகத்தோடு மொய்துசாகிபு நடந்துவந்தார். திரும்பி உள்ளே வந்தவள் படுக்கையில் கிடந்த ஆயிஷாவின் முகம் பார்த்தாள். அது ஆயிஷாவின் முகம்போல இல்லை உற்றுப்பார்த்தாள் ... சுபைதாவுக்கு சந்தேகமாகத்தான் இருந்தது ...

"ஆயிஷா... ஆயிஷா... ம்மா..." உசுப்பினாள். அனக்க மில்லை... கொதங்கிக் கிடந்தவளை இன்னும் உசுப்பினாள். ஒரு அசைவுமில்லை... கட்டைபோலக் கிடந்த ஆயிஷாவைப் பார்த்து அழுதுகொண்டே கத்தினாள். டாக்டரும் நேள்சும் ஓடிவந்தார்கள். ஆஸ்பத்திரியும் அறையும் பதட்டமாகி நின்ற போது ஹமீதுசாகிபும், தாஸீம்பியும் அஹமதுமாக ஒரு ஆட்டோவில் வந்து பதட்டப்படுபவர்களைப்போலவே கூட்டத் தில் நின்றார்கள்... நேள்ஸ் மொய்துசாகிபிடம் கையெழுத்து வாங்கினாள். கையெழுத்துப் போட்டுவிட்டு நிமிர்ந்தபோது ஸ்டெச்சரில் இரண்டு பணியாளர்கள்... சடலத்தைப்போல ஆயிஷாம்மாவைத் தள்ளிக்கொண்டு போனார்கள். "மோளே..." அந்த வராந்தாவில் சுபைதாவின் அழுகை மற்ற அறைக்காரர் களையும் எட்டிப்பார்க்க வைத்தது.

மொய்துசாகிபும் ஹமீதுசாகிபும் அந்த ஸ்டெச்சரின் பின்னாலேயே கலங்கியபடி நீண்ட வராந்தாவில் நடந்தார்கள். ஆப்ரேஷன் தியேட்டர் முன்னால் கண்ணாடிக் கதவுகள் திறந்துகொள்ள ஆயிஷாம்மாவைத் தள்ளிக்கொண்டு போகும் போது ஆயிஷாம்மா தலையைத் தூக்கி மைதீனைக் கூப்பிட்டாள்.

"மச்சான் போன் பண்ணிச்சின்னா... நான் ஸலாம் சொன்னேன்னு சொல்லு... அவருக்கு சாந்தியும் சமாதான மும் உண்டாவட்டு..." திக்கித்திணறி வார்த்தைகள் வெளிப்பட்ட போது மைதீன் உறைந்து நின்றான். அந்தக் கண்ணாடிக்கதவு கள் ஆயிஷாவை உள்வாங்கி மூடிக்கொண்ட கொஞ்சநேரத்தி லேயே ஒரு நர்ஸ் ஆயிஷாம்மாவின் ஆடைகளை வெளியே கொண்டு வந்தாள். மொய்துசாகிபு வாங்கி சுபைதாவிடம் நீட்டியபோது அதை அவள் வினோதமாகப் பார்த்து ஊமை யாக அழுதுகொண்டிருந்தவளின் கையில் இன்னொரு நர்ஸ் ஆயிஷாவின் அரைஞாண் கயிறை வெட்டிக்கொண்டுவந்து கொடுத்தாள். வெலவெலத்துப் பார்த்த சுபைதா கண்பொத்தித் திறந்த அந்த இடைவெளியில் இன்னொரு நர்ஸ் ஆயிஷாம்மா வின் உருப்படிகளைக் கொண்டுவந்து நீட்டியபோது பளிச் சென ஹமீதுசாகிபு கைநீட்டி வாங்கி வைத்துக்கொண்டார்.

☯

ஜலீலாவுக்கு நேற்று முந்திய தினமே அது நிகழ்ந்திருக்க வேண்டும். அவளுக்கு இதுவரையிலும் நாள் தப்பியது இல்லை. இன்னொருமுறை கணக்குக் கூட்டிப்பார்த்து உணர்ந்தபோது அவள் உடலெங்கும் தீப்பிடித்து எரிந்ததைப்போல இருந்தது. எதைத் தின்னுச் சாகலாம் . . . திரும்பத் திரும்ப மனசுக்குள் அந்த சைத்தான் சாகச் சொல்லிக்கொண்டே இருந்தாலும் . . . இப்போது . . . இன்னம் கொஞ்சநேரத்தில், உச்சைக்குப் பிறகு என நேரம் கடந்து போகப்போக ஜலீலா உள்ளுக்குள் அலறிக் கொண்டே இருந்தாள்.

அந்தத் தலைச்சுற்றல் . . . பிடரி வியர்த்துப் படபடப் பாக அடிவயிறு சுருட்டி வலித்துக்கொண்டு . . . எந்தக் கூறும் இல்லாமல் மரக்கட்டையா சரீரம் மரத்துக்கிடந்தது.

கிணற்றங்கரையில் நாலு வாளித் தண்ணீரைத் தலையில் ஊற்றியபோதுதான் அந்தத் தொடுதல். நீர்ச்சுழி யில் நொடியில் சிக்கிக்கொண்டு தப்பமுடியாத அலைக் கழிப்போடு விலக முடியாமல் தன் காலுக்குக் கீழே வலுவான நிலம் ஒரு புதைமணலாய் இழுத்துக்கொண்ட போது அதிலிருந்து அவளால் விடுபடமுடியவில்லை. காதோரம் அவனின் உஷ்ணமூச்சோடு உதடு சொன்னது "உன்னயத்தான் கெட்டுவேன் . . ." கிணத்தடியில் ஈரத்தை மீறி அவளின் உடல் முழுவதும் வியர்த்துச்சாடியது.

பழைய ஞாபகங்களின் மீது ஜலீலா மீண்டும் மீண்டும் காறித் துப்பினாள். வளவுக்குப்போவதும் வருவது மாக ஒரு இருப்பில்லாமல் அலைவதைப் பாய்தறியி லிருந்து பார்த்துக்கொண்டே ஜமீலா கேட்டாள்.

"ஏம்புளா காலையில் இருந்தே ஒருமாதிரி சைத்தான் பிடிச்சவ மாதிரி அலையுதே . . ."

ஜலீலா இருதயம் நின்றுபோனது. தனது அசைவை அவள் குறிவைக்கிறாள் என்பதை உணர்ந்து கொண்டவ ளாய்,

"ஒண்ணுமில்லளா ... வயித்தவலிக்கு ..."

செய்தூன் சொன்னாள்.

"கொஞ்சம் இஞ்சிய தட்டிக் குடி ..."

"ம் ... ம் ..." அடுக்களை அரைமதில் சுவருக்குப் பின்னால் மறைந்து நின்றுகொண்டு சத்தமில்லாமல் அடிவயித்தில் ஓங்கி ஓங்கிக் குத்திக்கொண்டே அழுவது தெரியாமலிருக்கத் தண்ணீர் குடிப்பதைப்போலக் கோரி தண்ணீயை முகத்தில் தெளித்துக் கொண்டபோதும் அறுந்துவிழுந்த பல்லிவால் போல ஜலீலா வின் மனம் துடிதுடித்தது.

ஹைதர் விமானம் ஏறி அரேபியாவில் இறங்கிய சந்தோசத்தை முழுமையாக அனுபவிக்க முடியாத அவஸ்தை அன்றைக்கே ஜலீலாவை வெட்டிக் கூறுபோட்டது.

"ஒனக்க ஹைதரு இன்னும் ஒரு வாரத்துல அரேபியா போவான் போதுமா ..." எனச் சொல்லிவிட்டு அஹமது சிரித்த சிரிப்பின் அர்த்தத்தைக் கிணத்தடியிலும் ... சாமத்தில் சிலமுறை அடுக்களையில் அவள் தட்டி எழுப்பப்பட்டபோதும் தான் அவளால் புரிந்துகொள்ள முடிந்தது. ஆயிஷாம்மா ஆஸ்பத்திரிக்குப் போன மறுநாள் சாயங்காலம் வாப்பா வாசலில் வந்து நின்றபோது ஜலீலாவுக்கு வாப்பாவின் முகம் பார்க்க முடியாமல் கண்கள் கூசிப்போனது.

"மோள கூட்டிட்டுப் போலாம்னு வந்திருக்கேன்..." தாஸீம்பி ஜலீலாவை உற்றுப்பார்த்து வாசித்தாள்... ஒன்றி ரண்டுமுறை இதற்கு முன்னாலும் இப்படி பார்த்திருக்கிறாள். ஒருமுறை "குமரியோ கொள்ளாம்..." எனச் சிரிப்போடு முனங்கினாள் ... குச்சித்தம்பியைப் பார்த்துக்கொண்டே தாஸீம்பி பளிச்செனச் சொன்னாள்.

"ம் ... கூட்டிட்டுப் போ ... மொவளுக்கு மாப்பிளை பாரு ..." அந்த 'ம்' இன் அர்த்தம் கொஞ்சம் விசித்திரமாகத் தெரிந்தது. ஆனாலும் குச்சித்தம்பி "என்ன அக்கா" என நிமிர்ந்தபோது,

"இல்லே ... பிராயமான பிள்ளைல்லா ... சட்டுன்னு பாரு ..."

"ம் ..." சிரித்துக்கொண்டார்.

என்ன சொல்லுதுவளோ என்ன சொல்லணுமோவென நினைத்துக்கொண்டே போன குச்சித்தம்பிக்குச் சப்பென இருந்தாலும்கூட சந்தோசப்பட்டுக்கொண்டே ஜலீலாவை

வீட்டுக்குக் கூட்டி வந்துவிட்டார். வாசலில் உம்மா செய்தூனின் பார்வையை எதிர்கொள்ள முடியாமல்போன அவஸ்தையோடு தான் சிரித்தாள்.

ஜலீலாவுக்கு முன்னெப்போதோ பொம்பளைகள் கூட்டாகப் பேசும்போது காதில் விழுந்த பல செய்திகள் ஓர்மையில் வந்தது. ரொம்ப யோசித்துப் பார்த்ததில் மைலாஞ்சியை அரைத்துக் குடித்துவிடலாம் எனத் தீர்மானித்தாள். திடீரென மைலாஞ்சி அரைப்பதற்கு என்ன காரணம் சொல்லலாம்... மைலாஞ்சியை அரைத்துக் குடித்துவிட்டு சர்க்கார் ஆஸ்பத்திரியில் சாகக்கிடந்த மாடுவூட்டுக்காரியின் ஓர்மை மின்னலைப் போல மின்னியபோது குடல் கலங்கிப்போனது. ஆனாலும் தன்மீதான கருப்புப் புள்ளியை அவளால் கற்பனை செய்ய முடியவே இல்லை... மரித்தாலும் பரவாயில்லை... கொஞ்சமாகக் குடிக்கலாம். எப்படியானாலும் சரி. தீர்மானித்துக் கொண்டாள்.

ஜமீலாவிடம் கேட்டாள்.

“பிள்ளே மைலாஞ்சி அரச்சி வைப்போமாளா..?...”

“உனக்கென்னமும் காணுமா..? திடீர்னு என்னா அலுசுவமா... பெருநாளா வருது..?”

“இல்லே சும்மாதான் நான் வைக்கப்போறேன்... ஒனக்கு வேண்டாம்னா போ...”

ஜலீலா வேகமாக மைலாஞ்சி மரத்தின் கிளையைப் பிடித்துத் தொங்கி ஆடி பறபறவென இலைகளை உருவி மடியில் நிறைத்துக்கொண்டே மீண்டும் துள்ளினாள்...” சர்க்கஸாளா போடுதே...”

சொல்லிவிட்டு ஜமீலா சிரித்ததைப் பொருட்படுத்தாமலே மீண்டும் மீண்டும் துள்ளித்துள்ளி இலைகளைப் பறித்தவள் பளிச்சென உட்கார்ந்து வயித்தைப் பிடித்தாள். அவள் முகம் மெல்ல மெல்ல உணர்ந்து பிரகாசமானபோது அவள் மடியிலிருந்து சிதறிய மைலாஞ்சி இலைகள் மரத்தடி மூட்டிலேயே சிந்தியன.

“மைலாஞ்சிய ஏம்புளா சிந்துனே...”

“துக்கபோட்டு...” எனச் சொல்லிக்கொண்டே மறைவுக்குப் போனாள். துனியா அவள் கையில் இருப்பதைப்போல உணர்ந்தாள். தலைச்சுற்றல் பிடரிவலியோடு அடிவயிற்றை வாரிச்சுருட்டிக்கொண்டு வலித்தபோதும் அவள் ஜீவிதத்தில் இதுவரை இல்லாத ஒரு உற்சாகப் பெருமூச்சு உடலின்

தசைமுழுவதும் பரவியது. நாயனே எனப் பாய்போட்டுப் படுத்தவளின் உற்சாகம் உயரும் விதமாகவே மறுநாள் ஹைதரிடமிருந்து முதல் கடிதம் வந்தது.

ஜலீலாவின் உற்சாகம் இன்னும் உயரத்தில்தான் இருந்தது. கவரைப் பொட்டிக்காமலே திரும்பத்திரும்பப் பார்த்தாள். இதுதான் அரேபியா கடிதமா . . ? . . . வியப்போடுதான் ஜமீலாவும் பார்த்தாள். பண்டொருமுறை சுசேட்டியில் ஓலை லோண் வாங்கியதில் தவணை முடிந்துவிட்டதாக ஒரு கடிதம் வந்த போதும் ஜலீலா வாங்கிக்கொண்டே சொன்னாள்.

"பிள்ளே லெட்டர் பாத்தியாளா . . ? . . ."

"கொண்டாளா பாக்கட்டு எப்புடி இருக்குனு . . ." ஜமீலா வாங்கித் திரும்பித் திருப்பிப் பார்த்தது ஜலீலாவுக்கு ஓர்மை வந்தது. அவள் லெட்டர் பற்றி அப்போது கேட்டதும் அதற்குத் தான் சொல்லிக்கொடுத்த பதில்களும் ஜலீலாவுக்கு சிரிப்பாக இருந்தது.

மோதியாரோடு மதரஸா திண்ணையில் குச்சித்தம்பி பேசிக்கொண்டிருக்கும்போதுதான் ஜலீலா அனுப்பிவைத்த மம்மாசீன் மகன் மதரஸா திண்ணைக்கு வந்து சொன்னாள்.

"ஹைதர் அண்ணன்ட்ட இருந்து லெட்டர் வந்திருக்காம் . . ."

"கேட்டியளா பொறவு வாறேன் . . ." என மோதியாரின் முகம்பார்க்காமல் ஒரே ஓட்டமாக மூச்சிவாங்க ஓடினார்.

அஸ்ஸலாமு அலைக்கும்!

அன்புள்ள வாப்பா, உம்மா, அக்கா, தங்கை எல்லோர் நலனுக்கும் இறைவனிடம் துவா செய்கிறேன். நானும் ஜின்னா மச்சானும், செய்யதும் இறைவன் அருளால் நலம்.

நான் சந்தோசமாக வந்து சேர்ந்தேன். எப்போதும் உங்கள் ஞாபகமாத்தான் உள்ளது. "செல்ல மோனே . . ." எனச் சொல்லிக்கொண்டே வாசித்தார். இப்போது நான்கு நாட்களாக ஜின்னா மச்சான் ஏற்பாட்டில் ஒரு கடையில் சேர்ந்திருக்கிறேன். கொஞ்சம் கவனமாகத்தான் வேலை செய்ய வேண்டும். செக்கிங் வரும்போது மாறிக்கொள்ளவேண்டும் எல்லாவற்றுக்கும் இறைவன் போதுமானவன். வாப்பா எதைப் பற்றியும் கவலைப்பட வேண்டாம். உம்மாவை நன்றாகப் பார்த்துக்கொள்ளுங்கள். சம்பளம் கிடைத்த உடன் அனுப்பி வைக்கிறேன். ஆசாரிப்பள்ளம் பேங்கில் ஒரு கணக்குத் தொடங்கி நம்பரை எனக்கு எழுதுங்கள். ஹமீது மாமாவீட்டில் எல்லோரையும் கேட்டதாகச் சொல்லவும். ஆயிஷாக்கா ஆம்புளை பிள்ளை

பெற்றதாக அறிந்தேன். தாயும் பிள்ளையும் நலந்தானா... நான் ஆயிஷாக்காவை நலன் விசாரித்ததாகச் சொல்லவும். ஜின்னா மச்சான் ஆயிஷாக்கா குடும்பத்தில் ரொம்பவும் கோவமாக உள்ளது... யார் என்ன எழுதினார்களோ தெரிய வில்லை... ஆயிஷாக்கா பற்றியும் மோசமாக யாரோ எழுதி உள்ளார்கள். இறைவன் அறிவான்... லாயத்திலிருந்து மெடிக்கல் மஸ்தான் வந்தால் நான் விசாரித்ததாகச் சொல்லவும். பள்ளி வேம்பை வெட்டிவிட்டதாக அறிந்தேன். ரொம்பவும் வேதனை யாக உள்ளது. வாப்பா உடலை நன்றாகக் கவனித்துக்கொள்ள வும்... ஜலீலா அக்காவுக்கு நல்ல இடமாகப் பாக்கணும்... அஹமது இங்கே புறப்படும்போது எனக்கொரு சாரம் வாங்கிக் கொடுத்துவிடவும்.

இப்படிக்கு
தங்கள் நீடிய ஆயுளை விரும்பும்
அன்பு மகன்
ஹைதர்

ஜலீலா படித்து, ஜமீலா படித்து, குச்சித்தம்பி என்ற மம்மலிக்கா படித்து செய்தூன் பார்த்துப்பாத்து அந்தக் குடிசைக்குள் சந்தோசக் குதியாட்டம்.

மம்மலிக்காவுக்கு ஆயிஷாவைப் பார்த்தால் கொள்ளாம் போலத் தோன்றியது. ஹமீதுசாகிபிடம் சொல்லவேண்டும். அவர் பள்ளிப் பக்கத்திலேயே நின்றால் வீட்டுக்குப் போகாமல் இருந்துவிடலாம் என நினைத்துக்கொண்டே வெளியே வரும் போதும் ஜலீலா திரும்பத் திரும்பக் கடிதத்தை வாசித்துக் கொண்டே இருந்தாள். ஜலீலா அக்காவுக்கு நல்ல இடமாகப் பாக்கணும் என்ற வரி அவளை சுழல்காற்றாய் சுருட்டி வீசியது... அஹமது தன்னைக்கெட்டுவானா இன்னும் ஒன்றி ரண்டு நாளில் புறப்பட்டுப்போவதாக வாப்பா பேசிக்கொண் டிருக்கும்போதே அவன் தன்னைக் காணவருவான் என்றே தோன்றியது. ஏதேதோ மனஉணர்வுகளில் அவள் தவித்து இருக்கும்போதே ஜமீலா கடிதத்தை வாங்கிக்கொண்டே வாசிக்கத் துவங்கினாள். மம்மலிக்கா மீண்டும் மதரஸா திண்ணையில் கால் சமுட்டும் முன்னால் மோதியார் ஆவலோடு கேட்டார்.

"மம்மலி மொவன் என்ன எழுதிருக்கான்..?..."

ஒருபுள்ளிகூடப் பாக்கிவிடாமல் சொன்னார். அவர் கண்கள் ஈரமாகி இருந்தன. "உங்களையும் கேட்டுருக்கான்" என ஒரு பொய்யும் சொல்லி வைத்தபோது மோதியார் "அவன் அருமையான பையம்லா, சும்மாயா எனக்க துவான்னா லேசான காரியமா... இஷாக்குப் பொறவு ஒனக்க மொவனுக்கு வேண்டி நெதமு துவா கேக்குதம்லா..."

குச்சித்தம்பி மோதியாரின் கரத்தைப் பிடித்துக்கொண்டு எழுந்தார்.

ஹமீதுசாகிபு வீட்டில் குச்சித்தம்பி எல்லாவிபரமும் சொன்னார். இடைஇடையே ஈரமான கண்களை துடைத்துக் கொண்டார். எல்லாம் கேட்டு முடிந்து ஹமீதுசாகிபு வாய் திறந்தார்.

“இப்போ ஒனக்கபேர்ல பேங்குல கணக்குத் தொடங்க ணும்னா நாளாவுமுடே பேசாம எனக்க கணக்கு நம்பர தாறேன் லெட்டர்ல எழுதிவுடு ... பணம் வந்தா செரமத்தோட செரமம் ... நான் மாத்தித் தாறேன் ... லெட்டர் எழுதும் போதுவா கணக்கு நம்பரு ... பேரு ... எல்லாம் குறிச்சித் தாறேன் ...”

“ரொம்ப ஒபகாரம் மச்சான் ...” எனச் சொல்லிக் கொண்டே எழுந்தபோது தாஸீம்பி ஒரு புளிச்ச சிரிப்போடு முன் அறைக்கு வந்தாள். அவளிடமும் சொல்லிவிட்டுக் குச்சித் தம்பி வெளியேறினார்

ஆயிஷாவைப் பார்க்கப் போகவேண்டும் திரும்பத்திரும்ப மனம் அதையே ஓர்மைப்படுத்தியது. ஆஸ்பத்திரியில் கூட அவளைச் சரியாகப் பார்க்கமுடியல்லை. ஆப்ரேஷன் முடிந்து மயக்கம் தெளியாமலே கிடந்தபோது வாய்புலம்பி அறுத்துக் கிழித்துக்கொண்டே கிடந்தாள் என செய்தூன் வந்த சொன்ன போது சங்கடமாக இருந்தது. போய் பார்க்கவேண்டும். ஆயிரம் மனஸ்தாபங்கள் மொய்தோடு இருந்தாலும் ஹைதர் அரேபியா விற்குப் போவதற்கான அக்கரை கொண்ட ஆயிஷாவைப் பார்த்து “என்ன மோளே ... ஹைதர் லெட்டர் போட்டிருக் கான் ...” எனச் சொல்லிவிட வேண்டுமென யோசித்துக் கொண்டே வீட்டுக்குப்போய் உச்சைக்குச் சாப்பிட்டுவிட்டு அசருக்குப் பிறகு குச்சித்தம்பி மொய்துசாகிபு வீட்டுக்குக் கொஞ்சம் தயக்கத்தோடுதான் போனார்.

மொய்துசாகிபு வா என்று சொல்லாமல் மௌனமாக இருந்தது, குச்சித்தம்பியை அவ்வளவாகப் பாதிக்கவில்லை. எதிர்பார்த்ததுதான், மொய்துசாகிபு ரொம்பவும் பலகீனமாக இருந்தார். சுபைதாவும் என்னமோ போலத்தான் வந்தாள். அவள் கைக்குள் இருபதே நாட்களான பேரன் தன் எதிரில் மௌனமாகவே அமர்ந்திருக்கும் குச்சித்தம்பியைப் பார்த்துக் கொண்டே மொய்துசாகிபு சொன்னார்.

“படச்சவனான சொல்லுதேன் ... எனக்கு லெட்டரும் வரலே ... பணமும் வரலே ... எடையில என்ன நடந்துன்னும்

தெரியாது ... படச்சவன் அறிவான் ... ஒனக்க ஆயிரரூவாய எடுத்துக் கோட்டயா கட்டப்போறேன் ... எனக்க மொவ வந்த பொறவுதான் எனக்கு வெவரம் தெரியும் ...”

இடைமறித்து சுபைதா சொன்னாள்.

“அன்னைக்குப் பார்சல கொண்டுட்டு மொதல்ல மேக்கமார போனார்னு மீன்காரி சொன்னா ... என்னமோன்னு நெனைச் சோம் படச்சவனுக்குத் தெரியும்லா ... மருமவன் லெட்டர் போடது இல்லே ... மேக் ஒருத்தர்ட்ட என்னமோ செய்து லெட்டர்ல அனுப்பி இருக்காவோ ... படச்சவன் இருக்கான் பாத்துக்கிடுவான் ... துனியா பெரிசு இல்லே ... மஹ்சர் இருக்கு ... எனக்க மொவளே என்ன கெதிக்கு ஆளாக்கி வச்சிருக்கு ...” சுபைதா பேசமுடியாமல் அழுதாள். எனக்க மொவ கெடக்க கெடையப் பாருங்கோ ...” சுபைதாவுக்கு அழுகையும் பேச்சுமாக கலந்திருந்தது.

குச்சித்தம்பி எழுந்து உள் அறைக்குச் சென்று கதவைத் தள்ளிக்கொண்டே ... “மோளே ... ஆயிஷா ...” என்றபோது அவள் எந்தச் சலனமுமில்லாமல் கட்டிலில் சரிந்து உட்கார்ந் திருந்தாள். அவளின் கோலம் குச்சித்தம்பியைப் பயப்படுத்தியது. ஒண்ணுக்குப் பாதியாக இருந்தாள்...” இரிங்கோ மாமா ... சாயா குடிங்கோ ...” என்று சிரித்துச் சொன்ன அந்த முகமா இது ... யா ... ரப்பே கண்கள் குழிவிழுந்து கறுத்துப்போய் பரிதாபத்திற்குரியவளாக இருந்தவளிடம் ஒரு விசித்திரச் சிரிப்பு. யா ... ரகுமானே ... அதிர்ந்துபோய் பார்வையைத் திருப்பினார். மூச்சிமுட்டியது அவரால் நிற்கமுடியவில்லை. சுவரைப் பிடித்துக்கொண்டார். இருந்தால் கொள்ளாம்போலத் தோன்றி யது. மெல்ல உட்கார்ந்துகொண்டார். சுபைதா இன்னும் அழுகையை நிறுத்தவில்லை. அந்த அழுகைச் சத்தம் இருதயம் அறுபடும் சத்தமாகத் தெரிந்தது.

“ஆப்ரேஷன் தியேட்டருக்கு வெளியே நேர்ஸ்மாரு எனக்க மொவளுக்க உருப்படியக் கழத்திக் கொண்டுவந்து கொடுத்த தும் அவருதான் கைநீட்டி வாண்டிருக்காரு ... இதுவரைக்கும் அனக்கமில்லே ... எனக்க மாப்பிளை சைக்கிள் சமுட்டி உண்டாக்குன சக்கரமாக்கும் ... எங்கயும் எத்துன மொதலு இல்லே ... ஒனக்க ஹமீதுசாகிபுட்டச் சொல்லு அஞ்சுநேரம் தொழுதுட்டு அடுத்தவன் மொதல எத்தலாமானு கேளு ...”

குச்சித்தம்பி ரொம்பநேரம் மௌனமாக இருந்தார். மொய்துசாகிபும் பேசிக்கொள்ளவில்லை. குச்சித்தம்பிக்கு இருதயம் முழுவதும் வலித்துக் கிடந்தது. தான் ஏன் இப்புடி அமர்ந்திருக்கிறோம் என்ற யோசனை வந்தது ... சே ... என்ன

மனுசனுவோ என அவர் நினைத்த மாத்திரத்திலேயே வடக்கு மூலையில் ஒரு பல்லி கெவுளி அடித்தது. மெல்ல எழுந்து குச்சித்தம்பி மொய்துசாகிபின் கையைப் பிடித்துக்கொண்டே,

“எங்கிட்ட எதாவது தவறுன்னா மன்னிச்சிடுங்கண்ணே, நான் போறேன் . . .”

வேகமாகப் படி இறங்கினார். என்ன நினைத்தாரோ தெரியவில்லை பளிச்செனத் திரும்பி வீட்டைப் பார்த்துவிட்டுத் தெருவிறங்கி வேகமாக நடந்தார். ஒன்றும் ஓடவில்லை. மனம்முழுவதும் அறையில் பார்த்த ஆயிஷாவின் முகம். வெப்ராளமாக வந்தது. எப்படி இருந்த பிள்ளை . . . படச்சவனே . . . ஒரு பைத்தியத்தப்போலக் கெடக்கே . . . தனியாளாக புலம்பினார் . . . உதடுகள் நடுங்கிக்கொண்டே அழுகை அழுகையாக வந்தது. தனக்கு ஏன் இப்படி ஏற்படுகிறது என்று யோசித்தார். அந்த யோசனையோடுதான் இரவு தூங்கப்போகும்வரை பேதலித்த மனிதனைப்போலவே நடமாடினார். ஜீவிதத்தில் இதுவரை இல்லாத இரவாக அந்த இரவு குச்சித்தம்பிக்கு இருந்தது. தூங்காமலே உருண்டு உருண்டு கிடந்தார் . . . எத்தனையோ இரவுகள் அவர் தூங்காமல் இருந்ததுண்டு. ஆனாலும் இந்த இரவைப்போல முன் எப்போதும் இல்லை. செய்தூன் கேட்டாள்.

“ஏன் ஒருமாதிரி கெடக்கியோ . . .”

“ஒண்ணுமில்லே . . . ஆயிஷா ரொம்ப பாவம் பாத்துக்கோ . . .”

“ஏன் . . ? . . .”

“இல்லே சொல்லுதேன். . . ம் . . . நீ ஒறங்கு. பிள்ளைய நல்லா பாத்துக்கோ. மனசுக்கு என்னமோ மாதிரி இருக்கு.”

“ஓதிட்டே படுங்கோ . . .”

ஆனாலும் உறங்காமலேதான் கிடந்தார். ஜமீலாவின் முகம் ஓர்மையில் வந்தது. ஒன்றிரண்டு நாட்களுக்கு முன்னால் காலையில் அவள் குளிக்க எண்ணெய் தேய்த்து உச்சிக்கொண்டை போட்டுக்கொண்டு திரும்பியபோது அந்த முகத்தில் குச்சித்தம்பியின் வாப்பா தெரிந்தார்.

“மோளே ஒனக்கொரு மீசை மட்டும் இருந்தா . . . நீ எனக்க வாப்பாயேதான் . . .”

ஜமீலா சிரித்தாள்.

“படச்சவனான மொவளே . . . எனக்க வாப்பாயேதான் . . .”

ஜமீலா மீண்டும் மீண்டும் சிரித்தாள்.

ஜமீலாவின் சிரிப்பும் அவரின் வாப்பாவின் முகமும் அவர் காணாமல்போன நாளில் "செல்லமோனே ..." எனச் சொல்லிக் குச்சித்தம்பியின் கன்னத்தில் முத்திக்கொண்டு போனதும் தொடர்ச்சியாக ஓர்மையில் வந்துகொண்டே இருந்தது. வாப்பா உயிரோடு இருப்பாரா மரித்துப் போயிருப் பாரா ... என்கிற எண்ணம் வந்தபோது தனது வாப்பா எங்கேயோ உயிரோடு இருப்பதாவே தோன்றியது. குச்சித் தம்பிக்கு உறக்கம் வருவதற்கான எந்தக் கூறும் தெரியவில்லை. பாங்கு சொன்னாலாவது வெளியே போகலாம் ... யோசனை யோசனை ... யோசனை தீர்ந்தபாடில்லை. ஆயிஷாவின் பழைய, புதிய முகம் மனம் முழுவதும் ஓடியது ... குச்சித்தம்பி யின் உடல் முழுவதும் உஷ்ணமாகிப்போனபோது மனதுக்குள் கலிமா சொல்லிக்கொண்டே கிடந்தார் ... ஆனாலும் அவர் தூங்கவே இல்லை. பாங்குச் சத்தம் கேட்டதும் எழுந்து வெளியே போனார். பள்ளியில் தொழுதுவிட்டு வெளியே வரும்போது மோதியார் சொன்னார்.

"மம்மலி ... இன்னைக்குக் கோட்டாத்துல மௌலூதுண்டு ... நில்லு போலாம் ..."

"அவசரம் ..." எனச் சொல்லிக்கொண்டே தெருத்தாண்டித் தோப்புக்குப் போனார்.

பாக்குப் பொறக்கவில்லை... ஒன்றிரண்டு பாக்குகள் மரத்தடியில் கிடந்தபோதும் எடுக்காமலே கடந்துபோனார். என்னமோ அவருக்கு அவைகளை எடுக்கத் தோன்றவில்லை. இரையாளத்தங்கரை அவரின் இதயத்தைக் குளுமையாக்கிய போது வலியாத்தங்கரைப் பக்கம் நின்றுவிட்டு ஆனைப்பாலம் பக்கம் போனார். தடிப்பெறைக்குப் பிறகுவந்தவர் அப்படியே வலியாத்தங்கரை மேலேறிப் பள்ளவிளை தாண்டி வயக்காட் டோடு இறங்கிப் பிராந்தநேசரி குளம்போய் கொஞ்சநேரம் நின்றார். ஒருபாடு நினைவுகள் ஓர்மையில் ஓடின. நிமிர்ந்து பார்த்தால் மேலே சுங்கான்கடை பொத்தை. சின்னபுள்ளையில் அவலுகட்டிக்கொண்டு மலையேறிய மறக்கமுடியாத நினைவு கள். சேரிக்குள்ளாக நடந்து மேடுவந்து மீண்டும் பள்ளிப்பக்கம் வந்து பள்ளிவேம்பு நின்ற இடத்தைக் கொஞ்சநேரம் பார்த்துக் கொண்டே நின்றார்.

ஆகாயம் தனது ஒரு பிரம்மாண்டமான தூணை இழந்திருப்பதாகப்பட்டது. தடித்தடியாக வெட்டிமுறித்துக் கொண்டுபோன காட்சிகள். மோதியார் மறைவாக நின்று அழுததைப் பார்த்துக் கண்கள் கலங்கிய ஓர்மை ... இருநூற்று ஐம்பது வயது பள்ளிவேம்பின் சகாப்தத்தைக் கபர் அடக்கம்

செய்யும் விதமாகக் கடைசித் துண்டுகளும் காணாமல்போன வலியோடுகூடிய அந்த நாளின் காட்சிகள். ஆனாலும் அவரின் நினைவில் பள்ளி வேம்பு காற்றில் அசைந்தபடி நின்றது. பள்ளிவேம்பின் உச்சிக்கொப்பில் ஏறிநின்று நீண்ட கழைக்கம் பால் பிறையைத் தட்டிக் கீழே போட்டுவிடலாம் என்று தோன்றிய பிள்ளைப் பருவத்து ஓர்மைகள், தடித்த அதன் அடிப்பாகத்தில ஒளித்து விளையாடிய ஓர்மைகள், வேம்பின் கிளைகளுக்கும் மறைந்திருந்து எட்டிப்பார்க்கும் சாம்பல் நிறப் புறாவைப்போலக் குச்சித்தம்பியின் மனதின் ஓரங்களில் வேம்பு எட்டிப்பார்த்தன. வேம்பிலிருந்து விலகி வேகவேகமாக வீட்டுக் குப் போனார். அந்த விடியலின் ஆகாயம் வெளுத்துக் கிடந்தது.

சரியாக இருபது நிமிடத்தில் பள்ளிப்பக்கம் செய்தி வந்தது. குச்சித்தம்பி மரித்துப்போனார் என்று, நம்பமுடியவில்லை. பள்ளி ஜங்சனும் தெருவும் பரபரப்பாகக் கிடந்தது. கடைப் பக்கம் நின்ற ஆட்கள் ஓடிப்போனார்கள்.

“நெஞ்சுவலிக்கு காபிபோட்டுத்தா மோளே ...” எனச் சொல்லிவிட்டுச் சரிந்தவர் எழும்பவில்லை.

டீக்கடையில் நின்ற வேலுநாடார் சொன்னார்.

“யாரு குச்சித்தம்பியா ...” சாயா இறங்கவில்லை. “இப்பத் தான் அரைமணிக்கூறு இருக்கும் ... வலியாத்தங்கரையில பாத்தேன் ... என்ன சாயிப்பேன்னு கேட்டேன் ... சும்மா ஊரெல்லாம் ஒண்ணு பாக்கணும்னு ஒரு ஆசைன்னாரு ... சரி ... சரி ... நல்லா பாத்துக்கிடும்னு சொன்னேன் ... சே ... என்னத்த மனுச ஜீவிதம் ... பத்து நிமிசத்துக்கு முன்னால பாத்த மனுசன காணலே ...”

கொஞ்சம் சோகமாகத் தன் பரிவாரங்களுடன் நின்று கொண்டிருந்த சுலைமான் இன்று எடுத்துக்கொண்ட விசயம் மரணம் பற்றியதாக இருந்தது.

திருவனந்தபுரத்திலிருந்து மாலை மூன்று மணிக்கு விமானம். வீட்டிலிருந்து காலை பத்து, பத்தரைமணிக்கு அஹமது புறப்படத் தீர்மானித்திருந்தான். நேற்றே கார் சொல்லி வைத்தாகிவிட்டது. சுலைமானுக்கு சொத்து எடவாடுக்காகக் காலையில் கணபதிபுரத்தில் கொண்டு விட்டுவிட்டு வருவதாகச் சொல்லி இருந்தான். சுலைமானின் கடைசிச் சொத்தும் கைமாறுகிறது. இதையும் வித்து வாழிபாடிவிட்டு சுலைமான் என்ன செய்யப் போகிறானோ என்ற யோசனையோடு அஹமது மீண்டும் காருக்குக் காஜாப்பாவிடம் சொன்னான்.

"பத்தே காலுக்காவது வந்துருடே . . ."

"நிக்கமாட்டேன், உட்டுட்டு வந்துருவேன் . . ."

நேற்றிரவே பெட்டிகட்டி வைத்திருந்தான். வழக்கம் போல எல்லாக் குடும்ப ஆட்களும் உண்டு. காலையில் ஏழுமணிக்கே வடசேரிக்குப்போய் அவன் அரபிக்கு ஊது வாங்கவேண்டும் என்றும் அரபிக்கு அது ரொம்பவும் இஷ்டம் என்றும் ம்மாவிடம் சொன்னதைப் போல ஏழு ஏழுரை மணிக்கெல்லாம் எழுந்து குளித்துவிட்டு வடசேரி போய்விட்டான்.

ஒன்பது மணிக்கு உதுமான்பிள்ளை ஊருக்குவந்த போது பணம் வாங்கிக்கொண்டு கபன்துணியும் பனங்கம்பும் காரியசாதனமும் வாங்கவந்த அவுகாருப்பிள்ளை வடசேரியில் அஹமதைக் கண்டு விசயத்தைச் சொன்ன போதுதான் குச்சித்தம்பி மரித்துப்போன செய்தி அஹமதுக்குத் தெரியும். தலைக்கு மேலே ஆகாயம் பொத்து விழுந்ததைப்போல இருந்தது. உடம்பு நடுங்கிச் சோர்ந்து போனான்.

"காலையில ஆறுமணிக்குத்தானே தெருவுல நடந்து போனதைப் பாத்தேன் . . ."

"என்ன செய்யமுடியும் . . . நெசீபு . . ." அவுருக்காருபிள்ளை சாதாரணமாகவே சொன்னார் ஏகப்பட்ட மையத்துக்களுக்குக் கசப்பெறக்கி முன்னின்று

குளிப்பாட்டி கபன் பொதிந்து கபர் அடக்கம் செய்த அவருக்கு இது சாதாரணமான விசயம் தான். ஆனால் அஹமதுக்கு இன்னும் நடுக்கம் நிக்கவில்லை. ஆட்டோ பிடித்து உடனே வீட்டுக்கு வந்தான்.

பள்ளிப் பக்கத்தில் ஹமீதுசாகிபு சோகமாக நின்றார். அவருக்கு உண்மையிலேயே ரொம்ப சங்கடமாக இருந்தது. அடுத்த நிமிடத்தைக் குறித்த தெளிவின்மையால் துவண்டு நின்றார். ஹமீதுசாகிபைத் தனியாக அழைத்து அஹமது கேட்டான்.

"வாப்பா என்ன செய்துக்கு..."

ஹமீதுசாகிபு யோசனையுடன் நின்றார்.

"வாப்பா டிக்கெட்ட கேன்ஸல் பண்ணட்டா..?..."

"வேண்டாம்... நீ போய் மையத்தப்பாத்துட்டு... குளிச்சிட்டுக் கிளம்பு... நான் பாத்துக்கிடுதேன்... காஜாப்பா கணபதிபுரம் போவல இங்கதான் நிக்கான்... நீ நைசாக் கிளம்பு..."

அஹமது கொஞ்சநேரம் யோசனையோடு நின்றுவிட்டுக் குச்சித்தம்பி வீட்டைநோக்கி நடந்தான். ஒரு பெருநாளுக்கு சைக்கிளில் வைத்துச் சமுட்டிகொண்டுபோய் வடசேரி தங்கம் தியேட்டரில் 'நத்தையில் முத்து' சினிமாவுக்குக் கூட்டிப்போன ஓர்மையோடு நடந்தவனுக்கு முக்குத் திருப்பத்திலேயே ஒப்பாரி சத்தம் கேட்டுக்கொண்டே இருந்தது. யாரின் குரல் எனத் தனியாக இனம் காணமுடியாத ஒப்பாரிக் கலவை. அஹமதுக்குத் திடீரெனப் பயமாக இருந்தது. ஜலீலாவின் முகத்தை எப்படிக் கூட்டத்தில் பார்ப்பது என யோசிக்கும்போதே முன்னிலும் உடல் நடுங்கியது. ஆனாலும் ஏதோ உணர்வு எம்பித்தள்ள ஒரு இயந்திரமாய் வீட்டுக்குள் நுழைந்தான்.

நேற்றிரவு வரை மோதியார் படுத்திருந்த பெஞ்சிகளில் மையத்தை வெள்ளைத்துணியால் முகம் மூடிக் கிடத்தியிருந்தார்கள்... யாரோ துணி விலக்கி அஹமதிடம் மையத்தின் முகம் காட்டினார்கள்.

"ஆனாலும் எனக்க மோள இப்புடி செய்திட்டியே வாப்பா..." குச்சித்தம்பி எழுந்து சொல்லிவிட்டுப் படுத்ததைப் போல இருந்தபோது அஹமது பயந்தான். இப்படியாக இதற்கு முன்னால் அஹமது பயந்ததில்லை. மையத்தின் முகம்பார்க்க முடியாமல் பார்வையைத் திருப்பினான். அழுதுஅழுது கண்கள் சிவந்து ஜலீலா மூலையில் இருந்தாள். உள்ளே நிற்கமுடியாமல் வெளியே வந்தான். கொஞ்சநேரம் வெறித்துக்கொண்டே

வெளியே நின்றான் . . . நகர்ந்து நகர்ந்து . . . வீட்டுக்கு வந்து நீண்ட நேரமாக சுரணைஅற்றவனைப்போலக் குளித்துக் கொண்டே இருந்தான். அந்த கிணத்தடியில் முதல்முதலாக ஜலீலாவை ஆட்கொண்டபோது பீதியில் இருந்த அவளின் முகமும் சற்றுமுன் மூலையில் திவிங்கித் திவிங்கி அழும்போது அவளின் முகமும் திரும்பத்திரும்ப ஓர்மையில் வந்துகொண்டே இருந்தன.

கிளம்பும் முன்னால் ஆயிஷாவைப் பார்த்துச் சொல்ல வேண்டுமா . . ? உம்மாவிடம் கேட்டபோது அவள் வேண்டாம் என்றாள். பத்தரை மணிக்குமேலே காருக்குள் அமர்ந்து சின்ன பெட்டியோடு அஹமது திருவனந்தபுரம் புறப்பட்டுப் போகும் போது ஜலீலா மையத்தின் தலைமாட்டில் அழுது அழுது யாஸீன் ஓதிக்கொண்டே இருந்தாள்.

நேற்றைய நினைவுகளோடும் “என்னய மன்னிச்சிடுங்க அண்ணே” எனக் கடைசியா சொல்லிவிட்டுப்போன ஓர்மை யோடும் மொய்துசாகிபு மையத்தைப்பார்த்து ஒரு குழந்தையைப் போலப் பொட்டி அழுதுவிட்டார். “யா ரப்பே இந்த குடும்பத் துக்கு இனி நீதான் பொறுப்பாளி . . .” என மனதில் வேண்டிக் கொண்டே இருந்தார். சுபைதா விசயத்தைச் சொன்னபோது ஆயிஷா “அப்படியா” எனக் கேட்டுக்கொண்டு சுவரோடு சாய்ந்தாள்.

உதுமான்பிள்ளைதான் முன்னின்று எல்லாக் காரியங் களையும் கவனித்தார். ஹைதருக்குத் தகவல் சொல்ல போன் நம்பர் கேட்டு ஹமீதுசாகிபைத் தேடிவந்தபோது,

“எனக்க ரெண்டாமத்த மொவன் இப்பதான கெளம்பு னான் . . . ராத்திரி போய் விசயத்தைச் சொல்லிருவான் . . .” என்றபோது உதுமான்பிள்ளை சொன்னார்,

“நீங்கதான் அவருக்கு எல்லாம்னு கேள்விப்பட்டேன் . . .”

மௌனமாக நின்றார்.

“அசருக்குப் பொறவு அடக்கம் வச்சிக்கிடலாம் . . . வேற யாருக்கும் சொல்லணும்னா சொல்லுங்கோ . . .”

“பிள்ளையளுக்க காரியத்த என்ன செய்யப் போறியோ . . . அந்த வீட எதாவது பண்ணுங்கோ . . . ம் . . .”

“ஹைதருட்ட இருந்து எழுத்து வரட்டு . . .”

“ம் . . .” ஏதோ யோசனையோடு தலையாட்டியவர்.

“மரிக்கதுக்குள்ள மனுசனா . . . நிமிந்துல்லா நடமாடு னான் . . . ஜீவிதத்தைப் பாத்தியளா மொவனுக்க சம்பாத்தியத்த தின்னக் கொடுக்கலியே . . .”

“எல்லாம் நெசீபு”

ஹமீதுசாகிபு அஹமதை அனுப்பிவைத்த பிறகு மையத்து வீட்டைச் சுற்றிச் சுற்றியே நின்றார். மோதியாரும் அவுக்காரு பிள்ளையும் மையத்தைக் குளிப்பாட்டி கபன்பொதிந்து கிடத்தி விட்டு முகம் மறைத்துக் கெட்டும்முன்னால் பாக்கக் கூடிய வர்கள் பாக்கட்டும் என நின்றபோது ஹமீதுசாகிபு உள்ளே வந்துப் பார்த்தார். அவரின் கண்கள் கலங்கி இருந்தன ... ஜலீலாவையும் ஜமீலாவையும் கொண்டுவந்து மையத்தைக் காட்டினார்கள் ... நெஞ்சத்தை அறுத்துவிடும் குரலோடு அந்த குமரிப்பிள்ளைகளின் அழுகையைப் பார்க்க சகிக்காமல் மோதியார் முகத்தை மூடிக்கொண்டே அழுதார். “படச்சவனே எனக்க கூட்டாளிய எடுத்திட்டியே ...” அவரின் வாய்புலம்பிய போது அவுக்காருபிள்ளை மையத்தின் முகம் மறைத்துக் கெட்டினார்.

ஸஹாதத்துக் ஹலிமா சொல்லிக்கொண்டே மையத்தைத் தூக்கி சந்தூக்கில் வைத்து வேகவேகமாகத் தூக்கிப்போய் கபர் அடக்கம் செய்துவிட்டுத் திரும்பவந்த மோதியார், ஆழமான மௌனத்தோடு மதரஸா திண்ணையில் சாய்ந்தார். தூங்காமல் கிடந்த மனம் முழுவதும் குச்சித்தம்பியின் ஞாபகங்கள் சுற்றிச் சுற்றி குச்சித்தம்பியாக அவர் அருகே உட்கார்ந்திருந்தது. நடுக்கத் தோடு எழுந்த மோதியார் பள்ளிக்கிணத்து மதில் அருகே போய் சாய்ந்து நின்றார். பள்ளிக்கிணறு நிலா வெளிச்சத்தில் பளிச்செனத் தெரிந்தது. ஆகாயத்திலும் கிணத்துக்குள்ளுமாக ரெட்டை நிலாவின் அழகை முன்பெல்லாம் ரசித்தமனம் இப்போது வெறுமையாக இருந்தது. பள்ளிவேம்புக்கு மேலே நிலாவின் இருப்பு இப்போதும் ஓர்மையில் உண்டு. திடீரென பள்ளிவேம்பு எழுந்து நின்றது. அதன் மூட்டருகே குச்சித் தம்பியும் மோதியாரும் சிரித்துச்சிரித்து ஒரே பீடியை மாறி மாறி இழுத்துக்கொண்டே பேசிக்கொண்டிருந்தார்கள். கண் களைக் கசக்கிக்கொண்டவர் இன்று உறங்குவதற்கான மனம் இருக்காது என்பதைத் தீர்மானித்துக்கொண்டார். மடியி லிருந்த பீடியை எடுத்துப் பத்திக்கொண்டபோது எங்கோ இருட்டில் நின்று குச்சித்தம்பி “ஒண்ணு இங்கதாரும் ...” திரும்பிப் பார்த்தார். இருட்டாகவே இருந்தது. மோதியார் பயப்படவில்லை அவருக்கு மையத்தைக் குறித்த பயமோ இறந்துபோன மனிதர்களைக் குறித்த பயமோ அதிகமாக வந்ததில்லை ... ஆனாலும் குச்சித்தம்பியைக் குறித்த பயம் தனக்கு எப்போதும் வராது என்றே நம்பினார். திடீரென அவருக்கு செய்தூனும் ஜலீலாவும் ஜமீலாவும் ஓர்மையில் வந்தார்கள் ... “அந்த குடிசையில் ஹைதருமில்லாமல் வாப்பாவையும் இழந்த அந்த மக்களுவோ எப்படி கிடக்குது

வளோ . . . யா ரப்பே . . . நாயனே . . . அதுவள காப்பாத்திக் கரைச்சேக்கணும்” இரண்டு கையையும் தூக்கி நின்றவர் நீண்டநேரம் அப்படியே நின்றார். அந்த நிலையிலேயே அவரின் கண்கள் நீர்கொட்டிச்சாடியது.

ஹைதரிடமிருந்து எழுத்தை எதிர்பார்த்து ஒவ்வொரு நாளும் ஸ்ரீ கிருஷ்ணன் கடைக்கு மம்மாசீன் மகனை அனுப்பி விட்டுக் காத்திருந்து ஏமாறுவதே ஜலீலாவுக்கும் ஜமீலாவுக்கும் வாடிக்கையாகிப்போனது. இனி, அழமுடியாது என்கிற அளவுக்கு அழுதாகிவிட்டது. முப்பது, முப்பத்து மூன்று நாட்க ளாக ஜலீலாவும் ஜமீலாவும் செய்தூனும் அந்த குடிசைக்குள் தின்றும் திங்காமலும் நடைப்பிணங்களாக நடமாடினார்கள். மோதியார் ஒன்றிரண்டு முறை எட்டிப்பார்த்ததைத் தவிர யாரையும் காணவில்லை . . . உதுமான் பிள்ளை அவ்வப்போது மூன்றாம்சாரத்து பன்னிரண்டாம்நாள் பாத்திஹா என வந்து போனார். ஜலீலாவையும் ஜமீலாவையும் பகலைவிட இரவு களே பயமுறுத்தின. பாயைப்போட்டாலே வாப்பாவின் ஞாபகங்கள். வாசலில் . . . தெருவில் . . . வளவில் . . . பாயில் பாத்திரத்தில் எங்கு பார்த்தாலும் வாப்பாவின் முகம். ஜமீலாவும் ஜலீலாவும் பயந்து நடுங்கிக்கிடந்தார்கள். உறங்காத இரவுகள். மீறி உறங்கினாலும் கனவுகள் . . . பயங்கரமான கனவுகள். ஒரு இரவில் வாப்பா வந்து வாசலில் நின்று “எனக்க பொன்னு மக்களே . . .” என அலறி அழுதார். தீத் துண்டுகளாய் ஜலீலா வின் காதில் நுழைந்து எரித்துச் சாம்பலாக்கி அவளைப் பொசுக்கிப்போட்டது. விடியும்வரை தூங்காமலே கிடந்தவள், காலையிலேயே மம்மாசீன் மகனை ஸ்ரீகிருஷ்ணன் கடைக்கு அனுப்பிவைத்தாள். போனவன் திரும்பி வந்தான்.

“சும்மா சும்மா ஒவத்திரப்படுத்தப்புடாதாம் . . . வந்தா ஊட்டுக்கு வருமாம் . . .” ஹமீதுசாகிபுக்கு ஆள் சொல்லிவிட்டுக் கேட்டபோது அங்கே என்னமோ சிக்கல் இன்னும் ஒருவாரத் துல பத்து நாளுல சரியாகும் எனப் பதில் சொல்லிவிட்டார். ஹத்தம் பாத்திஹா ஓதத் தீர்மானித்திருந்த நாளுக்கு முந்திய இரவே உதுமான்பிள்ளை வந்து நின்று எல்லாக் காரியங்களையும் கவனித்துக்கொண்டிருந்தபோது ஜலீலா ஹைதரைப்பற்றி விசாரிக்கச் சொல்லிவிட்டாள். உதுமான்பிள்ளை கடைப்பக்கம் வந்து ஹமதுசாகிபைத் தேடிப்பார்த்துக் காணாமல் மோதியா ரிடம் ஹத்தம்பாத்திஹா ஓதச்சொல்லி விட்டுப்போனார்.

லுகர் தொழுகைக்குப்பிறகு ஹத்தச்சோறு சாப்பிட நிறையப் பேர் வந்தார்கள். மோதியார் மௌனமாக இருந்தார். அவருக்கு ஒரு கை இல்லாமல் போனதுபோல இருந்தது. குச்சித்தம்பி மரித்துப்போனதிலிருந்து மோதியாருக்கான இரவு பயங்கர மானதாகவே இருக்கிறது. மதரஸாவில் அதிகமான இரவுகளில்

மோதியாரோடு தூங்கியவர் குச்சித்தம்பிதான். தணுப்பான இரவுகளில் "மோதியார தரையில கெடக்கமுடியலே... ஒரு பெஞ்ச இஞ்ச தாரும்..." என இழுத்துக்கொள்வார். ஆளுக் கொரு பெஞ்சிலாக எத்தனை இரவுகள் மதரஸாவில் கிடந்து உறங்கினார்கள். இந்த இரண்டு பெஞ்சையும் சேர்த்துப்போட்டுத் தான் குச்சித்தம்பியை மையத்தாகக் கிடத்தி இருந்தார்கள். மோதியார் எவ்வளவோ மரணங்களைப் பார்த்திருக்கிறார். ஆனாலும் குச்சித்தம்பியின் மரணம் அவரை ரொம்பவும் பாதித்து இருந்தது.

எல்லா ஹத்தச்சோறுகளுக்கும் குச்சித்தம்பியும் மோதியா ரும் ஆஜராகிவிடுவார்கள். ஒருத்தரை ஒருத்தர் ஒட்டி இருந்து கொண்டு மோதியார் தன் தட்டில் சோறு தீரும் தருவாயில் குச்சித்தம்பியை லேசாக இடிப்பார். குச்சித்தம்பி புரிந்து கொண்டு விளப்பக்காரனைக் கூப்பிட்டு "ஏய்... சோத்த கொண்டாப்பா... மோதியாருக்கு வை..." எனச் சத்தம் போடும்போதே மோதியார் "வேண்டாம்... வேண்டாம்..." என்பார்.

"நீ வைப்பா... அவரு அப்படித்தான் சொல்லுவாரு... பிரத்தியமா ரெண்டுதுண்டு கறி வை... ம்... சாப்பிடுங்கோ... ம்..." மோதியார் குச்சித்தம்பியின் நிர்ப்பந்தத்தால் சாப்பிடு வதைப்போலப் பாவலாகாட்டிச் சாப்பிடுவார். "இங்கேயும்... போடுப்பா..." எனக் குச்சித்தம்பியின் தட்டிலும் மோதியார் சோறுபோட வைப்பார். சாப்பாடு முடிந்து நீண்ட ஏப்பம் விட்டு சிங்கப்பூர் கள்ளன் கடையில் ஒருகெட்டு பீடிவாங்கிக் கொண்டு மதரஸாவுக்கு வந்தால் ஜோடிபோட்டு அசருவரை இழுப்பார்கள்.

பால்காய்ச்சி வீடுகளுக்கு மோதியார் மௌலூது ஓதப் போகும்போது குச்சித்தம்பியையும் கொண்டுபோவார். "எனக் கொரு எழவும் தெரியாதே..." என ஆரம்பத்தில் குச்சித்தம்பி சொன்னபோது,

"சும்மா வா... நான் பாத்துக்கிடுதேன்... கைமடக்கும்... நேச்சையும் வாண்டிப் பிள்ளையளுக்குக் கொடுக்கலாம்லா..."

குச்சித்தம்பி உறுமாகெட்டி ஒரு குட்டி ஆலீமைப்போலப் புறப்பட்டுப்போய் கூட்டத்தோடு கூட்டமாக ராகம் தப்பாமல் ரீ... ரீ... ரீரீ... ரீ... ரீரீ... ரீ... ரீரீ... எனப் பாடிவிட்டுப் புருத்திச்சக்கை, மாதுளம்பழம், கற்கண்டு, திராச்சைப்பழம் எல்லாம் மடியில் கட்டிக்கொண்டு வீட்டுக்குப்போகும்போது "இன்னா இதையும் கொண்டுபோ..." எனக் கொடுத்துவிடும் மோதியாருக்குக் குச்சித்தம்பியின் ஹத்தச்சோத்துக்கு முன் னால் அமரமுடியவில்லை.

“எனக்கு வயித்துக்கு சரிஇல்லே . . . சோறு வேண்டாம் . . .” சங்கடமாகச் சொல்லிவிட்டு மோதியார் சாப்பிடாமல் போனார்.

அசருக்குப்பிறகு உதுமான்பிள்ளை ஹமீதுசாகிபைத் தேடிவந்தபோது ஆஸ்பத்திரியில் வைத்து நர்ஸ் கழற்றிக் கொண்டுவந்து கொடுத்த ஆயிஷாம்மாவின் உருப்படியை ஈடுவைத்துவிட்டு ஹமீதுசாகிபு பணத்தோடு வீட்டுக்கு வந்திருந்தார். உதுமான் பிள்ளையைக் கண்டபோது ஹமீது சாகிபால் தீர்மானிக்க முடியாமல் எதிரில் அமர்ந்து என்ன என்பதுபோலப் பார்த்தார். உதுமான்பிள்ளை பேசத்துவங்கினார்.

“ஜலீலாவைத் திட்டுவிளையில ஒருத்தருக்கு இரண்டாந் தாரமா கெட்டி வைக்கலாம்னு இருக்கேன் . . .”

“ம் . . .”

“நாப்பது நாப்பதஞ்சி வயசிருக்கும் . . .”

“ம் . . .”

“நல்லா சம்பாத்தியம் உண்டு . . . பத்தி போடுதாரு . . .”

“ம் . . .”

“நீங்க என்ன சொல்லுதியோ . . .”

ஹமீதுசாகிபு யோசித்துக்கொண்டே பேசினார்.

“நான் என்ன சொல்லுதுக்கு . . . பாத்துச் செய்யுங்கோ . . .” உதுமான்பிள்ளை பதில் பேசும் முன்னால் தாஸீம்பி நிலைக் கதவில் சாய்ந்து நின்றுகொண்டே சொன்னாள்.

“சம்பாத்தியம் உண்டுன்னு சொல்லுதியலா . . . செய்யுங்கோ . . . பொட்டப்புள்ளல்லா . . . வைக்கப்புடாது . . . அதையும் இதையும் பாத்து நாளக் கடத்தண்டாம் . . . சட்டுன்னு செய்து கொடுங்கோ . . .”

“ஹைதர்ட்ட இருந்து எழுத்தும் வரலியே . . . மொவன்ட்ட கேட்டியளா போன் நம்பர் தாங்கோ நான் வேணும்னா பேசுதேன் . . .”

உதுமான்பிள்ளை சொல்லிவிட்டு ஹமீதுசாகிபின் முகம் பாத்தபோது தாடியைத் தடவிக்கொண்டே நீண்ட மௌனத் துக்குப் பிறகு பேசினார்.

“நான் அந்த குடும்பத்துக்கு எவ்வளவோ செய்திருக்கேன் . . . ஆனா நெசீப பாருங்கோ . . . என்ன செய்ய . . . ஒரு பத்து நாளைக்கு முன்னாலேயே தகவல் வந்துட்டு . . . சரியாவட்டு சொல்லலாம்னு இருந்தேன் . . . நீங்களும் இத மனசில வச்சிக் கிடுங்கோ . . . ஒருத்தர்ட்டயும் சொல்லண்டாம் . . .” உதுமான் பிள்ளை மூடுந்தலையும் புரியாமல் பார்த்தார்.

“எனக்கு மனசே சரிஇல்லே பாத்துக்கிடுங்கோ ...”

“எதுனாலும் சொல்லுங்கோ ...”

“எனக்க மூணாமத்த மவன் செய்யது ... இதுசரியான பொறவுதான் ஊருக்கு வரணும்னு நிக்கான் ...”

“சொல்லுங்கோ ...”

“இப்போ ... ஹைதர் அங்க ஜெயில்லயாக்கும் இரிக்கான் ...”

“படச்ச ரப்பே ...” உதுமான்பிள்ளை உடைந்துபோனார்.

“கொஞ்சம் தண்ணி தருவியளா .. ? ...” கேட்டு வாங்கிக் குடித்துக்கொண்டார்.

“விசா அவனுக்கு வேற ... எனக்க மொவன்தான் ... வேற கடையில வேலைக்கு ஏற்பாடு பண்ணி உட்ருக்கான் ... அவனுக்க நேரம் ... என்னத்த சொல்ல செக்கிங்ல பிடிச்சிருக் கானுவோ ... அரபி தெரியலே ... உளறியிருக்கான்... கொண்டு போயிட்டானுவோ ... அவனுக்க கபீலு ஓமானுக்கு போயிட் டான். வரதுக்கு அஞ்சாறு மாசமாவது ஆகுமாம் ... ஹைதர ஜித்தாவுல புரைமான் ஜெயில்லயாக்கும் போட்ருக்கானு வளாம் ...”

“மரிப்பு பத்தி தெரியுமா .. ? ...”

“அவனுக்கு இன்னும் தெரியாது ... நம்ம ஊரா போனோம் பாத்தோம்னு சொல்லதுக்கு ...”

உதுமான் பிள்ளைக்கு ஒன்றும் ஓடவில்லை.

“எனக்க மொவனுவளுக்கு ஒருபாடு செலவு உண்டு பாத்துக்கிடுங்கோ. அந்த வீட என்னமும் வித்தியன்னா ... ரொம்ப இல்லன்னாலும் கொஞ்சமாவது கொடுங்கோ அல்லது அதுக்கொரு விலை சொன்னியள்னா ... பாக்கிரூவாய நான் தாறேன் ... உங்க புரியம்போலச் செய்யுங்கோ ...”

உதுமான்பிள்ளை மௌனமாக உட்கார்ந்திருந்தார்.

“ரெண்டரை சென்று எடம் ... வீடு ஒதவாது ... தரைக்குத் தான் விலை கெடைக்கும். சென்றுக்கு இருபதாயிரம் மதிப்புக் கூடுதலுதான் ... பள்ளவிளையில வட்டிக்காரன்ட்ட பத்தாயிரம் நோட்டெழுதி எனக்க மொவன் வாங்கிக்கொடுத்தான் ... விசாக்கு ஒருபாடு செலவு உண்டு ... எல்லாம் சேத்து ஐம்பதாயிரம் போட்டாலும் பாக்கி இருபத்தையாயிரம் தாறேன் ... செய்தூன்ட்ட எழுதிவாங்கித் தாங்கோ ...”

“ம் ... மூத்தபிள்ளைக்கு இப்போ கல்யாண செலவுன்னு பாத்தா ... ஒரு ஐயாயிர ரூபாய்க்கு உருப்படி நல்லாக்க ணும் ... கல்யாணம் ஊட்டுக்கு மட்டுந்தான் ... அடுத்த பிள்ளைக்குப் பாக்கணும் அது செலவு வரும் ... ஹைதருக்க

கதை வேற மோசமா இருக்கு ... நான் ஒண்ணு கேட்டுச் சொல்லட்டா ..? ...”

“யாருட்ட கேக்கணும் ... நல்ல காரியந்தானே படச்சவனுக்க மேல பாரத்தபோட்டுட்டு செய்ய வேண்டியதுதானே ...” பேசிக்கொண்டே இருபதாயிரம் பணத்தை மடியிலிருந்து எடுத்து மேஜை முன்னால் உதுமான்பிள்ளைக்கு நேராக வைத்துவிட்டுச் சொன்னார்.

“இதுல இருபதாயிரம் இருக்கு ஐயாயிரம் பொறவு தாறேன் ...”

உதுமான்பிள்ளை யோசித்தார். தனக்கு முன்னால் கிடக்கும் பணம் அவரை யோசிக்கவிடாமல் குத்திக் கிளறியது ...

“ம் ... எடுத்து வைங்கோ ...”

“ம் ...” உதுமான்பிள்ளை மெல்ல அந்தப் பணத்தை எடுத்துக்கொண்டபோது பள்ளியில் மக்ரிபுக்குப் பாங்கு சொன்னார்கள்.

உதுமான்பிள்ளையும் ஹமீதுசாகிபும் மக்ரிபு தொழுகைக்குப் பள்ளிக்கு வந்தபோது முன்னமே கோயாபிள்ளை நின்றார். “தொழுகை முடிஞ்சதும் போயிராதையும் ... ஹவுளில் வைத்துக் கோயாபிள்ளையிடம் சொன்னதைப்போலவே ... தொழுகை முடிந்து கோயாபிள்ளை காத்துநின்றார். மதரஸாவுக்குப் பின்னால் ஹமீதுசாகிபு கோயாபிள்ளையைத் தனியாக அழைத்து ஐநூறுரூபாய் கொடுத்துவிட்டுச் சொன்னார்.

“பின்னால ஹைதரால பிரச்சனை வரக்கூடாது அதுக்குத் தக்கன எழுதணும் ...”

“நான் பாத்துக்கிடுதேன் ...”

பள்ளியிலிருந்து உதுமான்பிள்ளையோடு கோயாபிள்ளையும் போனார். ஒருமணிக்கூறுக்குள் செய்தூன் கையெழுத்திட்டும் கைஉருட்டியும் கொடுத்த காகிதம் கோயாபிள்ளை கைக்கு வந்து பளிச்சென சிறகைவிரித்து ஒரு பிணந்தின்னி கழுகைப்போலப் பறந்து ஹமீதுசாகிபின் ஒழுக்கரைப் பெட்டியின் உள்ளே புகுந்துகொண்ட இரண்டொரு நாளில் ஒரு விடியலின் முன்னே செய்தூனும் ஜலீலாவும் ஜமீலாவும் பெட்டிபடுக்கைகளோடு ஊரைக் காலிசெய்து திட்டுவிளையில் உதுமான்பிள்ளையிடம் தஞ்சம் புகுந்தார்கள்.

“எனக்கு ஏஞ்சொல்லி விடலே ... அருமாந்த பிள்ளைய இப்படி கெடத்தி வச்சிருக்கியளே ... ஓனக்க ஆயிஷாம்மாக்குப் பைத்தியம் பிடிச்சிட்டாமேன்னு அழயாண்டவம் மண்டபத்துல வச்சி ஒரு பண்ணிக்குப் பொறந்தவ சொன்னா ... எனக்க கொடலு பதறிட்டு ... படச்சரப்பே ... அந்தாக்குல பதறி அடிச்சி ஓடிவாறேன் ...”

சொல்லிக்கொண்டே வள்ளவிளை மாமி குழந்தையைக் கையிலெடுத்துக் கொஞ்சினாள். ஹமீதுசாகிபு குடும்பத்தை மானதானமில்லாத அறுப்பும் கிழியும் ... தெருவே நாறிப்போனது. விட்டால் வள்ளவிளை மாமி தெருத்தாண்டிப் போய் “மனுஷியளாளா ... நீங்களெல்லாம் ... மண்ணைய திங்கயோ ...” எனத்தொடங்கி அறுத்துக்கிழிப்பாள் போலிருந்தது. மொய்துசாகிபு பெரும்பாடுபட்டு சமாதானப்படுத்தி வீட்டுக்குள் கொண்டு வந்தார்.

“லட்சணக்கெட்ட புழுந்தான்பய ... பொண்டாட்டிக்கு ஒரு எழுத்துப்போடாம புடுங்குதானாம் ... தூ ...” தெருவில் காறித்துப்பிவிட்டுத்தான் உள்ளே வந்தாள்... உள்ளே வந்தபிறகும் நிக்கவில்லை.

“வல்லவனுக்க மொதலயும் எத்தி எத்தி சொகங் கண்டுட்டான் ... கபர்குழியில அவனையும் அவன் சக்கரத்தையும் கொண்டு போடுவாவோ ... உம்மாக்க மாப்பிளைக்க உருப்படின்னா ஆசுத்திரியில நின்னு வாண்டிட்டுப்போனான் ...”

“பிள்ளே வாய பொத்தியா ... என்னா ..? ...” மொய்துசாகிபு அதட்டிய பிறகுதான் வள்ளவிளை மாமி நிறுத்தினாள்.

வள்ளவிளை மாமி ஆலிம்களைத் தேடிப்போய் தண்ணி ஓதிக்கொண்டுவந்து ஆயிஷாவிடம் குடிக்கக் கொடுப்பாள். அவள் குடிக்காமல் முரண்டு பிடிப்பாள். மொய்துசாகிபு "குடியேன் மொளே ..." என்றால் குடிப்பாள்.

எப்போது விடியும் என்று காத்திருப்பாள்போல விடியத் தொடங்கியதுமே நடக்கத் தொடங்கிவிடுவாள். நடையென்றால் சாதாரணமான நடையல்ல; அங்குமிங்கும் அங்குமிங்கும் திரும்பத்திரும்ப ஏதோ உத்வேகத்துடன் ஒரு இலக்கை அடையும் தீர்மானத்துடன் வளவுக்கும் தெருவுக்குமாக நடந்துகொண்டே இருப்பாள் ... நடக்க நடக்க வினோதமான சிரிப்பு ... சிரிப்பு என்றால் ஏதோ வெட்கத்தோடு தாங்க முடியாமல் பொட்டிச்சிரிக்கிற சிரிப்பு. மொய்துசாகிபுக்கு அழுகைவரும் அடக்கிக்கொண்டே ஏதேதோ பேசிப் பார்ப்பார் ... எந்தச் சலனமும் இல்லாமல் முகத்தை மூடிக்கொண்டே உட்கார்ந்திருப்பாள்.

ஆயிஷாவிடம் பேச்சு முற்றிலுமாக நின்றுபோனதும் ... சரி ... இதற்குமேல் வார்த்தைகள் விழாது. குழந்தை அழுது கதறினாலும் அவள் எடுப்பதில்லை. குழந்தையை "குட்டி சைத்தான்" என்றே கூப்பிடுவாள்.

ஆயிஷா தூங்குவாளோ என்னமோ யாருக்கும் தெரியாது. மைதீன் கடையிலிருந்து வருவான் எந்த பேச்சுமில்லாமல் சாப்பிடுவான். துவண்டுகிடக்கும் தன் கூடப்பொறப்பின் முகம்பார்த்தால் சாப்பிடாமலும் எழுந்துபோவான். மொய்து சாகிபின் வீடு ஒரு வினோதச் சூழலில் சிக்கி இருந்தது. அவர் ஒருக்கிலும் கற்பனையில் கூட விதியின் வினோதமுகம் தன் இருதயத்தைக் கிழித்துப்போட்டுவிட்டுத் தன் ரத்தத்துளிகளிலேயே தலைவிரித்து ஆடும் என்று நினைத்துப் பார்த்ததில்லை. உறங்காத நேற்றைய இரவு முழுவதும் "இதையெல்லாம் பாக்கதுக்கா ரப்பே ... என்னய உயிரோட போட்டுருக்கே ..." இரவு முழுவதும் அழுதுகிடந்தவரின் அழுகையை யாரும் அறியவில்லை. பல ஓர்மைகள் ... ஐந்தாறு தினங்களுக்கு முன்னால் பரிவாரத்தில் நின்ற சுலைமான் அன்றைக்குப் பேய்கள் பற்றிய விசயத்தை எடுத்துப்பேசத் தொடங்கினான். மொய்துசாகிபைக் கவனிக்காமல் ஆயிஷா பற்றிப் பேசியதை நினைத்துநினைத்துக் கொதித்துப்போனார்.

"ஊர காலனி முழுங்கிட்டு லோய் ... புது ரேசன்காடுல ஊருக்க பேர காணல ... காலனிக்க பேரு கெடக்குவு ..." எனப் புலம்பிக்கொண்டே நின்றவன் திடீரெனப் பேய் விசயத்தை எடுத்தபோது,

ஆயிஷாக்குப் பேய் பிடிதான் ... எனத் தீர்மானமாகச் சொல்லிவிட்டு மொய்துசாகிபின் முகம் பார்த்து ஒதுங்கிப் போனவன் தள்ளிநின்று ஹமீதுசாகிபின் தலையை அஞ்சாறு உருட்டு உருட்டிய பிறகே திருப்தி வந்தவனாக நடந்துபோனான். யாரோ சொன்னதாக மியன்னா பேசிக்கொண்டிருந்தது சிறகு முளைத்துப் பறந்துவந்து மொய்துவின் காதுமடலில் உட்கார்ந்த செய்தி இப்படியாக இருந்தது. மொய்துசாகிபின் பொண்டாட்டி சுபைதா, தாஸீம்பி குடும்பத்துக்குச் செய்த செய்வினை அவள் தலையிலேயே விழுந்துவிட்டதாக... உடல் முழுவதும் வலித்தது. வலியோடு கூடிய இரவுகள் தூங்க முடியாததாகவே இருந்தன.

வள்ளவிளைமாமி இது சம்பந்தமாகப் பலரையும் போய்ப் பார்த்தாள். அறியப்பட்ட எல்லாத் தர்காக்களுக்கும் நேமிசம் வைத்தாகிவிட்டது. ஆனாலும் ஆயிஷா உடல் ரீதியாகப் பலகீன மாகிக்கொண்டே வந்தாள். சும்மானாலும் உறவினர்கள் வந்துவந்து ஆயிஷாவைப் பரிதாபமாகப் பார்ப்பது இன்னும் இன்னும் வீட்டுச் சூழலை மோசமடையச் செய்துகொண்டே இருந்தது. அவரவர் அறிவுக்கு எட்டிய ஆலோசனைகளை யெல்லாம் விரும்பினாலும், விரும்பாவிட்டாலும் வள்ளல் களாக மாறி வாரி வழங்கினார்கள். இப்படி வழங்கிய ஆலோசனைகளில் ஒன்றுதான் ‘ஆயிஷாக்குப் பேய் பிடித் திருக்கிறது’ என்றது.

“எனக்கு அன்னைக்கே சம்சியம் உண்டு ...” என வள்ள விளை மாமி தொடங்கி ... “அவளுக்க நடையும் சிரிப்பும் ... அவ்வளவாக செரி இல்லே ... இது சைத்தான் வேலைதான் ...”

எல்லோருக்கும் பயமாகிப்போனது. ஆயிஷாவின் முகத்தை நேராக நிமிர்ந்து பார்க்கத் தெருவில்கூட சிலர் பயந்தார்கள்... இல்லாத பேய்களெல்லாம் ஆயிஷாவின் உருவத்தில் நடந்தது ... சிரித்தது ... முறைத்தது ...

தெருவில் பலவீடுகளில் குழந்தைகளை விலக்கி வைத்தார் கள். குழந்தைகள் ஆயிஷாம்மா வீட்டை மின்னலாகக் கடந்து போனார்கள் ...

“அங்கே பே ... கெடக்குதாம் ...”

சாப்பிடாமல் அடம்பிடிக்கும் குழந்தைகளை சில உம்மாமார்கள் “ஆயிஷாட்ட பிடிச்சிக் கொடுத்திருவேன் ...” எனப் பயங்காட்டி சோறு ஊட்டினார்கள்.

கொண்டை முத்திய கருஞ்சேவல் வேண்டுமென ஒரு ஆலிம் சொன்னபோது வள்ளவிளை மாமிதான் போனாள். அவர் கருஞ்சேவலைப் புளிச்ச சிரிப்போடு பொண்டாட்டி யிடம் கொடுத்துவிட்டுப் பிங்காணத்தில் ஓதி எழுதி... தண்ணீரில் கழுவிக் கொடுத்துவிட்டார்.

குப்பி நீரைக் குடிக்கக் கொடுத்தபோது ஆயிஷா சிரியோ சிரி என்று சிரித்தாள்.

வள்ளவிளை மாமியும் கூடவே சிரித்துக்கொண்டு..

"ஒன்னய குப்பியில அடைக்கனா இல்லியா பாரு..."

"ஒனக்கென்னா பைத்தியமாளா பிடிச்சிருக்கு..." ஆயிஷா திருப்பிக்கேட்டாள்... பக்கத்தில் நின்ற மைதீனுக்கு மனம் முழுவதும் வலித்தது. தன் கூடப்பொறப்பைக் கொஞ்சம் கொஞ்சமாக சைத்தானாக்குகிறார்கள் என்பதை உணர்ந்த போது நெஞ்சம் நடுங்கியவனின் கண்கள் ஈரமாகிப்போனது. தனியாக லேடி டாக்டரைப் போய்ப் பார்த்தான்... அவள் இன்னொரு டாக்டருக்குக் கடிதம் கொடுத்தாள். வீட்டுக்குவந்து உம்மாவிடம் சொன்னபோது சுபைதா சம்மதிக்கவில்லை... வள்ளவிளை மாமியும் சரிப்பட்டு வராது என்றாள்.

"அவ என்னா... பாத்திரபண்டத்த தூக்கிப்போட்டு வுடைக்குதாளா... இல்லை... யாரையும் கடிக்குதாளா..?..."

"எதுனாலும் அவ மாப்பிளை வரட்டு... நீ எல்லாத்தையும் எழுது..."

மைதீன் இரண்டு மூன்று கடிதங்கள் இதற்கு முன்னால் எழுதி இருக்கிறான். பழைய கடிதம் கிடைத்ததா தெரிய வில்லை... புதிய விலாசமாக இருக்கக்கூடுமெனக் கருதிக் கோயாபிள்ளையைத் தேடிப்போய் விசாரித்தான்.

"புளிமூட்ல வச்சி ஒனக்க வாப்பா எனக்குட்ட கெப்பர் காட்டுனது எனக்கு ஓர்ம உண்டு... நான் மோசமானவன் கெடையாது..." எனச் சொல்லிவிட்டு ஹமீதுசாகிபிடம் விலாசம் கேட்டு வாங்கிவருவதாகப் போனவர் கொஞ்ச நேரத்திலேயே திரும்பி வந்தார்.

"அவரு அடுத்தவருசம் ஹஜ்ஜி செய்யப் போறதுக்கு பாஸ்போட்டுக்கு வேண்டிப் போயிருக்காராம்... சாயங்காலம்... வரட்டு... நான் வேற என்னமும் சொல்லி வாங்கித்தாறேன்..."

கோயாபிள்ளை சாயங்காலம் வாங்கிக்கொண்டு வந்து விட்டார். "எனக்கும் பொட்ட பிள்ளையோ இருக்குல்லா ... அதான் .." எனச் சொல்லிவிட்டுக் கூடுதலாக அவர் சொன்ன இன்னொரு செய்தி: ஹைதர் புரைமான் ஜெயிலிலிருந்து விடுதலையாகி ஜித்தா துறைமுகத்திலிருந்து கப்பலில் புறப்பட்டு விட்டதாகவும் அனேகமாக பாம்பே வந்திருக்கக் கூடும் என்று சொன்னபோது, மைதீன் மௌனமாகக் கடந்துபோய் பள்ளி முக்கிலேயே ரொம்ப நேரம் நின்றுகொண்டிருந்தான். பள்ளி முக்கில் முன்புபோலக் காற்று இல்லை. புழுக்கமாக இருந்தது. அந்தப் புழுக்கத்தில் நின்றபடியே யோசித்தான். நீண்டநேர யோசனையோடு வீட்டுக்கு வந்து ஆயிஷாவின் சலனமற்ற முகத்தை உற்றுப்பார்த்து அழுதுகொண்டே விபரமாக எழுதினான். எல்லாம் எழுதினான். எழுதி முடித்துவிட்டுப் பார்வையை நிமிர்த்தியபோது உறக்க லைட் வெளிச்சத்தில் உள்ளறையில் ஆடிக்கொண்டிருந்த ஆயிஷாவின் குழந்தை தொட்டிலோடு பெய்த மூத்திரம் கீழே தரையில் உருவமாய் படர்ந்து படர்ந்து விரிந்தது.

❂ ❂ ❂

வட்டார வழக்குச் சொற்கள்

பைனி	:	பதநீர்
ரப்பே	:	கடவுளே
உப்பா	:	தாத்தா
ஓசரிதான்	:	பிரச்சனை
நகரா	:	தொழுகைக்காக பாங்கு சொல்லும் முன்னால் அடிக்கப்படும் முரசு (பழைய முறை)
நாரோவில்	:	நாகர்கோவில்
ஜூம்மா	:	வெள்ளிக்கிழமை தொழுகை
பயான் குத்பா	:	பிரசங்கம்
சாடி	:	குதித்து
தணுத்த	:	குளிர்ந்த
கும்பாட்டக்காரி	:	கரகாட்டக்காரி
சக்கரம்	:	பணம் (பழைய திருவிதாங்கூர் நாணயம்)
முக்கு	:	மூலை
கெமை	:	கம்பீரம்
சொக்காரன்	:	சகோதரன்
பாரேரம்	:	பார்வதிபுரம்
சுபுஹ்	:	அதிகாலைத் தொழுகை
கொமர்	:	குமரிப் பெண்
அசை	:	துணி உலரப்போடும் கொடி
அழயாண்டத்துல	:	அழகியமண்டபத்தில் (ஓர் ஊர்)
லாந்து	:	நடப்பது
பொறவு	:	பிறகு
உச்சை	:	மதியம்
சமுட்டினார்	:	உதைத்தார்

கண்டமானம்	
அறுத்துக் கிழிப்பார்	: நிறையத் திட்டுவார்
விளை	: தோப்பு
வெப்ராளமாக	: படபடப்பாக
பரியாசடி	: கிண்டல் பேச்சு
கொமை	: கிண்டல்
இபுலீசு	: சைத்தான்
தொழி	: சேறு
மௌத்தாகி	: மரணமடைந்து
நேமிசம்	: வேண்டுதல்
உரக்குண்டில்	: உரக்குழியில்
சோக்கேட்டுக்காரன்	: நோயாளி
ஓர்மையில்	: நினைவில்
உம்ரா	: மக்காவில் செய்யப்படும் வழிபாடு (ஹஜ் போன்றது)
ஸம்ஸம்	: மக்காவிலுள்ள புனித கிணற்றின் நீர்
மக்ரிபு	: பகல் பொழுது முடிந்த பிறகு தொழப்படும் தொழுகை
சமுட்டியவன்	: உதைத்தவன்
சக்கப்பழம்	: பலாப்பழம்
கொல்லாமாவு	: முந்திரி மரம்
கபர்ஸ்தான்	: கல்லறை
மூட்டோடு	: வேரோடு
பதிவு	: வழக்கம்
சம்சியம்	: சந்தேகம்
சாடிட்டுல்லா	: பெருகியதல்லவா
ஓணங்கு	: காய்ந்து
தூத்துவாரினாள்	: பெருக்கினாள்
பூச்சை	: பூனை
குச்சங்கயிறு	: சின்ன கயிறு
சோலி	: வேலை
கசவாளி	: திருடன்
குன்னிமுத்து	: மஞ்சாடி முத்து
ஆப்பக்கணை	: அகப்பைப் பிடி
உள்ளியைத் தல்லி	: சின்ன வெங்காயத்தை நசுக்கி
நிச்சாம்புலம்	: நிச்சயதார்த்தம்
லுஹர்	: மதியத் தொழுகை

ஓதி எறியப்படாத முட்டைகள்

வெளப்பம்	:	பரிமாறுதல்
உருளி	:	பெரிய பாத்திரம் (அண்டா போன்றது)
கடவம்	:	ஓலைப் பெட்டி
அனக்கம்	:	அசைவு
பேடிச்சி	:	பயந்து
தெறச்சிவால்	:	திருக்கை மீன் வால்
கடப்புறம்	:	கடல்பக்கம்
வள்ளம்	:	படகு
ஈனாப்பச்சி	:	பிசாசு
நீக்கம்பு	:	காலரா
வெப்ராளம்	:	கோபம்
ஜெபப்பெரைகள்	:	தொழுகை அறைகள்
மையம்	:	சடலம்
சடவு	:	சோர்வு
ஆக்குப் பெரை	:	விசேஷ வீடுகளின் சமையல் அறை
சாதனம்	:	பொருள்
ஒசாத்தி	:	பெண் நாவிதர்
தள்ளயத்தின்ன	:	தாயைத் தின்றுவிட்ட
அனங்காது	:	அசையாது
மிட்டாசி	:	இனிப்பு
தெண்டுவான்	:	பிச்சையெடுப்பான்
மறுக்கடி	:	பரிதாபம்
செறுத்தல்	:	தடுத்தல்
ஊனிக்கம்பு	:	ஊன்றுகோல்
நவுழ	:	நழுவ
கைமடக்கு	:	அன்பளிப்பு
காப்பு	:	வளையல்
சுடுதண்ணீர்	:	வெந்நீர்
நெச்சோறு	:	நெய் சோறு
மடக்சானை	:	பலகாரமொன்றின் பெயர்
காணாது	:	போதாது
நீக்கம்பத்துட்டு	:	நோய்வாய்ப்பட்டு
ஏத்தன் குலை	:	நேந்திரன் பழக்குலை
இடுமுடுக்கு	:	குறுகிய சந்து

பேனு	: பேன்
ஓட்ட உருவம்	: மண் உருவம்
இலுப்பமூட்டில்	: இலுப்பை மரத்தடியில்
வெள்ளம்	: தண்ணீர்
சீலைய உரிஞ்சிட்டு	: உடையை அவிழ்த்துவிட்டு
நேள்ஸ்	: நர்ஸ்
பேடிக்காட்டப்புடாது	: பயம் காட்டக் கூடாது
கள்ளப்பிறாந்து	: திருட்டுப் பருந்து
கெறங்கும்	: சுற்றிவரும்
ஐந்தாப்பு	: ஐந்தாம் வகுப்பு
பினாத்திக்கொண்டு	: *வட்டார வழக்குச் சொற்கள்*
பொறவு	: பின்னர்
ஆலி ஆட்டம்	: பெரிய பொம்மை உருவைத் தூக்கி ஆடுதல்
மொதல்	: சொத்து
கொணட்டும்	: அலட்டுதல்
அசங்கவில்லை	: அசரவில்லை
ஓமுடிஞ்சி	: ஆதரவற்ற நிலை
அலுசுவ	: அபூர்வம்
கெப்பர	: கர்வம்
செறை	: எரிச்சல்
துடி	: திமிரு
அலப்பு	: ஏக்கம்
பிலாய் முசிபத்து	: கெட்டவை ஓழியட்டும்
கூடப்பொறப்பு	: சகோதரர்
ரெவ்வெண்டு	: இரண்டு இரண்டு
காந்துவு	: எரிச்சல்
ஓணங்கி	: இளைத்து
உருப்படி	: நகை
புரியம்போல	: விருப்பம்போல
கூடப்பொறப்பு	: உடன்பிறப்பு